AA000531

BØ1N8ZNQYG

2012 కేంద్ర సాహిత్య అకాడమీ పురస్కార గ్రహీత

పెద్దిభొట్ల సుబ్బరామయ్య

శిశిరవేళ

కథా సంపుటం

 నవచేతన పబ్లిషింగ్ హౌస్

SISIRAVELA *KATHA SAMPUTAM*

- Peddibhotla Subbaramaiah

ప్రచురణ నెం. : 2015/101

ప్రతులు : 1000

ప్రథమ ముద్రణ : నవంబర్, 2015

వెల : ₹ 120/-

ప్రతులకు : **నవచేతన పబ్లిషింగ్ హౌస్**

గిరిప్రసాద్ భవన్, జి.యస్.ఐ పోస్టు, బండ్లగూడ(నాగోల్),

హైదరాబాద్ - 068. తెలంగాణ. ఫోన్: 24224453/54.

E-mail: navachethanaph@gmail.com

నవచేతన బుక్ హౌస్

అబిడ్స్ & సుల్తాన్‌బజార్, యూసఫ్‌గూడ, కూకట్‌పల్లి,

బండ్లగూడ - హైదరాబాద్, హన్మకొండ, కరీంనగర్,

నల్లగొండ, ఖమ్మం.

ప్రజాశక్తి బుక్ హౌస్ (అన్ని బ్రాంచీలలో)

నవతెలంగాణ బుక్ హౌస్ (అన్ని బ్రాంచీలలో)

ముద్రణ: **నవచేతన ప్రింటింగ్ ప్రెస్,** హైదరాబాద్- 68.

కథాపథం

నా ఎనిమిదవ ఏట బెజవాడ,
తరువాత
ఏడుదశాబ్దాలుగా
అందులో
(నాలుగు దశాబ్దాలు
లయోలా కళాశాల)
నా స్మృతి పథంలో
ఇంకా
చెక్కు చెదరకుండా
నిలిచి ఉన్న
నా బెజవాడకు...

(పెద్దిభొట్ల సుబ్బరామయ్య)

ఆర్ముగం - అనంతలక్ష్మి

ఈ కథ అంతా ఇవాల్టిదో న్నిటిదో కాదు. ఇదంతా జరిగి పాతిక సంవత్సరాలు పైగా అయింది.

నాది ఒక చిన్న స్టేషను. కొండల మధ్య చిన్న చిన్న ఊళ్ళు. చుట్టుపక్కల అంతా సృష్టికర్త ఆకాశంనించి హరితవర్ణం కురిపించినట్టు కన్నుల పండుగ చేసే పొలాలు... దూర దూరంగా ఊళ్ళు. అది ఒక అత్యంత అప్రశస్తమైన రైల్వేస్టేషను. రైళ్ళు అట్టేరావు. వచ్చేవి రెండో – మూడో! ఎంతోసేపు ఆగవు. స్టేషను కొద్ది దూరంలో స్టేషను మాస్టరు కోసమూ, ఇద్దరు పోర్టర్ల కోసమూ చిన్న చిన్న క్వార్టర్లు, ఆ రైలు మార్గం నలభై మైళ్ళు పోతేగానీ పెద్ద స్టేషను రాదు. వచ్చిన రైళ్ళు ఆ జంక్షనుకు వచ్చి ఆగిపోతాయి. అటువంటి జన సంచారం అట్టేలేని ఆ చిన్న స్టేషనుకు వచ్చి మొదటిసారిగా ఉద్యోగంలో చేరేందుకు భయం వేసింది. అయినా తప్పదు. ఉద్యోగాలన్నీ పైన బ్రహ్మదేవుడు రాసి పెట్టేవి గదా. ఏది దొరికితే దానితోనే తృప్తిపడాలి. అదే నా మతం.

కానీ ఆ చుట్టుపక్కల ఊళ్ళూ, పొలాలు కొండలు వాటి అందమే అందం. కాకపోతే నిరంతరం భయం వేధిస్తూ ఉండేది. పాములూ, తేళ్ళూవంటి విషపురుగులూ అటుంచి దోపిడి దొంగల భయం ఉండటం సహజంకదా!

స్టేషన్లో పనిచేసే పోర్టర్లు ఇద్దరూ మంచివాళ్ళు. నేనన్నా నా కుటుంబం అన్నా – అంటే నా భార్య అన్నా అమిత ఆరాధన భావం వారికి. ఇంకా దగ్గరి ఊళ్ళ నుంచి ఊసుపోకకు వచ్చే పెద్దల రాకపోకలు నాకు చాలా ధైర్యం ఇస్తూ ఉండేవి.

ఇదంతా కథకు ఉపోద్ఘాతమే! మరి కథ అంటూ వొకటి ఉన్నప్పుడు ఇదీ అవసరమేకదా. ఆ రోజుల్లో ఒకనాడు నట్ట నడిమి వర్షాకాలంలో ఇహనో ఇప్పుడో

కుంభవృష్టి కురవబోతున్నదనగా కోటేశు నా గదికి పరిగెత్తుకు వచ్చాడు. "సార్, సార్" అంటూ. నేను ప్రశాంతంగా కూర్చుని ఉన్నవాడినల్లా ఉలిక్కిపడి లేచి "ఏమిటి? ఏమిటి? సంగతేమిటి?" అని షడ్జమంలో అరిచాను. కోటేశు "అవతల పాసింజరు రూములో ఒక మూల గోడకానుకుని ఓ కుర్రవెధవ ఏడుస్తున్నాడండి. పక్కన ఎవరూ లేదు" అన్నాడు. నేను హడావిడిగా లేచి బయలుదేరాను. బహుశా చాలా సేపట్నించి అలాగే అక్కడే ఒక బల్ల పక్కన కూర్చుని ఏకధాటిగా ఏడుస్తున్న మూడు నాలుగేళ్ళ కుర్రవాణ్ణి చూశాను. అప్పటికే ఇద్దరు ముగ్గురు చేరారక్కడ. ఒకల్లిద్దరు వాడిపక్కనే కూర్చుని మామూలుగా సంధించే ప్రశ్నల బాణాలు కురిపిస్తున్నారు. సముదాయించడానికి ప్రయత్నిస్తున్నారు. కానీ అన్నిటికీ ఏడుపూ, మౌనమూ తప్ప ఫలితం లేశమయినాలేదని అర్థమైంది.

బైట సన్నసన్నగా తుంపర మొదలైంది. కొద్దిసేపట్లో పెద్ద వర్షంగా మారే సూచన్లున్నాయి. ఒకాయన వాడి దగ్గరగా బాసిపట్టు వేసుకు కూర్చుని తనకు తెలిసిన అన్ని భాషల్లోనూ ప్రశ్నలవర్షం కురిపించి విఫలుడైనాడు. వాడి ఏడుపు తగ్గలేదు. అందరికీ జాలి వేసింది. పసితనం, లేతవయసు... కలచి వేస్తున్నాయి. కొంతసేపటికి ప్రశ్నలకు సమాధానంగా ఏవో శబ్దాలు వస్తున్నాయి తప్ప స్పష్టమైన సమాచారమేమీ లేదు. "నీ పేరేమిటి? ఎట్లా వచ్చావిక్కడికి? నిన్ను వదలి వెళ్ళారా ఎవరైనా?" ఇలాంటి ప్రశ్నలు వృథా అయినాయి.

ప్రతిసారీ అస్పష్టమైన శబ్దం తప్ప మరేమీ లేదు. గురువులు అక్కడే నిలబడి "ఈ పసివాణ్ణి ఇక్కడ దింపి వెళ్ళడానికి ఎవరికి పోయేకాలం వచ్చిందో. రోజులు మరీ పాడయిపోయాయి" అంటూ తన ధోరణిలో మొదలు పెట్టాడు. మా ఇళ్ళకు అవతల కొందరకూ సమాచారం చేరిపోయింది. నా భార్య, గురువులు భార్య, సుబ్బులు చొరవగా ముందుకు వచ్చి "అసలు ముందు ఏమి జరగాలో ఆలోచించండి" అన్నారు. అందరూ 'అవునవునంటూ' తలలు ఊపారు. 'పొద్దు గూకుతున్నది. పోయేవాళ్ళెట్టాగూ పోయారు. ఇకరారు. ఇలా ఎంతసేపు?' అన్నారు. గురువులు భార్య – సుబ్బులు ముందుకొచ్చి "నాతో తీసుకుపోతాను. రాత్రికి మా యింట్లో ఏదో తినిపించి పడుకోబెడతాను. తెల్లవారాక చూసుకుందాం" అన్నది. దాంతో అక్కడి అందరి మొహాలు తేటపడ్డాయి.

అన్నట్టుగానే వాణ్ణి గురువులు, సుబ్బులు చెరో చేత్తోలేపి వాళ్ళ క్వార్టర్సుకు నడిపించుకుపోయారు. అక్కడితో వొక ఉత్కంఠభరిత అధ్యాయం ముగిసింది. తెల్లవారేసరికి ఈ వ్యవహారం చుట్టుపక్కల కొందరిక్కూడా తెలిసిపోయింది. దాంతోఉత్కంఠ భరించలేక నలుగురైదుగురు గుంపుగా వచ్చారు. వాడి పక్కన కూర్చుని వాడి దగ్గర్నించి శబ్దాలు రాబట్టగలిగారు. వాడు మాటిమాటికీ ఒకటే మాట వల్లె వేస్తున్నాడు "అమింజకరై మద్రాస్" అనటం సాగించాడు. అదేమిటో అర్థంకాక మేమందరం ఇంకా ఇబ్బందిలో పడ్డాము. లోకానుభవం ఉన్న ఒకాయన వాడి మాటలకు అర్థం చెప్పాడు. "అమింజకరై అనేది మద్రాసులో వొక పేట" అంతే! ఆ తర్వాత ఏమీలేదు. గురువులు భార్య వాణ్ణి కొంచెం దారిలోకి తెచ్చింది. వాడిలో భయం ఆందోళన తగ్గి కాస్త కుదుట పడ్డాడు. తర్వాత తన పేరు చెప్పుకొచ్చాడు. తల్లి, తండ్రి ఇక ఇతరుల గురించి ఏ వివరమూ తేల్లేదు. తన పేరు ఆర్ముగం అని తెలియచేసి ఇక చెప్పేది ఏమీలేనట్లు మౌనముని అయ్యాడు. గురువులు భార్య సుబ్బులు వాణ్ణిచక్కగా ఆదరిస్తూ వాడిలో మార్పు తెచ్చింది.

స్టేషనుకు రావడం నన్ను చూపులతోనే పలకరించడం కొద్దిగా నవ్వడం అటూ ఇటూ తిరగడం ప్రారంభించాడు. దాదాపు రోజల్లా నిర్జనంగా ఉండే స్టేషను ఆవరణలోని నిద్రగన్నేరు చెట్టుకింది రాతి బెంచీమీద కాసేపు కూచుని, కాసేపు పడుకుని కాలక్షేపం చేసి తర్వాత బుద్ధిమంతుడిలాగా లేచి ఇంటికి పోయేవాడు. సుబ్బులు వాణ్ణి ఆదరంగా చూస్తూ అవీ ఇవీ తినబెట్టేది. మధ్యమధ్యలో మేమెవరమైనా ప్రశ్నలు వేస్తే మాత్రం పెదవి కదిపేవాడుకాదు. మేము మాత్రం "తన ఊరును, పేటను వదులుకుని రెండువందల మైళ్ళ దూరానికి ఎట్లావచ్చి పడ్డాడబ్బా!" అని ఆశ్చర్యపోతూ ఉండేవాళ్ళం.

ఇదిలా ఉండగా మళ్ళీ మరో వింత జరిగింది. కథలంటే వింత విషయాలే గదా?

ఒకనాడు నా క్వార్టర్సులో ఉదయవేళ తీరికగా కూర్చుని ఉండగా వీధి గేటు దగ్గర ఏదో అలజడి, కలకలం. నా భార్యను పిలిచి అదేమిటో చూడమని చెప్పాను. ఆమె వీధి గేటు దగ్గరికి వెళ్ళి చూసి వచ్చిన వారితో ఏదో మాట్లాడి తిరిగి వీధిగదిలోకి వచ్చింది. "ఏమిటి సంగతని" అడిగాను. "ఏమిటో నాకూ సరిగా అర్థం కాలేదు. వాళ్ళు మీతో మాట్లాడాలిట" అన్నది. ఇక తప్పదని వరండాలో నడిచి గేటు దగ్గరకు

వచ్చాను. బైట అయిదారుగురు వ్యక్తులు నిలబడి ఉన్నారు. సన్నగా చినుకులు పడుతుండటంతో వారిలో కొందరి చేతుల్లో గొడుగులున్నాయి. వారిలో ఒక నడివయసు వ్యక్తి చేతిలో ఏదో మూటలాగా ఉన్నది. అదేమిటో నాకు తెలియలేదు.

వారు నాకు నమస్కారం పెట్టి ఒకరి వెనుక వొకరు మాట్లాడటం మొదలు పెట్టారు.

"వాడు ఆ వెధవ - ఏసోబుగాడు బొత్తిగా పనికిమాలినవాడు సార్! పనీ పాటా లేకుండా దున్నపోతులా తిరగటం, చిల్లర దొంగతనాలు చేసి కల్లుపాకల వెంట తిరిగి తాగి పడుండటం, ఇదండీ వాడి బతుకు. ఇన్నాళ్ళనించీ కనపడలేదు. అసలున్నాడో సచ్చాడో కూడా తెలియలేదు మాకు!" అన్నారు.

"ఇవన్నీ నాకెందుకు చెబుతున్నారు?" అన్నాను నేను.

"అదేసార్. చెప్పబోతున్నాం. వాడిటీవల రెండు మూడు నెలలనించీ పత్తాలేదు సార్. ఇంట్లో పెళ్ళాం నిండు గర్భిణి సార్. కానీ ఆ దిక్కులేని దాన్ని మేమే చూసుకుంటూ ఉండేవాళ్ళం సార్. ఇక మొన్న అర్ధరాత్రివేళ చుట్టుప్రక్కల మా ఆడవాళ్ళు ఆ గుడిసెలో చేరారు సార్. వాళ్ళ తెలిసీ తెలియని మంత్రసానితనంతో మొత్తానికి బిడ్డను భూమి మీద పడేసి కన్నుమూసింది సార్? ఇక మిగిలింది ఈ పసీగుడ్డు" అంటూ ఆ పిల్లను నాకు చూపించారు.

నేను నివ్వెర పోయాను. నా మనసుకు చాలా కష్టం కలిగింది. ఇట్లా ఆ ఆడదాన్ని అన్యాయం చేసి మాయమైన ఆ మగమృగంమీద కసికూడా పెరిగింది. ఇంతలో మా క్వార్టర్లనించి మా ఆవిడతో సహా అందరూ పోగైనారు. "సరే ఏం చేద్దామను కుంటున్నారు?" అన్నాను.

"అందుకే మీదగ్గరకు తీసుకొచ్చాం సార్! మా సంసారాలు, మా బాధలు మాకున్నాయి సార్! రెక్కల కష్టం చేస్తున్నా రోజు గడవని వాళ్ళం. పైగా పిల్లలు గల వాళ్ళం. కాబట్టి మీరైతే..."

నేను అదిరిపడ్డాను, ఏదో షాకు తిన్నట్టయింది. "భలేవారే, మంచిమాటే చెప్పారు. ఇక వెళ్ళిపోండి. మళ్ళీ మళ్ళీ ఈ విషయం మీద ఇక్కడికి రాకండి" అని విసురుగా తలుపు వేశాను. అప్పటికే నా వెనుక ఇద్దరు పోర్టర్లు. వాళ్ళ భార్యా పిల్లలు చేరి ఉన్నారు. నేను కోపంతో వెనుదిరిగి "మీకే! మళ్ళీ మళ్ళీ చెపుతున్నాను వెళ్ళిపోండి"

అని, నా వెనుక చేరిన వారితో "ఏమిటి? తమాషా చూస్తున్నారా?" అని అరిచి విసురుగా లోపలికి వచ్చేశాను.

నా మాటలతో ఆ విసురుతో వీధిలోని వాళ్లు బిక్కచచ్చిపోయారు. "సార్! మీరు కాపాడుతారని మీ దగ్గరికి తెచ్చాం సార్. మీరే కాదంటే ఇంకేం చెయ్యాలండి" అని మళ్ళీ మొదలు పెట్టారు.

"నేనా! మీ ఊళ్లో కామందులున్నారుగా? మోతుబరులున్నారుగా! వాళ్ళ దగ్గరికి పొండి" అన్నాను పెద్దగా. కాని నా వెనక చేరిన వారెవరూ కదలలేదు. చిన్న పెద్ద అందరూ నన్నే చూస్తున్నారు. సమస్య పరిష్కారమవుతుందన్న వారి ఆశపోయి మరింత జటిలమయ్యే సూచనలు కనిపించేసరికి వెనుదిరిగి వెళ్లేందుకు వాళ్లు సిద్ధపడుతున్నారు. అప్పుడు మా ఆవిడ సరోజ 'ఆగండాగండి' అంటూ ముందుకు వచ్చింది. 'ఏదీ, పసికందును చూపించండి' అని ఆమె అడిగేసరికి వాళ్ల మొహాలు వికసించాయి.

నేను 'సరోజా! ఈ వ్యవహారంలో నువ్వు తలదూర్చకు. లేనిపోని దరిద్రాన్ని నెత్తికెత్తుకోకు. లోపలికి వచ్చెయ్' అని గట్టిగానే అన్నాను. ఇక మాటాడలేక నిలచుండి పోయాను.

'అంతే... అంతే. ఇట్టాంటి బాధలు అమ్మగార్లకు తెలుస్తాయికాని అయ్యవార్లకు తెలియవులే' అన్నారెవరో. వాడు చేతిలోని ఆ పసికందును ముఖంమీది గుడ్డను తొలగించి సరోజకు చూపించాడు.

నేను లోపలికి వెళ్ళిపోయాను. మరు నిమిషంలో సరోజ వరండాలోకీ బయటి గుంపు ఆవరణలోకీ కదిలివచ్చారు. సరోజ బిడ్డనందుకుని లోపలికి రాగానే ఇక మొదలైంది ఆసక్తికరమైన సంభాషణ.

'సార్! అమ్మగారు దేవత సార్! రోజూ ఆమె పేరు చెప్పుకుని దణ్ణం పెట్టుకోవాలి సార్! దయగల తల్లి' అని మొదలుపెట్టారు.

సరోజ నా దగ్గరికి చేతిలో బిడ్డతో రాగానే "కాస్త ఆలోచించి చేస్తున్నావా ఈ పని? ఇదేమైనా సామాన్యమైన విషయమనుకున్నావా?" అంటూ విసుక్కున్నాను.

అప్పుడు సరోజ చిత్రవిచిత్రంగా మాట్లాడింది. మధ్యమధ్యలో "మీరు శ్రీరామచంద్రులు వంటివారు. దిక్కూమొక్కులేని అనాథలెందరినో ఆదరించవలసినవారు. మీరే కాదంటే ఎలా? ఒక అందాల ఆడపిల్ల మన యింటికి

వొస్తున్నది శుక్రవారం పూట. సాక్షాత్తూ లక్ష్మీదేవి తానే మన యింటికి వస్తున్నది. కాదంటే ఎలా? అలా వెళ్ళిపొమ్మని మొహాన తలుపులెయ్యి కూడదు!" ఇలా మొదలుపెట్టి ఏమేమో మాట్లాడింది.

నేను మెత్తబడి "అయితే ఆ పసికందు ఆలనా పాలనా నువ్వు చూడగలవా?" అని అడిగాను.

'అదేమి బ్రహ్మ విద్యా!?' అంటూ చేరింది గురువులు భార్య సుబ్బులు, 'నేను లేనూ తోడుగా?' అన్నది.

నేను చివరి అస్త్రం ప్రయోగించాను. 'ఇది ఎవరో ఏ కులమో... ఏ గోత్రమో' అని మొదలుపెట్టాను. సరోజ వెనుదీయలేదు 'ఏమీ తెలియనక్కరలేదు. తెలిసి ప్రయోజనమూ లేదు. అదొక దిక్కులేని ప్రాణి అంతే. ఎవరి మొహానయినా అవన్నీరాసి ఉంటాయా ఏమిటి?' అని సమస్యకు గట్టి ముక్తాయింపే ఇచ్చింది.

అప్పుడు బయట చేరిన వాళ్లలో కోలాహలం బయలుదేరింది. 'అయ్యగారు దేవుడు, అమ్మగారు స్వయంగా దేవత...' అని 'చిటికెలో సమస్య తేలిపోయిందనీ' ఆ పసిదాని బతుకెట్టా ఉంటదో చూడొచ్చామా? కలెక్టరవుద్దో, ఇందిరలాగా రాజ్యాలేలతదో చూడొచ్చామా? ఈ మధ్య ఆడవాళ్ళు కూడా కలెక్టర్లవుతున్నారంట....' ఇలా సాగాయి సంభాషణలు. మరొక పావుగంటలో అంతా సర్దుమణిగింది. అందరూ ఎటువాళ్ళటు వెళ్లిపోయారు. వర్షపు చినుకులు తగ్గి చల్లని గాలి మొదలైంది. నేనో గదిలో ధ్యానం చేస్తున్నవాడిలా కూర్చుడిపోయాను.

అయిందా! ఇంత కథ నడిచాక బండి ఎక్కడ ఆగుతుంది. కాలచక్రం వేగంగా తిరిగింది. దాని పనే అది. తిరుగుతూనే ఉంటుంది. ఆర్ముగం పదేళ్లవాడయినాడు. ఆ వూరి పోస్టుమాన్ తన సైకిలు మీద ఎక్కించుకుని రోజూ వెళ్లి స్కూల్లో దింపి మళ్లీ తీసుకు వచ్చేవాడు. వాడు బుద్ధిగా చదువుకుంటున్నాడు. ఆ పసిగుడ్డు రోజుల వ్యవధిలోనే ఇద్దరు తల్లుల ముద్దుల బిడ్డగా పెరిగింది.

ఆర్ముగం గురువుల సంతానం. ఆడపిల్ల మా సంతానం. ఇద్దరు తల్లులూ కలిసి దానికి అనంతలక్ష్మి అని మంచి పేరుపెట్టారు. అది రోజుల వయసులో నేలమీద పాకింది, తరువాత దొర్లింది, తరువాత నడక నేర్చింది. తర్వాత ఆర్ముగంతో కలిసి బడికి వెళ్లడం కూడా జరిగింది. అందరికీ ఆర్ముగం గురువులు కొడుకు.

అనంతలక్ష్మి మా అమ్మాయి. మా యింటికి మనోహర్ వచ్చి చేరాడు. వాడికి బుడిబుడి నడకలు రాగానే ఇక ఆ ముగ్గురిమీదే అందరి కళ్లూ.

వాళ్లుచేసే గోలకూ, అల్లరికీ అంతు ఉండేది కాదు. కాలగమనం ఆగుతుందా? అబ్బే దాని పనే అది!

నా సర్వీసు కరిగిపోవడం మొదలయింది. జుట్టు అక్కడక్కడ తెల్లబడింది. కళ్లకు సులోచనాలు వచ్చాయి. సరోజకు ఇద్దరు పిల్లలు. తల్లిగా క్షణం తీరిక లేకుండా పోయింది. తమాషా ఏమిటంటే ఆ స్టేషను నుంచి డిపార్టుమెంటువాళ్ళ 'దయవల్ల' ట్రాన్స్‌ఫర్లూ వగైరాలు లేకుండా కాలం గడిచింది.

ఇప్పుడు మరో వింత జరిగింది. ముందే చెప్పాను కదా! జీవితమంటేనే వింతలమయమని, కాబట్టి మళ్ళీ మరోవింత.

ఒకనాడు నేను ప్రశాంతంగా వరండాలో కూర్చుని ఉండగా మళ్లీ గేటు దగ్గర హడావిడి... కలకలం... నలుగురైదుగురు పోగైనారు. వారిలో ఇద్దరు ముగ్గురు పెద్ద గొంతుకతో అరుస్తున్నారు. వారి మధ్యలో ఒకణ్ణి పట్టుకుని విదిలించి పారేస్తున్నారు. పక్కకు నెట్టేస్తున్నారు. వాడెవడో ఎముకల గూడులాగున్నాడు. అయినా పెద్దగా కేకలు పెడుతున్నాడు. వారు "ఒరే ఆగరా పనికిమాలిన వెధవా!" అని తూలిపోతున్నవాణ్ణి బలవంతంగా నిలబెడుతున్నారు. వాడు ఆగడం లేదు సరికదా బాగా తాగి ఉన్నాడేమో మరింత గింజుకుంటున్నాడు. పెద్దగా "అదేం కుదర్దు నా బిడ్డ నాక్కావాలి అంతే" అని అరుస్తున్నాడు.

నేను గేటు తీసి నిలబడి "ఏమిటి సంగతి?!" అని అడిగాను.

ఒకాయన 'వీడు ఏసోబు సార్! ఇన్నాళ్లూ ఎక్కడ సచ్చాడోమరి. నిన్ననే ఊళ్లోకి దిగబడ్డాడు. ఇన్నాళ్ళుగా ఎక్కడెక్కడి కల్లుపాకలలోనో తాగి తాగి సచ్చిపోయి ఉంటాడనుకున్నాం. అన్యాయంగా మళ్లీ ఊళ్లోకి వచ్చిపడ్డాడు. 'నా పెళ్ళాం ఎక్కడ? నా బిడ్డ ఎక్కడ?' అని గోల మొదలు పెట్టాడు. మేమెవరమూ ఏమీ చెప్పలేదు సార్! ఎవరో గిట్టనివాళ్లు అసలు విషయం వీడి చెవిన వేశారు సార్! అప్పటి నుంచి వీణ్ణి పట్టుకోలేకపోతున్నాం సార్!' అని చెప్పాడు.

'ఏం కావాలిట?! అని అడిగాను.

'ఏం కావాలా? నా బిడ్డ నాకు కావాలి. ఇచ్చేయ్యండి' అని అరిచాడు వాడు.

నేను కోపంలో ఊగిపోయాను. 'ఏం బిడ్డరా? ఎక్కడి బిడ్డరా? మరుక్షణంలో ఇక్కడినుంచి వెళ్లకపోయావో నా చేతిలో చచ్చావే. కాల్చిపారేస్తాను. కదులు ముందు!' అన్నాను మహా కోపంతో.

'ఎందుకు పోవాలి? నా బిడ్డను నాకిచ్చేయండి. వెళ్లిపోతాను' అంటూ వాడు విజృంభించాడు.

అక్కడ గుంపు తయారయింది.

వాడితో వచ్చినవాళ్లు వాణ్ణి నిర్దయగా తోసిపారేశారు. దూరంగా వెళ్లిపడ్డాడు. క్రింద పడికూడా అరవడం కొనసాగించాడు.

నేను 'క్షణం ఆలస్యం అయితే అన్నంత పనీ చేస్తాను. జాగ్రత్త' అంటున్నాను ఉద్రేకంతో ఊగిపోతూ. పక్కవాళ్ల మీదకు వాణ్ణి తోసిపారేశాను. క్షణంలో వాడిలో మార్పు వచ్చింది. అరుపులు తగ్గించి వచ్చాడు. ఉన్నట్టుండి చేతులు జోడించి 'సార్! నాకు అన్యాయం చేయకండి. చావు దగ్గరికొస్తున్నది. ఇంక బతకనన్నారు డాక్టర్లు. బిడ్డను ఇవ్వకపోతే పోనీండి. ఒక్కసారి కళ్లకు చూపించండి చాలు వెళ్లిపోతాను' అంటున్నాడిప్పుడు.

"అటువంటిదేమీలేదు. ముందిక్కడినుంచి కదులు. లేకపోతే నేను అన్నంత పనీ చేస్తాను" అన్నాను నేను.

సరోజ లోపలి నుంచి రెండువంద రూపాయల నోట్లు తెచ్చి నాకందించి 'వాడి మొహాన కొట్టండి. వాడే పోతాడు!' అన్నది.

నేను నోట్లు రెండు అందుకుని వాడిమీదకి విసిరకొట్టాను. వాడు డీలాపడిపోయి అతి ప్రయత్నంమీద లేచి నిలబడి వాటిని ఏరుకుని తూలుతూ వెళ్లిపోయాడు.

వాడి వెనక వచ్చిన వారు కూడా 'వొస్తాం సార్!' అంటూ వెళ్లిపోయారు. గొడవ సర్దుమణిగింది.

నా రిటైర్మెంట్ రెండేళ్లలోకి వచ్చింది. ఆర్ముగం చదువు ముగించి పట్నంలో కాలేజీలో జూనియర్ లెక్చరర్‌గా చేరాడు. మనోహర్ మెడిసిన్ చదువులో ఉన్నాడు. ఇలా సాగిపోతున్నది కాలం.

ఇప్పుడిక కథ పూర్తి కావాలి. కాని పూర్తికాదే, మరో వింత జరగాలి కదా! అదే జరిగింది.

ఆనాడు ఉగాది. అంతటా పండగ వాతావరణం. హాయిగానూ, ఉత్సాహంగానూ ఉన్నారందరూ. అప్పుడు సుబ్బులు హడావిడిగా పరుగెత్తుకుంటూ వచ్చింది. 'సారూ! మా ఆయన కుర్రవాణ్ణి గొడ్డును బాదినట్లు బాదుతున్నాడు సార్! వాడు ఇక బతకడు సార్!' అంటూ ఘొల్లుమన్నది. నేనూ నా వెనక సరోజా, మనోహరూ అందరూ పరుగెత్తుకుంటూ వెళ్లాం. తమాషాగా అనంతలక్ష్మి మాత్రం మా వెనక రాలేదు.

గురువులు దయ్యంపట్టిన వాడిలా బెల్టుతో ఆర్ముగంను చావగొడుతున్నాడు. వాడు దెబ్బలు సహిస్తున్నాడు తప్ప ఏమీ మాట్లాడటం లేదు.

మేము వెళ్లి గురువులను బలవంతంగా ఇవతలికి లాక్కువచ్చాము. ఈ గొడవలో మా అనంతలక్ష్మి గురించి మేము ఆలోచించలేదు.

"ఎందుకయ్యా! అట్లా వాణ్ణి చావగొడుతున్నావు" అని అడుగుతున్నాము. అయితే మా మనోహర్ వెనక్కి తిరిగివెళ్లి వచ్చి మతిచెడిపోయిన వాడిలా "నాన్నా! అక్క ఒక్కతే కూర్చుని ఊరికే ఏడుస్తున్నది!" అన్నాడు. నిజమే. వెళ్లిచూస్తే అది కాళ్లు ముడుచుకుని కూర్చుని వెక్కి వెక్కి ఏడుస్తున్నది.

ఇక చెప్పేందుకేముంది. కాస్త ఆలోచనా పరులకు అర్థమయ్యే ఉంటుంది. ఇదంతా ఒక ప్రేమ కథ. చాలాకాలం నుంచి నడుస్తున్నది. ఇద్దరూ లోపల్లోపల మధనపడుతున్నారు! హృదయాలు ఇచ్చిపుచ్చుకోవడం వంటివి అన్నీ జరిగాయి. ఆర్ముగం ఇక ఉండబట్టలేక 'ఉగాదినాడు' అని ముహూర్తం పెట్టి బయటపడ్డాడు. దాన్తో గురువులు కాలరుద్రుడై విరుచుకుపడ్డాడు.

ఇక కథనంలో క్లుప్తత పాటించడం మంచిది. అందరూ సంతోషించారు. గురువులు తనను ఆవహించిన దయ్యం దిగిపోయి తెరిపినపడ్డాడు. సుబ్బులయితే ఇహ చెప్పనే అక్కరలేదు. మొహం చేటంత చేసుకుని మురిసిపోయింది. సరోజ సంగతి కూడా చెప్పనే అక్కరలేదు.

ఇక మిగిలిందేమీ లేదు. నేను రిటైరయి హాయిగా కూర్చున్నాను. ఇప్పుడు కాలచక్రం నెమ్మదిగా... మరీ నెమ్మదిగా కదులుతున్నదనిపించింది. తరువాత చెప్పుకోదగిన వింతలేవీ జరగలేదు.

అనుకోని అతిథి

"వీధిలో ఎవరో పిలుస్తున్నట్టున్నారు" అన్నది గిరిజ నిద్రమత్తులోనే...

కళ్లు తెరిచి గడియారం వంక చూశాను. తెల్లవారు జాము... నాలుగు గంటలు. "ఈ వేళప్పుడు ఎవరబ్బా!" అనుకుంటూ లేచి ముందుగది దాటి వరండాలోకి వచ్చి లైటు వేసి చూద్దును కదా, నిజంగానే వీధి వాకిలి ముందు ఎవరో నిలబడి పిలుస్తున్నారు.

"వచ్చె...వచ్చె..." అంటూ వెళ్ళి గేటు తీశాను. ఒక వ్యక్తి చేతిలో సంచితో నిలబడి ఉండి, "సింగరాజువారి ఇల్లు ఇదేనా!" అని అడుగుతున్నాడు.

"ఇదే...ఇదే... మీరెవరు?" అంటున్నాను నేను.

ఆ వ్యక్తి పెద్దగా నవ్వి "ఓరి నీయమ్మ కడుపు బంగారం కానూ. మనిషిని వీధిలోనే నిలబెట్టి మాట్లాడతావా ఏం? లోపలికి రమ్మనవా?" అన్నాడు నవ్వుతూనే.

నేను అప్రయత్నంగా "రండి రండి" అన్నాను.

ఆ వ్యక్తి నా వెంట వరండా దాటి ముందు హాల్లోకి వచ్చాడు. ఆ తర్వాత గోడపక్కనే ఉన్న సోఫాలో సంచి ఒక వంక వుంచి మరో పక్క తీరికగా ఉపవిష్టుడై "కాసిని మంచినీళ్ళు..." అన్నాడు.

మనిషి ఆజానుబాహువు. స్ఫురద్రూపి. ఏడుపదుల వయసుండవచ్చు. వార్థక్య ఛాయలు పూర్తిగా మీద పడలేదు. చెంపలు మాత్రం తెల్లబడ్డాయి. నవ్వుతూ "నేను మంచి నీళ్లడిగాను" అన్నాడు.

ఆయన వాలకం, ధోరణి చూస్తే నాకూ నవ్వు వచ్చింది. నిద్ర ఎటో ఎగిరిపోయింది. లోపలికి వెళ్ళి గ్లాసుతో నీళ్లు తెచ్చి అందించాను. అందుకుని గుటగుట తాగి గ్లాసు టీపాయ్ మీద ఉంచుతూ "నువ్వు అన్నమ్మ కొడుకువేనా?" అని అడిగాడు.

"అన్నమ్మ ఎవరు?" అన్నాను నేను కంగారుపడుతూ.

ఆయన సన్నగా నవ్వుతూ "అదేలే... అన్నపూర్ణ... అన్నపూర్ణమ్మ" అన్నాడు. నేను తల ఊపి "అవును" అన్నాను.

"మీరెందరు అన్నమ్మకు సంతానం?" అని అడిగాడు. నాకు వింతగా అనిపించింది. లోపల కొంచెం చికాకుగా వున్నా ఎందుకో ఆ వ్యక్తిపట్ల ఒకవిధమైన గౌరవభావమే కలిగింది. మొత్తానికి ఏదోవిధంగా కావాలసినవాడే అనిపించింది. నేనూ కూర్చున్నాను.

"అన్నయ్య స్టేట్స్‌లో ఉన్నాడు పెన్సిల్వేనియాలో. నేను ఇక్కడ బ్యాంకులో... మా అక్కయ్యా బావా బొకారోలో ఉంటారు!" అన్నాను.

ఆయన అందంగా నవ్వాడు. "కాస్సేపు ఈ సోఫాలోనే నడుం వాలుస్తాను. నువ్వులేచి లోపల పడుకో... ఇంకా పూర్తిగా తెల్లవారలేదుగా" అన్నాడు. ఆ తర్వాత సోఫాలో వెనక్కువాలి నడుం వాల్చాడు. సంచి తలక్రింద పెట్టుకున్నాడు.

ఇంకెక్కడి నిద్రనాకు? అనుకున్నాను. సగం మెలకువతోనే "ఎవరు" అంటున్నది గిరిజ.

"ఎవరో వివరం నాకూ తెలియదు. దూరపు బంధువై వుంటాడు. అమ్మకు తెలిసిన వాడనుకుంటాను" అన్నాను మంచం మీద వాలుతూ. అంతలో కొద్దిగా కునుకు పట్టింది.

మెలకువ వచ్చేసరికి తెల్లగా తెల్లవారి పోయింది. కిటికీ అవతల చీకట్లు విడిపోతూ పలుచని వెలుగురేకలు వ్యాపిస్తున్నాయి. ప్రహరీ గోడ పక్కనే నిలువెత్తున గుబురుగా పెరిగిన అందాల మందార చెట్టు అలవాటు ప్రకారం కన్నుల పండువగా అరచేతి మందాన మెరిసిపోతున్న పువ్వులను పూచింది.

ఆదివారం... నేను బద్ధకంగా మరి కాస్సేపు పడుకుని ఉండిపోదామని అనుకుని ఉన్నట్టుండి "ఈ ముందు గదిలోని శాల్తీ సంగతి ఏమిటో చూద్దాము" అనుకుంటూ ముందు హాల్లోకి వచ్చాను.

ఆ మనిషి సోఫాలో లేడు. సంచికూడా అక్కడలేదు. పెద్దపెద్దగా నవ్వులు, మాటలు వినిపిస్తుంటే లోపలి గదిలోకి వెళ్లి గుమ్మంలో నిలబడ్డాను. టేబుల్ పక్కన కుర్చీలో నవ్వు ముఖంతో మా అమ్మ... ఎదురుగా మరో కుర్చీలో ఆ వ్యక్తి...

నన్ను చూసి మా అమ్మ మరింత అందంగా నవ్వుతూ "రా...రా... లోపలికిరా. ఇదుగో వీణ్ణి... ఈయనను చూడు... తెల్లవారు జామున వీధులన్నీ తిరిగి వెదుక్కుంటూ వస్తే నువ్వే తలుపు తీసి లోపలికి ఆహ్వానించావుటగా... అబ్బో! నిన్ను మహా మెచ్చుకుంటున్నాడులే" అన్నది. ఆ తర్వాత "మా రెండో సుపుత్రుడు. ఇక్కడే బ్యాంకులో వుద్యోగం. ఇటీవలే పెళ్ళి అయింది. పెద్దవాడేమో అమెరికాలో. అమ్మాయి అల్లుడూ నార్త్‌లో స్టీల్ సిటీలో. దానికి ఇద్దరు పిల్లలు. పిల్లనూ, పిల్లల్ని చూద్దామనుకుంటే కుదరదు. ఏ సంవత్సరానికో ఒకసారి... సెలవు దొరకదు సెలవు దొరకదు అంటూ ఎప్పుడూ నసపెడుతారు" అంటున్నది.

నేను అమ్మవంక ఆశ్చర్యపోతూ చూశాను. నాన్న అకాల మరణం తర్వాత ఈ సంవత్సర కాలంలో ఆమెను ఎప్పుడూ నవ్వుతూ వుండగా చూడలేదు నేను. నిరంతరం జీవితంలో సర్వసంతోషాలను పోగొట్టుకున్నదానిలా ఇరవై నాలుగ్గంటలూ దీనంగా మౌనంగా ఉండే అమ్మ ముఖంలో ఈనాడు అద్భుతమైన వెలుగు... ఆనందం. నాకు వింత అనిపించింది.

"ఒరే వీడు... వీడి పేరు వసంతన్, అరవపేరే కాని మనవాడే... వీణ్ణి గురించి చెప్పాలంటే చాలావుంది... నువ్వు వినితీరాలి" అన్నది.

ఆ వ్యక్తి వసంతన్ కూడా నవ్వుతూ "సరే...సరే... ఇక ఆపు. పొద్దున్నే ఇన్ని కాఫీ నీళ్ళయినా నా మొహాన పొయ్యకుండా గంటసేపటి నుంచీ నా ప్రాణం తీస్తున్నావు. కాస్సేపు ఆపు" అన్నాడు.

ఆ తర్వాత లేచి స్నానాలగదిలో పక్కా అరగంట సేపు పాతుకుపోయి చక్కగా స్నానం ముగించుకుని దుస్తులు మార్చుకుని హాల్లోకి వచ్చాడు. ఈ లోపల అమ్మ "ఏరా ఏంచేస్తున్నాడు వాడు? ఎంతకీ ఇవతలకి ఊడిపడడేం" అంటూ తెగ కంగారు పడిపోయింది.

ముచ్చటైన ఆదివారం... సెలవుదినం. హాయిగా స్వేచ్ఛగా రోజంతా నిద్రపోదామని ఎంతో ఆశపడ్డాను. కాని అమ్మ ఆయన బాధ్యతను నాకు పూర్తిగా అప్పజెప్పింది. ఏంచేద్దాం? ఆయన అవసరాలను చిన్నవీ పెద్దవీ అన్నీ కనుక్కుని తీర్చి తెరిపిన పడ్డాను. ఆ మహానుభావుడు పక్క గదిలో పడి తలుపు వేసుకున్నాడు. ఈ లోపల అమ్మ కాలుకాలిన పిల్లిలా అటూ ఇటూ తిరుగుతూ ఒకటే హడావిడి

చేసింది. చివరకు పదకొండు గంటలవేళ కుర్చీలో కూలబడి గాఢంగా నిట్టూర్చి "వీడేవిట్రా దేవుడా కుంభకర్ణుడి స్టెప్ బ్రదర్లాగా నిద్రపోతున్నాడు" అని ఆశ్చర్యపోయింది.

ఎట్టకేలకు ఆయన గదిలో నుంచి బయటికి వచ్చాడు ఇంకా ఆవులిస్తూ. మా అమ్మ ఎదురుగా కూలబడి "పెద్ద ప్రయాణం కదా! మొత్తం రెండు రోజుల ప్రయాణం" అన్నాడు.

"సరే నీ సంగతి చెప్పు" అన్నది అమ్మ.

"చెప్పాలంటే చాలా వుంది. రెండు రోజులైనా సరిపోదు. కాని ఏం చేద్దాం? సాయంత్రం బయలుదేరాలి. రిజర్వేషన్ వుంది. పైగా ఇచ్చిన మాట ప్రకారం వెళ్ళకపోతే అనంతం... అదే అనంతలక్ష్మి తెగ కంగారు పడిపోతుంది" అన్నాడు.

అమ్మ నివ్వెరపోయి "అనంత లక్ష్మి ఎవర్రా? నీ బెటర్ హాఫా? అసలు పెళ్ళి ఎప్పుడు చేసుకున్నావు? కథ ఏమిటి?" అన్నది.

"ఏముంది? అప్పుడెప్పుడో నీకూ అనిరుద్ధుడికీ పెళ్లి జరిగిపోయింది. బహుశా ముప్పయ్ నలభై ఏళ్ళు అయివుంటుందికదా? నా ప్రియమిత్రుడి తలమీదా ప్రియనేస్తం నీ నెత్తిమీదా నాలుగు అక్షింతలు వేసి దేశం మీద పడ్డాను."

అమ్మ "అవును...అప్పుడు పత్తా లేకుండా మాయమైపోయావు. అదుగో చూడు.. నీ ప్రియమిత్రుడు ఫోటోలో ఎలా చూస్తున్నాడో... చిన్నప్పటి నుంచి కలిసి మెలిసి చదువుకుంటూ స్కూలుకు వెళుతూ ఆడుకుంటూ తిట్టుకుంటూ కొట్టుకుంటూ ఉండేవాళ్ళం ముగ్గురమూ...! మమ్మల్ని అన్యాయం చేసి వెళ్లిపోయాడు" అంటూ నావంక, పక్కనే వున్న గిరిజ వంక తిరిగి "ఒరే మీ నాన్న... వీడూ నేనూ... ఎంత గొప్ప స్నేహం అంటే మాటలకు అందదు. ఒకటే ఆటలు పాటలు చదువులు. అంతా అద్భుతంగా ఉండేది. మీ నాన్న అయితే నన్ను ఒక్క క్షణం కూడా వొదిలిపెట్టి వుండేవాడు కాదు. వీడయితే మా యిద్దరినీ మహా అపురూపంగా చూసుకునేవాడు. ఒకసారి ఒక బండ వెధవ నన్ను గురించి ఏదో వాగితే వీడు వాణ్ణి పట్టుకుని కాళ్ళతో డొక్కల్లో పొడిచి పొడిచి చిత్తు చేసి వొదిలి పెట్టాడు. మీ నాన్న వాడు చస్తాడేమో అని భయపడి కష్టం మీద వీణ్ణి అవతలికి లాగి వెధవను రక్షించాడు..."

అంతలో ఆమెను ఆపుతూ వసంతన్ "అలా ఇల్లు వదిలి అమ్మను వదిలిపెట్టి ఊరు వొదిలిపెట్టి దేశం మీద పడ్డానా? స్టేషన్లో కనిపించిన రైలెక్కేశాను. ఎక్కడ దిగాననుకున్నావు? తిరువనంతపురంలో దిగాను. అక్కడ రకరకాల పనులు చేసి చివరకు ఒక ధనవంతుడి కంట్లో పడ్డాను. ఆయన నాలో ఏం చూశాడో ఏమో, ముందు వుద్యోగం ఇచ్చాడు. ఆ తర్వాత తన యింట్లో పెట్టుకున్నాడు. ఆ తర్వాత తన ముద్దుల కూతురును కట్టబెట్టి సంసార సాగరంలో పడేశాడు. అనంతలక్ష్మి నా సహధర్మచారిణి. వసంతలక్ష్మి నా ముద్దుల కూతురు ఇప్పుడు మాస్కోలో ఎంబసీలో పనిచేస్తున్నది."

మా అమ్మ ముచ్చటపడి హాయిగా నవ్వుతూ "ఇన్నేళ్ళకు గుర్తు పెట్టుకుని వొచ్చావు చాలు. నీ ఫ్రెండు... అదే వీళ్ల నాన్నగారు చివరిదాకా అప్పుడప్పుడు నిన్నుగురించి దిగులు పడుతూ ఉండేవారు. 'పాపం వాడు మేధకుడే. లోకం తెలియదు వాడికి' అని అంటూ వుండేవారు".

గిరిజ అంతవరకూ గొప్ప ఆసక్తితో వింటున్నదల్లా లేచి "ఇక వంట మొదలు పెడతాను, పన్నెండవుతున్నది" అన్నది. మా అమ్మ "ఒరే నీ కిష్టమైనవేవో చెప్పరా... చేస్తుంది అమ్మాయి" అంటూ వుంటే ఆయన ఆపి "ఏదయినా సరే ఫలానాది ఇష్టం అని జీవితంలో ఎన్నడూ అనుకోలేదు...నువ్వంటే, అనిరుద్ధుడంటేనే ఇష్టం. అన్నమ్మా! ఇక నేను దేన్నీ ఇష్టపడలేదు" అన్నాడు.

అమ్మ కళ్ళు చీరె కొంగుతో తుడుచుకోవడం చూశాను నేను.

"ఇన్నేళ్లకు వచ్చి ఇంత సంతోషాన్నిచ్చావు. కొన్నాళ్ళు వుండి పోరాదురా" అన్నది అమ్మ గద్గదికమైన స్వరంతో.

"అమ్మో! నేను వచ్చింది నీ కోసం. నిన్ను చూడటంకోసం, నువ్వు ఎలా వున్నావో తెలుసుకోవడం కోసం వొచ్చాను, చూశాను. ఎంతో ఆనందంగా వుంది. కడుపు నిండిపోయింది. వాడు లేకుండాపోయాడే అనే చింత తప్ప మనసంతా నిండిపోయింది. ఇక వెళ్ళవచ్చు" అన్నాడు.

"అనంతలక్ష్మి అరవ్వాళ్ళ అమ్మాయా?"

"నూటికి నూరుపాళ్లూ తమిళ అమ్మాయే."

అమ్మ గొంతు తగ్గించి "బాగుంటుందా... అదే నీతో సఖ్యంగా..." అంటున్నది.

"ఆ విషయంలో నేను మహా అదృష్టవంతుణ్ణిలే. పైగా అదొక అద్భుత దేశం. అక్కడ ప్రతి వూళ్ళో వీధికొక దేవాలయం... అక్కడ ఇల్లిల్లూ ఒక చిన్న సంగీత ప్రపంచం... అనంతలక్ష్మి గొప్ప గాయని. కచేరీలు కూడా చేస్తూ వుంటుంది. ఇక వసంతలక్ష్మి సరేసరి. చదువుల సరస్వతి. మాస్కోనుంచి క్రమం తప్పకుండా ఫోన్లు చేస్తూ వుంటుంది. పెళ్ళి ప్రస్తావన మాత్రం తేనీయదు?"

అమ్మ ముఖంలో అపరిమితమైన ఆనందం. మాటిమాటికీ సంతోషంతో కళ్లనీళ్ళు పెట్టుకుంటున్నది.

నేను గిరిజా ఇద్దరమూ అమిత ఆశ్చర్యంతో కొయ్యబొమ్మల్లాగున అయిపోయాము. ముఖ్యంగా అమ్మనుచూస్తే ఆమె ముఖంలో విరిసిన ఆనందాన్ని గమనిస్తే నాకూ కళ్లవెంట నీళ్ళు తిరిగాయి.

ఆ రోజంతా అమ్మ ఆయనను ఒక్కక్షణం కూడా వొదిలిపెట్టలేదు. మాటిమాటికీ మా నాన్న ప్రసక్తి తేవటం... ఎప్పటెప్పటివో విశేషాలు మైమరచి చెప్పి ఉద్విగ్నురాలు కావడం... అంతా ఆశ్చర్యం అనిపించింది.

"రాత్రి పది గంటలకు బండి" అన్నాడాయన చాలాసార్లు.

తొమ్మిది గంటలవేళ నుంచే అమ్మలో కొంచెం మార్పు గమనించాను. ఏదో ఒక గొప్ప సంతోషం వచ్చి ఒడిలోపడి అంతలోనే కరిగిపోయి మాయమై పోతున్నట్లు అనిపిస్తున్నదేమో, ఒకటే బాధపడిపోతున్నది. చివరకు... తొమ్మిది గంటలవేళ ఆయన సంచిసర్దుకుని సిద్ధమైనాడు. గేటు దగ్గర ఒక అద్భుతమైన దృశ్యం. ఆయన నాకూ గిరిజకూ శుభాకాంక్షలు చెప్పాడు. తనకు నమస్కరించిన అమ్మ తల మీద చేయి ఉంచి "గాడ్ బ్లెస్ యు" అన్నాడు. అమ్మ మనసులో నుంచి ఉబికి వచ్చిన దుఃఖ తరంగాన్ని ఆపుకుంటూ నిలబడి వీధిలో విసవిస నడిచి వెళ్లిపోతున్న ఆ వ్యక్తి వంకనే చూస్తూ నిలబడి పోయింది. చీకటి వెలుగులలో ఆయన నడిచివెళ్లి కనుమరుగైపోయాడు.

"అత్తయ్యా! లోపలికి రండి... మంచు పడుతున్నది" అని గిరిజ పిలిస్తే అమ్మ నెమ్మదిగా దిగులుగా లోపలికొచ్చి హాల్లో సోఫాలో కూలబడింది.

మళ్ళీ పాత అమ్మ... దిగులుగా పరధ్యానంగా. "కాస్సేపు కూర్చొని వొస్తాను నేను. మీరు వెళ్లి పడుకోండి" అన్నది లోగొంతుకతో.

మరో అరగంట తర్వాత గిరిజ నా మంచం పక్కన కుర్చీలో కూర్చుని "అప్పుడే నిద్రా" అన్నది.

"లేదు లేదు" అన్నాను. "ఆయన... వసంతన్ ఇన్నేళ్ళ తర్వాత కేవలం అమ్మకు సంతోషాన్ని పంచి ఇవ్వడానికే వొచ్చాడనుకుంటున్నాను" అన్నాను.

"అవును?" అన్నది గిరిజ. "కాని ఒక విషయం అర్థమైందా మీకు?" అన్నది.

"ఏమిటి?"

"ఆయన చెప్పాడే... తన భార్య అనంతలక్ష్మి... కూతురు వసంతలక్ష్మి... గొప్ప గాయని... తిరువనంతపురం... మాస్కో ఎంబసీలో ఉద్యోగం... ఇదంతా కంకాక్షన్.. కల్పిత కథ."

నేను ఆశ్చర్యంతో "అంతేనంటావా?" అన్నాను. "ఖచ్చితంగా అంతే! అంతా కట్టుకథ..." అన్నది గిరిజ.

❧

మిగిలిందేమిటి?

'ఈ యిల్లూ స్థలమూ అమ్మకానికున్నాయటగా' అని అడుగుతున్నాడొక మధ్య వయస్కుడు చిల్లరకొట్టు సాంబయ్యను.

'అట్టాంటిదేమీ లేదు. ఇంటి ఓనరు ఎక్కడో నార్తిండియాలో ఉంటారు. అయినా ఆ పక్క మేడలో వెళ్లి అడగండి, విషయాలు తెలుస్తాయి' అన్నాడు సాంబయ్య.

మేడ వరండాలో నిలబడి అంతా చూస్తూ వింటూ వున్న పెద్ద మనిషి 'ఇటు రండి, నేనుచెబుతాను' అన్నాడు.

"అది అమ్మడమూ లేదు. కొనేవారూ లేరు చూస్తున్నారుగా, ఆ కూలిపోతున్న పెంకుటి కొంప కొనే ప్రయత్నం చెయ్యకండి. అదొక దురదృష్టపుకొంప. అందులో ఉన్నవాళ్లందరూ నశించిపోయారు. కొందరు వ్యాపారాల్లో దివాళా తీశారు. కొందరు అనారోగ్యంపాలై చచ్చారు. ఎలా వొస్తాయో డజన్ల కొద్దీ పాములు వొస్తూ వుంటాయి. ఇక తేళ్లూ జెర్రులకు లెక్కేలేదు." ఇలా సాగిపోయింది అతని ధోరణి. ఆ వొచ్చిన పెద్దమనిషి ఆ మాటలు పూర్తికాకుండానే వచ్చిన దారిన చక్కాపోయాడు దాదాపు పరుగెత్తుతూ.

అదొక పెంకుటిల్లు. ముందు విశాలమైన ఖాళీస్థలం. వెనకగా మూడుభాగాల పాత కొంప. ఖాళీస్థలంలో తుమ్మలు, తుప్పలూ, జిల్లేళ్లు మొలిచి ఉన్నాయి. ఇల్లంతా దాదాపు కూలిపోయేందుకు సిద్ధంగా ఉంది. ఇంటికొక పాత తాళంవేసి ఉంది. అదీ తుప్పుపట్టిపోయింది. ఆ యింటి కటూయిటూ రెండు మేడలు, రెండేసి అంతస్తుల మేడలు. చక్కని రంగులు... లోపల కాలుపెడితే జారిపోతామేమో అన్నంత ఖరీదైన ఫ్లోరింగు, అంతటా తళతళ మెరిసే విద్యుద్దీపాలు... అంతా మహాపటాటోపంగా ఉంటాయి. ఆ రెండు మేడలూ.

ఆ మేడల యజమానులు సౌలభ్యంకోసం – వారి పేర్లు కరటక దమనకులను కుందాం – ఇద్దరూ నడివయసు దాటినవాళ్లే. ఒకాయనకు భార్యపోయింది. రెండో ఆయనకు మూడో పెళ్లాం తళతళ మెరుస్తున్న నోట్ల కట్టలాగా ఉంటుంది. మగణ్ణి వేపుకు తింటూ ఉంటుంది. కాని ఆయన బయట పులిలానే ఉంటాడు.

మొదటి ఆయన ఒక దిక్కూ మొక్కూ లేని ఆడకూతురును చేరదీసి తన పనులన్నిటికీ ఉపయోగించుకుంటూ ఉంటాడు. ఆ యింట్లో సమస్త చాకిరీ ఆ దాసీదాని వంతే.

సాయంవేళల ఆ యిద్దరూ తప్పనిసరిగా కలుసుకుంటూ ఉంటారు. ఎడతెగని బాతాకానీ నడుస్తుంది ఇద్దరిమధ్యా. అన్నీ ఆస్థిపాస్తుల కబుర్లే. వాడు స్థలం కొంటున్నాడు, వీడు స్థలం అమ్ముకొంటున్నాడు ఇలాంటి కబుర్లే. ఇక వాడి జుట్టుముడి వీడికి పెట్టి, వీడి జుట్టు ముడి వాడికి పెట్టీ మధ్యలో ఈ యిద్దరూ లాభపడుతూ ఉంటారు. ఒకప్పుడు పట్నానికి దూరంగా ఉండిన ఆ ప్రదేశంలో ఇళ్లే ఉండేవి కావు. కాని పట్నానికి వలసలు పెరగడంతో అక్కడ ఇళ్లసంఖ్య పెరిగింది. అక్కడి కొనుగోళ్లు అమ్మకాలు అన్నీ ఈ యిద్దరి అజమాయిషీలోనే జరుగుతూ ఉండేవి. ఆ విధంగా ఆ పేట నాలుగు అయిదు రోడ్లగా విస్తరిల్లుతూ వచ్చింది. ఎక్కడెక్కడివారో ఏవేవో అవసరాలచేత వొచ్చి ఇక్కడ ఇళ్లు కట్టుకుని స్థిరపడ్డారు. దాంతో ఖాళీ స్థలాలకు గిరాకీ పెరిగింది. కరటక దమనకులకు చేతినిండా పనీ పెరిగింది. దాంతో సంపాదనా పెరిగింది.

అంత చక్కగా అభివృద్ధి చెందిన ఆ పేట మొత్తంలో ఆ ఒక్క పెంకుటిల్లుమాత్రం అందమైన ముఖంమీద దిష్టి చుక్కలాగా మిగిలి ఉంది. ఆ యింటి యజమానులు పెద్దవాళ్ళందరూ పోయారు. ఇక ఇంత కాలానికి మిగిలినవాళ్లు ఒక యువకుడూ అతని పెళ్ళికాని చెల్లెలూ వారి వృద్ధమాత, ఉద్యోగరీత్యా అతనెక్కడో బీహారులో ఉంటాడు. ఆమె మాత్రం అప్పుడప్పుడు వొచ్చి ఇల్లు చూసుకుని రెండు కన్నీటిబొట్లు కార్చి పన్నులు కట్టి వెళ్లిపోతూ వుంటుంది. ఎవరికైనా అద్దెకిచ్చుకుందామంటే కరటక దమనకులు దయ్యాల్లాగా అడ్డం పడతారు. ఏతావాతా ఆపెంకుటి కొంప ఇక్ష్వాకులనాటి కొంపలాగా పాతబడి కూలిపోవడానికి సిద్ధంగా ఉంది. ఈ మధ్య ఆ అబ్బాయి,

తల్లినీ చెల్లెలినీ వెంటబెట్టుకుని వచ్చి దగ్గరలో ఒక బంధువుల ఇంట్లో మకాం వేసి ఇంటిని ఏదోకాడికి అమ్మేద్దామని నిశ్చయించుకున్నాడు.

చెల్లెలికి పెళ్లి చెయ్యాల్సిన కర్తవ్యం ఉంది. అందుకు పెద్ద మొత్తంలో డబ్బు అవసరం మరి. పైగా ఆ పిల్లకు మంచి అనువైన సంబంధం కూడా కుదిరేసూచనలు ఉన్నాయి. అందుకని అతడు కొంచెం తొందరపడుతున్నాడు. అతడు ఎందుకైనా మంచిదని ముందు ఇరుగుపొరుగును కలుసుకుందామని కరటక దమనకులను కలిసి తన వ్యవహారం చెప్పుకున్నాడు. వాళ్లు అతన్ని సహజంగానే నిరుత్సాహపరిచారు. ఇప్పుడు భూమి రేటు లేదన్నారు. ధరలు పడిపోయాయన్నారు. ఖాళీ స్థలానికి పదో పరకో వస్తుంది. ఇంటికి పైసా కూడా రాదు అన్నారు. ఆ యిద్దరూ రాత్రివేళ కలుసుకుని వీడిక్కడ ఎన్నాళ్లో ఉండబోడు. మనమే పాతికో పరకో పారేసి చెరిసగం కొట్టేసుకుందామనుకున్నారు. మరొకరెవర్నీ ఈ వ్యవహారంలోకి రానీయగూడదని నిర్ణయించుకున్నారు. ఆ యువకుడు పట్టువీడని విక్రమార్కుడిలాగా ఇతరులతో మాటలు ప్రారంభించాడు. ఒకరిద్దరు ఆ స్థలమూ యిల్లూ ఉన్నపళంగా కొనేందుకు సిద్ధమైనారు కూడా.

ఇక అప్పుడు మొదలైంది అసలు కథ. కరటక దమనకులు ఊరుకోలేదు. ఆ యిల్లూ స్థలమూ తనఖామీద తనఖాగా అప్పుల్లో మునిగి వుందనీ, అది కొన్నవారు కోర్టులచుట్టూ కుక్కల్లాగా **తిరగవలసి** వస్తుందనీ ప్రచారం చేశారు. కొందరు ఆ మాటలు నమ్మి **వెనుకంజ వేశారు.** ఆ యువకుడు అలాంటిదేమీ లేదని చెప్పినా వారు నమ్మలేదు. ఈ లోపల అతని సెలవు అయిపోవచ్చింది. అతడిలో నిరాశ మొదలైంది. అసలు ఈ వ్యవహారం అంతా ఒక కొలిక్కి వస్తుందో రాదో, ఇక చెల్లెలి పెళ్లి అవుతుందో కాదో అని దిగులుకూడా కొంచెం మొదలయింది. అక్కడికీ తల్లి 'ఫరవాలేదు లేరా తొందరపడకు. ఏదో ఒకటి జరుగుతుంది. బాధపడకు' అంటూ ఉంది. అప్పుడు ఉన్నట్టుండి ఒక విచిత్రం జరిగింది. ఎక్కడో భిలాయిలో ఉద్యోగంచేసి రిటైరయిన ఒక స్థితిమంతుడు ఇక్కడ స్థిరపడదామని ఆలోచనలో వచ్చినవాడు కథలో కాలుపెట్టాడు. అతడు సహృదయుడు. ఈ యువకుడి పరిస్థితి చూశాడు. అతని అవసరాలు గమనించాడు. ముఖ్యంగా కరటక దమనకులు చేస్తున్న ఘనకార్యం ఆకళింపు చేసుకున్నాడు. ఇల్లు స్థలమూ చూశాడు. ఆ పాత కొంపను కొని కూల్చివేసి

ఆ స్థలంలో మంచి రెండంతస్తుల ఇల్లు కట్టుకుని ముందు పూలమొక్కలు పెంచుకుని వెనక ఆవరణలో అరటి, మామిడి వగైరాలు పెంచుకుంటే అద్భుతంగా ఉంటుందనుకున్నాడు. బేరసారాలలో ఆ యువకుడికి ఈషణ్మాత్రమూ అన్యాయం చేయకూడదని అనుకున్నాడు.

ఈ గొడవ అంతా గమనించిన కరటక దనకులు తల్లడిల్లిపోయారు. గొప్ప మహానిధి ఏదో చేజారిపోతున్నట్టు వాపోయారు.

వారి బాధ చూడలేక దమనకుడి మూడో భార్య వారిని ఓదార్చింది. 'ఏదో ఒకటి చెయ్యాలిగాని ఊరికే ఏడుస్తూ కూర్చుంటే ఎట్లా?' అన్నది. 'నేను చెప్పినట్టు చెయ్యండి. కథ కంచికి వెళ్లిపోతుంది. ఆ ఇల్లుగలవాళ్లు దేశాలుపట్టి పోతారు' అన్నది.

ఆమె ఎంత అందమైనదో అంత జిత్తులమారి. ఆమె కడుపునిండా మహా అద్భుతమైన ఆలోచనలున్నాయి. వాటిలో ఒకటి మొగుడిమీదికి విసిరేసింది. అతడు దమనకుడి చెవిన వేశాడు. ఇద్దరూ తెగ సంతోషపడిపోయారు. మీ ఆవిడ నోటిలో పదికిలోల పంచదార పొయ్యాలి అన్నాడు కరటకుడు. తన పెళ్లాన్ని పరాయి మగాడు అంతగా పొగుడుతూ ఉంటే దమనకుడికి ఆనంద సముద్రంలో మునిగిపోతున్నట్టు అనిపించింది. ఇంకేం ఇద్దరూ కలిసి కార్యరంగంలోకి దిగారు.

ఈ లోపల ఇల్లు కొనేందుకు సిద్ధపడిన వ్యక్తి – సౌలభ్యంకోసం ఆయన పేరు ముకుందరావు అనుకుందాం – మళ్లీ మళ్లీ ఆ యువకుడిని కలుసుకున్నాడు. అతనితో అతని తల్లితో మంచీ చెడూ మాట్లాడాడు. ఎంతో సహృదయంతో అమ్ముతున్నవారికి ఏ మాత్రమూ నష్టం వాటిల్లకుండా బజారు రేటు నిర్ణయించుకుని మిగిలిన వ్యవహారాలన్నీ త్వరలోనే ముగించుకుందామని నిర్ణయించుకున్నాడు.

ఇంతలో ఎవరూ కలలోనైనా ఊహించలేని ఒక మహాద్భుతం జరిగింది. ఒకనాడు సూర్యదేవుడు తూర్పున తన స్వర్ణకిరణాలతో భూమిని నింపుతున్న ఉదయ వేళలో ఆ ఇంటి ముందున్న ఖాళీస్థలంలో ఆరేడు అడుగుల ఒక మహా నాగసర్పం ప్రత్యక్షమైంది. పరమ అందమైన గోధుమ వర్ణంతో సూర్యకాంతిలో ధగ ధగ కాంతులు విరజిమ్ముతూ చుట్టలుచుట్టుకుని మోచేతి ఎత్తున పడగవిప్పి నిశ్చలంగా నిలిచి ఉంది.

ఉదయ సమయంలో ఇంటిముందునుంచి వెళ్తున్నవారెవరో చూసి పెద్దగా కేకలు పెట్టారు. నిముసాలలో జనం పోగైనారు. అందరి కళ్లలోనూ మహాశ్చర్యం చోటుచేసుకున్నది. కొందరు నమస్కారాలు ప్రారంభించారు. మరి కొందరు ఆ సర్పం ముందుకు సాగిలపడ్డారు. కొందరయితే స్తోత్రపాఠాలు మొదలుపెట్టారు. కరటక దమనకులు ఆ గుంపు ముందుకు తోసుకువచ్చి “అద్భుతం... నాగదేవత వెలిసిందిక్కడ...” అని గగ్గోలుపెట్టారు. సమయం గడిచేకొద్దీ గుంపు పెరిగింది. వొచ్చేవాళ్లు వొస్తున్నారు. వెళ్ళేవాళ్లు వెళుతున్నారు. అక్కడే కొందరు తిష్టవేశారు. ఈ విషయం, ఈ అద్భుతం కార్చిచ్చులాగా నగరం అంతటా వ్యాపించింది. స్త్రీలు, పురుషులు, పిల్లా, మేకా అందరూ క్యూలు కట్టారు. కొందరు అక్కడ చేరిన జనాన్ని కట్టడిచేసే పవిత్ర బాధ్యతను వారి నెత్తిన వేసుకున్నారు. అంతలో హడావిడిగా అక్కడి ప్రజా ప్రతినిధులూ వచ్చి చేరారు.

కరటక దమనకులు అందర్నీ ఉద్దేశించి ప్రసంగించారు. ‘నాగదేవత వెలసిన ఆ పవిత్ర ప్రదేశంలో ఇప్పటికిప్పుడే కనీసం ఆరేడు అడుగుల మండపం అర్జంటుగా నిర్మించాలి. అందరం చందాలు పోగుచేద్దాం’ అన్నారు. ‘నా చందా అయిదువేలు’ కరటకుడు. ‘నా చందా మరో అయిదువేలు’ అని దమనకుడు... మిగిలిన వారేనా తక్కువ తిన్నది? దైవకార్యం కదా! అప్పటికప్పుడు తెల్లకాగితాల పుస్తకం వచ్చింది. ఎవరికి తోచినంత వారు అందులో చందాలు వ్రాస్తున్నారు. పత్రికా విలేఖరులు రెట్టించిన ఉత్సాహంతో తమ తమ పత్రికలకు ఫొటోలు, వార్తలు పంపించేశారు.

ఇంటి యజమాని ఆ యువకుడు పరిగెత్తుకువచ్చి నిలువునా కొయ్యబారి నిలుచుండిపోయాడు. అతనివంక ఎవరూ చూడటమేలేదు. అతన్ని చాలాసేపు ముందుకు పోనీయకుండా అడ్డుకున్నారు కూడా. అతడు ఖిన్నుడై వెనుదిరిగి వెళ్లిపోయాడు. ముకుందరావుగారు హడావిడిగా వచ్చాడు. ‘పేపర్లో చూశాను. ఏమిటీ గొడవంతా?’ అని అడిగాడు. జరిగింది అంతా విని ‘నువ్వేమీ కంగారుపడకు. నేనున్నాను’ అని ఊరడించి వెళ్లాడు.

రెండు మూడు రోజుల్లో ఆ అలజడి తగ్గింది. అప్పుడప్పుడు భక్తులు మాత్రం కొందరు వచ్చి ఈ వింత చూసి వెళ్తున్నారు. కొందరు అభిషేకాలు చేసి అగరొత్తులు వెలిగించి పసుపు కుంకుమలతో పూజలు కూడా చేశారు.

ముకుందరావు ఒకనాటి సాయంకాలం పొద్దుగూకుతూ ఉండగా వచ్చి 'అర్ధరాత్రి వేళకు వస్తాను. మేలుకుని ఉండు' అని చెప్పి వెళ్లాడు. ఆనాడు అర్ధరాత్రి అంతటా నిర్మానుష్యంగా ఉండగా ముకుందరావు ఆ కుర్రవాణ్ణి వెంటబెట్టుకు వెళ్లి ఒక గోనె సంచిలో అప్పటికే క్రమక్రమంగా వాలిపోతున్న ఆ పామును పడేసుకుని రెండు మూడు మైళ్లు నదీతీరాన నడిచి నదీ గర్భంలోకి దాన్ని బలంగా విసిరిపారేశాడు. తర్వాత ఇద్దరూ తిరిగ్గా ఇంటికొచ్చి కూర్చున్నారు.

తర్వాత రోజంతా ఏవేవో చర్చలు.. కాస్త అలజడి... కొంచెం కోలాహలం... తర్వాత అంతా సమసిపోయింది. 'మన జనం ఎంత త్వరగా స్పందిస్తారో అంతే తొందరగానూ అన్నీ మర్చిపోతారు' అన్నాడు ముకుందరావు ఇక రిజిస్ట్రేషన్ ఏర్పాట్లు చూడు' అన్నాడు.

తర్వాత అంతా సజావుగా జరిగిపోయింది. ఆ తల్లీ కొడుకులు అమిత సంతృప్తితో వెళ్లిపోయారు.

కానీ కథ ఇంకా కంచికి వెళ్లలేదు. కరటక దమనకుల్లో ఒకాయన భోజనం ముగించి కులాసాగా కుర్చీలో కూర్చుని చెప్పాపెట్టకుండా పోయాడు. ఆయన ఆస్తి అంతా ఎవరెవరో దాయాదుల పరమైపోయింది.

రెండో ఆయన మంచంలో పడి తీసుకుని తీసుకుని పోయాడు. ఆ శవాన్ని బయట ఎక్కడో చింకి చాపమీద పడుకోబెట్టారు. ఆ మూడో భార్య తమ్ముళ్ళిద్దరూ కష్టపడి ఆ శవం చేతికున్న ఉంగరాలు ఊడబీకుతున్నారు. ఆమె గుమ్మంలో కూర్చుని ఉంది. 'ఆ ముందుపళ్లలో ఒకటి బంగారందిరా... దాని సంగతి కూడా చూడండి...' అంటున్నది.

మారిన ముఖచిత్రం

కమలాపళ్ళు వొలిచి ముందు పళ్ళెంలో పెట్టుకుంటున్నాను వరుసగా... మూడు... నాలుగు... అయిదు... ఇలా.

అంతలో నా ఎదురుగా అంతవరకూ కూర్చుని నా వంకనే చూస్తున్న ఎత్తుపళ్ళ మెల్లకన్ను అర్థనగ్నపు వెధవ ఒకడు పళ్ళన్నీ బయటపెట్టి నవ్వుతూ "అయ్యగారూ! పురుగులు... పురుగులు" అన్నాడు.

చూద్దును కదా! పళ్ళన్నీ పురుగులమయం... పురుగులు లుకలుక లాడుతున్నాయి.

"ఛీ! పాడు..." అని అన్నీ తోసేసి లేచి వెళ్ళి చేతులు కడుక్కుని వచ్చాను. తీరా చూస్తే ఆ వెధవ వాటిని దులుపుకుని ఆబగా తింటున్నాడు.

విసుగ్గా లేచి వీధిలోకి వచ్చి నడవసాగాను.

ఈ సాగడం ఏమిటి? వెనకటికి ఒక రచయిత్రి (అవును రచయిత్రే... బాగా గుర్తు) ఈ సాగడం విపరీతం చేసేది. 'మె నడవసాగింది... కళ్ళ నీళ్ళు తుడుచుకోసాగింది. అతడు విలపించసాగాడు' అంటూ.

ఈ వీధులన్నీ జనసంచారంతో భయంకరంగా ఉన్నాయి. ఇంతమంది జనం హఠాత్తుగా ఇంత తక్కువ వ్యవధిలో ఎలా ఎక్కడి నుంచి పుట్టుకు వచ్చారు దేవుడా?

దూసుకుపోతున్నారందరూ. ఎవరిదారి వారిదిలా వుంది. ఎవడూ ముందువాణ్ణి చూడ్డం లేదు. మనిషిని మనిషి పలకరించడం లేదు. చిరునవ్వులు లేవు. ఒక్కణ్ణి ఒక్కడు తోసుకుంటూ ఎక్కడ ఒక్కక్షణం వృధా అయిపోతుందో అన్నట్టు కొందరుకాలినడకన... కొందరు ద్విచక్ర వాహనాల మీద... మరి కొందరు నిర్భాగ్యులు త్రిచక్ర వాహనాలమీద... కొందరు కుబేరాంశలో పుట్టినవారు నాలుగు చక్రాల

వాహనాల మీద దూసుకుపోతున్నారు. మధ్యమధ్యలో దేని క్రిందనోపడి ఒకడో అరో, ఆడవాళ్ళో, మగవాళ్ళో, ముదుసలులో, పసిపిల్లలో క్షతగాత్రులవుతున్నారు. వాళ్ళను తీరిక, దయ గల స్థానికులు లాగి బళ్ళలో వేసుకుని జనరల్ ఆసుపత్రులలో పడేసి మళ్ళీ తమతమ పనులమీద పరుగులు పెడుతున్నారు. కొందరు లంచాల నిమిత్తం, కొందరు ముడుపుల నిమిత్తం, కొందరు ఆఫీసులలో కేవలం కాలక్షేపానికి పరుగులు పెడుతున్నారు. రొప్పుతూ... రోజుతూ...

వీధిలో నడుస్తుండగా వీడు - జగన్నాథం - ఎదురైనాడు నాకిప్పుడు. శని మొహంవాడు. జీవితం అన్నీ యిచ్చినా తృప్తి లేదు వీడికి. ఇప్పుడే కాదెప్పటినుంచో తృప్తి వీసమన్నా ఎరుగడు వీడు. నన్నుచూసి నవ్వుతూ వచ్చి పలకరించాడు. నా ముందు నేలమీద ఏదో ఖాళీ కాగితమూ, ప్లాస్టిక్ ముక్క ఉంటే వాటిని పదిలంగా అందుకుని మడతపెట్టి జేబులో పెట్టుకుని "ఎందుకైనా పనికొస్తాయి" అన్నాడు.

ఆ తర్వాత చాలా గొప్ప విశేషం చెబుతున్నట్లు "అన్నట్టు మా అమ్మాయిని ఎంసెట్ లాంగ్‌టర్మ్ కోచింగ్‌లో చేర్చా" నన్నాడు. నాకు గుర్తొచ్చింది. చాలారోజుల క్రిందట ఒకనాటి ఉదయం వీడు ఒక పెట్టె, చాప చుట్ట, ప్లాస్టిక్ బొక్కెనా, చెంబు వగైరాలుపట్టుకుని కూతురిని వెంటబెట్టుకుని నడిపించుకుంటూ రైలుస్టేషనుకు వెళుతూ నాకు ఎదురైె నేను 'ఎక్కడికి?' అని అడిగితే అప్పుడేమీ బదులు పలకలేదు. బహుశా ప్రయాణమై వెళ్ళే వాడిని 'ఎక్కడక'ని ప్రశ్నించకూడదనే సెంటిమెంట్ వల్లనేమో! ఇప్పుడు నేనేమీ అడగకుండానే వెకిలిగా నవ్వుతూ గొప్పగా చెబుతున్నాడు. 'అక్కడ రూము అదీ మాట్లాడి అన్నీ అమర్చి పెట్టి వొచ్చేశాను. చాలా ఖర్చు అయిందిలే' అంటున్నాడు.

తర్వాత "టీ తాగుదామా?" అన్నాడు.

నేను కాదనని, కాదనలేనని వాడికి తెలుసు.

ఆ ప్రక్కనే నాలుగడుగులు వేసి రోడ్డు పక్కన 'ఫాస్ట్... ఫాస్ట్... ఫాస్ట్‌ఫుడ్స్, అని బోర్డున్నచోట నిలబడ్డాము. అక్కడా జనం. జనం... నిలబడి ఆబగా ఏదేదో మింగుతున్నారు. టీలు, కాఫీలు సాసర్లలో పోసుకుని తేమ అయినా మిగల్చకుండా జుర్రుకుంటున్నారు. పైనుంచి చెవులు బద్దలుకొడుతూ ఒక ఛండాలపు సినిమా బూతు పాట శబ్దపు మూటలాగా వచ్చి పడుతున్నది.

జనం వాళ్ళలో వాళ్లు ఎదురెదురుగానే ఉన్నా తమ తమ గొంతులు పెంచి షడ్జమ స్థాయిలో పోచికోలు కబుర్లు చెప్పుకుంటున్నారు.

వాడు మాట్లాడుతున్నాడు. మొన్న కలుసుకున్నప్పుడేమో తమ ఇరుకు ఇంటిలోని తాతలనాటి 'కరివేపాకు' చెట్టు. అమిత లాభానికి అమ్మిన విధంబు చెప్పి నా ప్రాణాలు తీశాడు. ఇప్పుడీ కడుపున పుట్టిన సొంత కూతుర్ని వందమైళ్ళ దూరంలో ఎమ్సెట్ కోచింగ్ సెంటర్లో చేర్చి వచ్చిన వైనం సవివరంగా – సాంగోపాంగంగా, సాంగంగా... వినలేక చస్తున్నాను. వాడు మాట్లాడుతున్నంతసేపు కొంత దూరంలోని విద్యా వ్యాపార కేంద్రంగా పేరు పొందిన ఊళ్ళో ఎక్కడో రూములో ఒంటరిగా 'ఎలాగో' ఉన్న ఆ అమ్మాయే గుర్తుకు వస్తున్నది. ఇంతకాలమూ అక్కడ కోచింగ్ పేరుతో పోయి హాయిగా గడిపి వచ్చేస్తుందా అమ్మాయి. ఆ పైన పరీక్ష ఆపైన... ఏదో దుర్ముహూర్తాన... వీడి భార్య... పాపం మూడు దశాబ్దాలపాటు ఈ పిసినారి సింగరాజు లింగరాజు గాడి పెద్దన్న లాంటి ఈ దరిద్రుడికి పిల్లల్ని కన్న ఆ వ్యర్థజీవి, ఆ సాధ్వి, ఉన్నట్టుండి కళ్ళనీళ్ళు పెట్టుకుని వొచ్చి 'ఏమండీ? జరగరానిది జరిగిపోయిందండీ...?' అంటుందేమో!

"ఏమిటే? ఏమిటేమిట"ని వాడు ఆత్రుత ప్రదర్శిస్తాడా? లేక నిమ్మకు నీరెత్తినట్టు కూర్చుని, "ఏం కొంప మునిగిందని అట్లా ఏడుస్తావు? నాకు ముందే తెలుసులే. అమ్మడు నాకు అంతా చెప్పిందిలే. డాక్టరు దగ్గరికి పోయి వస్తే సరి. అంతా ఫినిష్" అంటాడా?

అయ్యో! ఇప్పుడు వీడి వాగ్బాణాలు నేరుగా నామీద కురుస్తున్నాయి. ఎవణ్ని గురించో చెబుతున్నాడు. "కాస్త జాగ్రత్తగా ఉండాలి వాడి విషయంలో. వాడసలేరోగ్?... అలాంటి వాణ్ణి దరిజేరనిస్తావా?" అంటూ నాకు జాగ్రత్తలు చెబుతున్నాడు.

"వెళ్దాం... ఇంక" అంటే అప్పుడు కదిలాడు నా అదృష్టం కొద్దీ... అప్పుడే మరొకడు దొరికితే వాడి వెంటపడిపోయాడు.

నేనునిట్టూర్చి ముందుకు నడిచాను. వేగం, వేగం... వేగం ఎక్కువయింది. ఇక్కడో పెద్ద వంతెన... ఫ్లై ఓవరు... దానిమీద రకరకాల బళ్లు దూసుకుపోతున్నాయి. మనుషులు మైళ్ళకు మైళ్ళు రోజూ ఇళ్ళ నుంచి ఆఫీసుకు, ఫ్యాక్టరీలకు, షెడ్డులకు ప్రయాణాలు చేసి కష్టపడుతున్నారు. ఎవరికీ శాంతి లేదు. నిలకడ అసలే లేదు.

కొందరైతే ఏ.సి. రూముల్లో పోలీసులు మామూళ్లు, ముడుపుల కోసం, లాయర్లు అబద్ధాలు సుబద్ధాలుగా నిలబెట్టడానికీ, టీచర్లు బడులలోకాక "విద్యా బందిలదొడ్ల"లో పాఠాలు చెప్పడానికి పరుగులు పెడుతున్నారు. వయసులో ఉన్న ఆడపిల్లల చేతులలో టిఫిన్ బాక్సులతో మెడలకు, భుజాలకు బ్యాగులతో దుకాణాలలో అరవచాకిరీ చెయ్యడానికీ, స్కూలు పిల్లలు తమ బాల్యం అంతా పుట్టగానే ఖర్చయిపోయి దిగులుగా ఏడుపు మొహాలతో స్కూళ్ళకూ పరుగెత్తుతున్నారు. బస్సులలో, రైళ్ళలో ఆసుపత్రులలో, హోటళ్ళలో, దేవాలయాల్లో అంతటా క్రిక్కిరిసిన జనసందోహం... మామూలు మనుషుల, అసంతృప్త జీవుల, పసిమనసులలో పంచరంగుల కృత్రిమ ప్రపంచాలుసృష్టించే ఖరీదైన రంగుల అశ్లీల చలనచిత్రాలు కోట్లుకోట్లు పెట్టుబడితో నిరంతరం తయారవుతున్నాయి. మద్యం దుకాణాలు నిరంతరం తెరవబడి వుంటున్నాయి. దేవాలయాల్లో ప్రభుత్వ ముద్రణాలయం నుంచి అప్పుడే బయటకు వచ్చిన కొత్త అయిదు వందల రూపాయిల నోట్ల కట్టల్లా నవనవ రెపరెపలాడుతున్న పూజారులు అందరి తరఫునా శతసహస్ర నామార్చనలు ముగించి అనంత కోటి దేవతలకు పూజలు చేసి అందరినీ 'వ్యాపారాభివృద్ధ్యర్థం' అని దీవిస్తున్నారు. బుద్ధిహీనులు, మందమతులూ కోట్లాది మంది నిష్క్రియాపరులై ఉదయం నుంచి సినిమా హాళ్ళలో కూలబడి పనికిమాలిన హాస్య అశ్లీల చిత్రాలు చొంగకార్చుకుంటూ చూస్తున్నారు. నటవిట గాయక బృందం రాజకీయ రంగప్రవేశం చేసి రాణిస్తున్నది. రాజకీయ ధూర్తులు రాబోయే ఎన్నికలలో విజయం సాధించేందుకు అవసరమైన అన్ని చిట్కాలూ నేర్పేందుకు తమ తమ కార్యకర్తలకు నిరంతర శిక్షణాశిబిరాలు నిర్వహిస్తున్నారు. అంతటా తొడ తొక్కిడి...

"రామనాథం ఎట్లా ఉన్నాడో" అనిపించింది. 'పోనీ ఒకసారి చూసి వద్దాం. అడ్డంపడి ఉన్నాడు నెలరోజులనుంచీ..." అనుకున్నాను. అటు నడిచాను. రోడ్లకటూ యిటూ అన్నీ ఎత్తయిన అపార్ట్‌మెంట్లు. కాస్త ఖాళీస్థలంలో నేరుగా పైకి... పైపైకి వ్యాపించిన కట్టడాలు. వాటిమధ్య అక్కడక్కడ బీదాబిక్కీ ఇళ్ళు ఉంటే అవి బిక్కచచ్చి బిక్కుబిక్కు మంటున్నాయి. వాటిలో మగ్గుతూ బ్రతుకుతున్న వాళ్ళకు గాలి లేదు. వెలుతురు లేదు.

ఈ పెద్ద బిల్డింగ్‌లో మూడవ అంతస్థులో రామనాథం. మంచంలో 'తీసుకుంటున్నాడు' నాకు తెలిసిన ఇటీవలి సమాచారం ప్రకారం 'ఇహనో ఇప్పుడో'

అనేట్టున్నాడు. ఆవరణలోకి వెళ్లి లిఫ్టు ముందు నిలబడ్డాను. అక్కడ నా ముందు వచ్చినవాళ్లు చాలామందే ఉన్నారు. చాలాసేపు వేచి ఉండాల్సిన పరిస్థితి. పోనీ మెట్లెక్కి పైకి వెళితే...? అమ్మో! అలుపువచ్చి మనం పడిపోయే ప్రమాదం పుష్కలంగా వుంది. అలాగే నిలుచున్నాను. లిఫ్టు పైకి కిందికి వస్తూ పోతూ ఉన్నది. నా కాళ్ల క్రింది ఉంచి ఒక అవ్యక్త మూగరోదన ధ్వని. ఆశ్చర్యపోతూ చెవులు రిక్కించుకుని విన్నాను. నిజం! ముందు ఏదో బాధతోకూడిన మూలుగు ధ్వని... కొన్ని మాటలు... అవును... మాటలే భూదేవి... ఘోషపెడుతున్నది...! 'పైనుంచి ఇన్ని అంతస్తులలోని ఇన్ని కాపురాలలోని ఇందరు మనుషులు – పాపాత్ములైన మనుషులు – వొదిలే కల్మషాన్ని, కాలుష్యాన్ని ఎట్లా భరించాలిరా దుర్మార్గులారా? ఇలా నేనెన్నాళ్లో సహించలేనురా' అంటూ భూమాత ఘోష పెడుతున్నది.

నాకు మతిపోయినట్టయింది. ఈ ఘోష – హృదయవిదారక ఘోష – ఇంకెవ్వరికీ వినబడటం లేదా? నాకొక్కడికీ వినబడుతున్నదా? ఇతరులకు వినబడినా వినబడనట్టే ఉంటున్నారా?

ఏమిటో, అంతా అయోమయం అనిపించింది. ఇంతలోఎవరో పలకరించారు – కాస్త ముఖపరిచయం ఉన్నవారనుకుంటాను.

"ఏమిటిలావచ్చారు?" అని.

చెప్పాను.

ఆ వ్యక్తి ఆశ్చర్యపోయి "రామనాథమా? ఇంకెక్కడి రామనాథమండీ! పోయి వారం పైన అయిందిగా!" అన్నాడు చప్పరిస్తూ.

నివ్వెరపోయి "అయ్యో! పాపం. పోయాడా!" అన్నాను.

"అవును పోయాడు" అన్నాడాయన రెట్టిస్తూ.

"జీవితమంతా కట్టుకున్న గయ్యాళి భార్యకోసం, కన్నబిడ్డలకోసం తాపత్రయపడ్డాడు. చివరికి మంచంలో పడి తీసుకుని 'పోడేం ఎంతకీ' అని తన వారిచేతనే అనిపించుకుని మరీపోయాడు!" అంటున్నాడాయన ఇంకా.

జీవితాన్ని బ్రతుకున్నన్నాళ్లూ మోహించడం... తర్వాత నిశ్శబ్దంగా నిష్క్ర మించడం... ఏమీ చూసి నను మోహిస్తివీ, దేహమేలాటిదని తలపోస్తివీ' అని ఎవరో ఎప్పుడో ఏదో రైల్లో అడుక్కుంటూ పాడిన పాట గుర్తుకు వచ్చింది.

అయిందా? తిరిగి ఇంటి ముఖం పట్టాను.

ఇప్పుడు పెద్ద వంతెన మీద నడుస్తున్నాను. ఫుట్‌పాత్‌ల మీద రకరకాల వ్యాపారాలు నడుస్తున్నాయి. రోడ్లమీద వాహనాల జోరు. ఒకచోట ఆగి అలసట తీర్చుకుందా మనుకున్నాను. రైలింగ్‌ల మీద ఆనుకుని నిలుచున్నాను. క్రింద రైళ్ళ రొద, ఆవులించాను.

ఇంతలో నా చూపు క్రిందికి మళ్లింది. బ్రిడ్జి క్రింద ఎన్నెన్నో రైలుపట్టాల పక్కన రాతికట్టడానికి పక్కగా ఒక మూలగా మందమైన వెలుతురులో, ఒక మానవ కళేబరం... ముందు ఎవరైనా నిద్రపోతున్నారేమో 'అక్కడ' అనుకున్నాను. కాని ఎంత నీచులకైనా, నిర్భాగ్యులకైనా ఇది నిద్రవేళ కాదు.

అప్రయత్నంగా నాముందు నడిచిపోతున్న ఒకణ్ణి ఆపి, "అటుచూడండి. అక్కడెవరో..." అంటున్నాను. వాడు విరక్తిగా "అదే పని మనకు..." అంటూ ఎగతాళిగా నవ్వి వెళ్ళిపోయాడు.

నేను జాగ్రత్తగా మెట్లు దిగి క్రిందికి వెళ్ళి చూశాను. ఇప్పుడు స్పష్టంగా కనిపించింది. అది శవమే! ఇంకా క్రిందికి దిగాను. వయసులో ఉన్న ఆడపిల్ల. తెల్లని చీరె... ఆకుపచ్చ రంగు జాకెట్టు... బోలెడు జుట్టు. అంతా చెదిరిపోయి ఉంది. ముఖం స్పష్టంగా కనిపించడంలేదు. పక్కన ఒకసంచీ, నేను నిట్టూర్చి ఇవతలికి వచ్చాను. మనసులో ఏదో తెలియని ఆందోళన... అనవసరమైన దిగులు... చింత... నిండు నూరేళ్లూ నిశ్చింతగా జీవించవలసిన ఆడపిల్ల అట్లా దిక్కులేని చావు చస్తే.

వంతెన క్రిందనే పోలీసు స్టేషను. అటు త్వరత్వరగా నడిచాను. ఎదురుగా ఎర్ర ఇటుకల ఎత్తయిన గోడ. పైన బోర్డు. గుమ్మం పక్కన చేతిలో బందూకుతో ఒక పోలీసు. ఆ గుమ్మం చూస్తే భయం వేసింది. ఏదో భయంకరమైన మృగం తాలూకు తెరుచుకున్న గుహ లాంటి నోరులా ఉంది గుమ్మం.

లోపల ఎక్కడో వరండా దాటి లోపలికి వెళితే అధికారులు – ఖాకీ దుస్తుల్లో పెరిగిన పొట్టలతో, బొడ్డుక్రింద బెల్టులతో, ఆకలి చూపులతో కొందరు, కుర్చీలు పట్టకుండా బలిసిన కొందరు అధికారులు – ఈ దృశ్యం నాలో ఏదో తెలియని కంపం పుట్టించింది. ఎన్ని వృత్తాంతాలు వినలేదు? లోపలికి వెళితే లేనిపోని ప్రశ్నలు... సవాళ్ళు... అనుమానాలు... వ్రాతకోతలు – సంతకాలు... ఇలా మొత్తం మీద

మనం మనకు తెలియకుండానే ఏదో ఒక ఘోరమైన చక్రబంధంలో చిక్కుకోవలసి వస్తుందని ఊహ రాగానే వొణుకు పుట్టింది. ఒక్క ఉదుటన వెనుదిరిగి గబగబ నడిచాను. చాలాదూరం నడిచాను. అలసట వచ్చేదాకా నడిచాను. తర్వాత ఒక చోట ఆగి అలుపు తీర్చుకున్నాను. తర్వాత ఇంటి ముఖం పట్టాను. నడక వేగం మందగించింది.

జగన్నాథం ఎదురుగా వొస్తుంటే కంగుతిన్నాను. వాడు ఆదుర్దాగా "ఒరే ఒరే! ఉత్తరం వొచ్చిందిరా ఇవ్వాళ... మా అమ్మాయి మూడు రోజులనుంచీ కనిపించడం లేదట... కోచింగ్ సెంటర్ వాళ్ళు రాశారు" అంటూనే వేగంగా స్టేషను వైపు సాగిపోయాడు.

'దేవుడా!' అనుకున్నాను. మనసంతా మొద్దుబారిపోయింది. 'వీడి కూతురు ఎక్కడో క్షేమంగా ఉండే ఉంటుంది' అనుకున్నాను మాటిమాటికీ.

లోపలికి వెళ్ళి అద్దంలో ముఖం చూసుకుంటే వింత అనిపించింది. ప్రతిబింబంలో నా జుట్టు మొత్తం తెల్లగా పండిపోయి ముగ్గుబుట్టలా కనిపించింది.

జబమాలై ఆత్మహత్య

"నేను ఆత్మహత్య చేసుకుందామనుకుంటున్నాను."

డాక్టర్ శశాంక్ తలెత్తి చూశాడు. ఆ వ్యక్తికి నలభై ఏళ్లుంటాయి. ఒడ్డూ పొడుగూ మనిషి, అందంగానే ఉన్నాడు. ముఖంలో దైన్యం... ఏదో పెద్ద దెబ్బ తిన్నవాడిలా ఉంది వాలకం.

"మంచిది. అలాగే చేసుకోండి. నేను చేయగలిగిన సహాయం చేస్తాను. మీ పేరు?" అని అడిగాడు శశాంక్.

"నా పేరు జబమాలై. మీ సహాయం కోరి వచ్చాను" అన్నాడతను.

"తప్పకుండా. నేను డాక్టరును. నాకు తెలిసినంత వరకూ ప్రాణాలు పోసే మందులున్నట్టే ప్రాణాలు హరించే మందులూ ఉంటాయి. అయితే మీరు ఖచ్చితంగా జీవితాన్ని అంతం చేసుకోదలచుకున్నారని నాకు నమ్మకం కుదరాలి. అంటే మీ నిర్ణయం గట్టిదేనా లేక ఒట్టి నిర్ణయమా అనే విషయం నాకు తెలియాలి" అన్నాడు శశాంక్.

"ఖచ్చితమైన నిర్ణయమే. దానికి తిరుగులేదు" అన్నాడతను గట్టి పట్టుదలగా.

"అయితే మనం మాట్లాడుకోవచ్చు. మీరు ఏ కారణంగా మీ జీవితానికి ఈ వయసులో, ఇంత మంచి వయసులో చుక్క పెట్టేద్దామనుకుంటున్నారో నేను అడగను. ఒక మనిషి ఇలాంటి నిర్ణయానికి రావడానికి అనేక కారణాలు ఉంటాయి. ప్రేమ విఫలమై కొందరు, వ్యాపారంలో కోలుకోలేని దెబ్బతిని కొందరు, పేదరికంతో బతకలేక కొందరు, ఇలా అనేక కారణాలవల్ల ఈ నిర్ణయానికి వస్తారు. మీకు వచ్చిన కష్టమేమిటో తెలుసుకోవాలని నాకు లేదు" అంటూ ఆగాడు శశాంక్. అతని వంక సాలోచనగా చూశాడు, తన మాటలు వింటున్నాడా లేదా అన్నట్టు.

"మంచిదైంది. నేను ఎందుకు చావాలనుకుంటున్నానో ఆ పెద్ద కథ చెప్పే బాధ తప్పించారు" అన్నాడు జబమాలై.

"ఇంకా కొందరుంటారు. కేవలం మతి చెడి చావాలనుకునేవాళ్లు. మరికొందరు కేవలం మరణానందాన్ని అనుభవించాలని కూడా ఇటువంటి నిర్ణయానికి వస్తారు. వాళ్లు చనిపోవడానికి రకరకాల ఆలోచనలుచేసి రకరకాల ప్రణాళికలు వేసుకుని ప్రయత్న పూర్వకంగా చావడంలోని అద్భుతమైన థ్రిల్‌ను పొందేందుకు తాపత్రయపడతారు" అన్నాడు శశాంక్.

మళ్లీ కొన్ని క్షణాలాగి, "అనేక మార్గాలున్నాయి మరి. అన్నీ వివరంగా చెబుతాను. మనం చర్చించుకుని ఒక నిర్ణయానికి రావచ్చు. అయితే ముందుగా మీరు నా ఫీజు... ఎంతోకాదు... కేవలం అయిదు వందల రూపాయలు చెల్లించుకోవాల్సి ఉంటుంది" అంటూ జబమాలై ముఖంలోకి చూశాడు.

"సరే" అన్నాడు జబమాలై. వెంటనే లాల్చీ జేబులోంచి కొన్ని అయిదు వందల నోట్లు ఇవతలికి తీసి అందులో నుంచి ఒక నోటును లాగి డాక్టరు ముందున్న టేబుల్ మీద ఉంచి పక్కనే ఉన్న పేపర్ వెయిట్‌ను దానిమీద పెట్టాడు.

"సరే" అన్నాడు డాక్టర్ "జీవితాన్ని అంతం చేసుకోవాలని మీరు ఖచ్చితంగా తిరుగులేని నిర్ణయానికి వచ్చారనీ, వెనకడుగు వేసే ప్రసక్తే లేదనీ అర్థమైంది నాకు. ఇక వినండి. కొన్ని పద్ధతులున్నాయి. కొన్నింటిలో... కొన్నింటిలో ఏమిటీ అన్నింటిలోనూ కొన్ని కష్టాలున్నాయి. కొంచెం బాధ కూడా ఉంటుంది. అన్నిటికన్నా ముందు మీరు తప్పక చేయాల్సిన పని ఒకటి ఉంది. స్థిమితంగా, తీరికగా, ప్రశాంతంగా కూర్చుని ఒక ఉత్తరం... సూయిసైడ్ నోట్ ఒకటి రాయాలి. దానిలో మీరు ఎందుకు ఆత్మహత్య చేసుకుంటున్నారో వివరంగా తెలియజేయాలి. హంసపాదులూ, కొట్టివేతలూ ఉండకూడదు. ఈ అఘాయిత్యానికి కారణమేమిటో, దానికి ప్రేరకులెవరో నిర్దిష్టంగా రాసి దాన్ని తేలికగా కనబడే చోట ఉంచి దానిపైన ఏదైనా బరువును ఉంచాలి" అంటూ ఆగాడు.

జబమాలై శ్రద్ధగా వింటున్నాడు.

"ఇక అసలు విషయానికి వద్దాం. కొన్ని పద్ధతులున్నాయని చెప్పాను కదా! వాటిలో కొన్ని బాధ కలిగించేవీ, కొన్ని యాతన పెట్టేవీనూ. ఉదాహరణకు, బాగా

అమలులో ఉన్న పద్ధతి చూద్దాం. బజార్లో మంచి గట్టి నైలాన్ తాడు అయిదారు మీటర్లు కొని తెచ్చుకోవాలి. అలా కాదనుకుంటే మంచం మీదున్న దుప్పటి వంటిదైనా చాలు. పైన ఉండే పంఖాకు వేసుకుంటే మంచిది. అది ఉరి... కొంచెం బాధాకరం. మరో పద్ధతి ఉంది. ఏ నది వంతెన మీదకో వెళ్లి, ఎవరూ చూడకుండా లోతైన చోట దూకడం. ఇందులో ఓ ప్రమాదముంది. నీళ్లు ఊపిరితిత్తులలోకి పూర్తిగా పోయి చావు వచ్చే లోపల బాధతో మీ మనసు మారి కేకలు పెట్టవచ్చు. అప్పుడెవరో నీళ్లలోకి దూకి మిమ్మల్ని జుట్టు పట్టుకుని బలవంతంగా ఇవతలికి లాక్కుని వచ్చి లాగి చెంప మీద ఒకటి ఇచ్చుకుని పోలీసులకు అప్పజెప్పవచ్చు. ఇక బయటపడాలంటే చచ్చిన చావే. కాబట్టి ఇది లాభం లేదు. పురుగుల మందు తాగడం, కిరసనాయిల్ కుమ్మరించుకుని నిప్పంటించుకోవడం వంటివి లాభం లేదు. మీరు బాధ భరించలేక చావు కేకలు పెట్టడం, వారూ వీరూ వచ్చి మిమ్మల్ని తీసుకుపోయి ఆస్పత్రిలో పడేయడం వంటి ప్రమాదం ఉంది."

"అలాంటివేవీ లాభం లేదు" అన్నాడు జబమాలై.

"అయితే, అతి చక్కని అద్భుతమైన పద్ధతి చెబుతాను వినండి."

జబమాలై ఎంతో ఆసక్తి చూపిస్తూ "చెప్పండి" అన్నాడు.

"క్షణమాత్రం కూడా బాధపడకుండా, అసలు ప్రాణం పోతున్నట్టే తెలియకుండా పనిచేసే పద్ధతి చెబుతాను."

"అంటే?"

"అంటేనా? క్షణంలో మీకు తెలియకుండానే ప్రాణాలు పోయే పద్ధతి అది. ఆ యమధర్మరాజుకు, చిత్రగుప్తుడికి కూడా తెలియని పద్ధతి, బహుశా మీకు బాగా సరిపోతుంది."

"అయితే అదే చెప్పండి."

"నేను నాలుగు టాబ్లెట్లు ఇస్తాను. నాలుగూ ఒకేలా ఉంటాయి. అందులో ఒకటి మీకు కావాల్సిన అసలైన టాబ్లెట్. మిగిలిన మూడూ మామూలు విటమిన్ టాబ్లెట్లు. రోజూ ఉదయం అయిదు గంటలవేళ ప్రశాంతంగా కూర్చుని, గ్లాసెడు మంచి నీళ్లు అందుబాటులో ఉంచుకుని, ఒక్క టాబ్లెట్... రోజుకు ఒక్కటి మాత్రమే ఊరికే నోటిలో వేసుకుని గుక్కెడు నీళ్లు తాగితే సరి. లేశమైనా బాధ లేకుండా క్షణంలో పని పూర్తి అయిపోతుంది. అంతా ఖతం!"

“నాలుగెందుకు? అసలైంది ఒక్కటే ఇవ్వండి. కావలిస్తే మరో అయిదు వందలిస్తాను” అన్నాడు జబమాలై.

“అలా కుదరదు. నా పద్ధతి అది. దానికి మీరు త్రికరణ శుద్ధిగా ప్రమాణం చేసి మరీ కట్టుబడి ఉండాలి. రేపటి నుంచి ఉదయం ఆరు గంటలకల్లా నాకు వచ్చి కనిపించాలి. టాబ్లెట్లను ఒక చిన్న సీసాలో ఉంచి నాలుగైదు సార్లు అటూ ఇటూ కదిపి ఒక దాన్ని ఎంచుకోవాలి. ఎవరూ చూడకుండా పని పూర్తి చేసుకోవాలి. బాధ అనేదే ఉండదు కాబట్టి మీ నోటి వెంట చిన్న శబ్దం కూడా బయటికి రాదు.రేపే అంటే మొదటి టాబ్లెట్‌తోనే పని పూర్తి అయిపోతే మంచిదే కదా! ఉదయం ఆరు గంటలకు మీరు నా దగ్గరికి రాకపోతే మీరు పోయినట్టే అనుకుంటాను” అన్నాడు శశాంక్.

“సరే” అన్నాడు జబమాలై.

“అయితే, మీరు నాకు ఒక ప్రమాణం చెయ్యాలి. రోజుకు ఒక్కటి మాత్రమే తీసుకుంటానని, ఎటువంటి ప్రలోభమూ చూపించననీ, మాట తప్పననీ మీరు నమ్మిన దేవుని మీద లేక బాగా ప్రేమించే వారి మీద ప్రమాణం చెయ్యాలి. అప్పుడే మిమ్మల్ని నమ్మి ఈ టాబ్లెట్లు మీకు ఇస్తాను. మాట తప్పడం అంటే పరమ ఘోరమైన పాపానికి ఒడిగట్టినట్టే” అన్నాడు డాక్టరు.

“సరే. ప్రమాణం చేస్తున్నాను కరుత్తమ్మ మీద” అన్నాడు జబమాలై.

“కరుత్తమ్మ ఎవరు?”

జబమాలై కళ్లు వర్షించడానికి సిద్ధంగా ఉండటం గమనించాడు డాక్టరు. తర్వాత ఏమీ ప్రశ్నించకుండా లోపలికి వెళ్లి మరో నిమిషంలో ఇవతలికి వచ్చాడు. ఒక చిన్న పాలిథిన్ సంచి జబమాలై ముందు ఉంచాడు.

“ఇందులో నాలుగు టాబ్లెట్లు ఉన్నాయి. అందులో ఒకటి మీకు కావలసింది.”

జబమాలై ఆ పాలిథిన్ సంచిని చేతిలోకి తీసుకుని ఒక్క క్షణం తర్వాత దాన్ని లాల్చి జేబులో ఉంచుకున్నాడు.

శశాంక్ నవ్వుతూ “వెళ్లి రండి. ఐ విష్ యూ ఆల్ ద బెస్ట్ ఇన్ ది వరల్డ్. అయితే మాట తప్పకూడదు సుమా! మీ కోరిక తీరాలని నా ఆకాంక్ష” అన్నాడు.

జబమాలై ముఖంలో వింత కాంతి. అతను ఎంతో సంతోషంతో డాక్టరు చేతిలో చేయి కలిపి, "మంచిది డాక్టరు గారూ, వస్తాను. బహుశా రేపు నేను మీ దగ్గరికి రాకపోవచ్చు" అంటూ బయలుదేరాడు.

మైలు దూరమూ ఆనందంగా హుషారుగా ఈలవేస్తూ నడిచి ఇంటికి చేరుకున్నాడు. తాళం తీసి ఇంట్లోకి అడుగుపెట్టాడు. ఇల్లంటే మూడు గదుల పోర్షను. పక్క భాగంలో వారు కాళీ చేసి వెళ్లిపోతే అది ఖాళీగా ఉంది. చిన్న ఆవరణ. గోడ పక్కన రెండు మూడు పూల మొక్కలు. చుట్టూ నిశ్శబ్దం. ముందు గదిలో కిటికీ పక్కన ఒక చిన్న బల్ల. దాని ముందు కుర్చీ. బల్ల మీద చిన్న ఫోటో. అందులో జబమాలై పక్కన అందాలుచిందే యువతి నవ్వులు చిందిస్తోంది. రెండో గదిలో కిటికీ పక్కన మంచం. చుట్టూ దోమ తెరలు... పక్కన మరో కుర్చీ. వెనక వంట గది... ఇంతే. చీకటి పడుతున్నది. జబమాలైకి ఆకలి దప్పిక వంటివి ఇవాళ ఏమీ లేవు. చాలాసేపు ఒంటరిగా ముందు గదిలో కుర్చీలో కళ్లు మూసుకుని ఏదో ధ్యానంలో ఉన్నవాడిలా గడిపాడు. కాసేపు మూగన్నుగా నిద్రపట్టింది. మెలకువ వచ్చి కళ్లు తెరిచి చూసేసరికి గది నిండా చీకటి... కొన్ని క్షణాలు అలాగే ముట్టుకుంటే తగిలేట్టు ఘనీభవించిన చీకట్లో కదలకుండా కూర్చుండిపోయాడు. ఆ తరువాత నెమ్మదిగా లేచి తడుముకుంటూ గోడ పక్కకు వెళ్లి స్విచ్ వేశాడు. తెల్లని వెలుతురు గదంతా వ్యాపించింది. ప్రశాంతంగా బల్ల ముందు కూర్చుని డాక్టరు చెప్పినట్టు ఒక నోట్ రాయడం ప్రారంభించాడు. ఆ నాలుగువాక్యాలు రాయడానికి చాలా సేపు పట్టింది. చాలా కాగితాలు చించి పారవేయవలసి వచ్చింది. చివరకు అర్థరాత్రి రెండు గంటలు దాటుతూ ఉండగా ఆ నాలుగు వాక్యాలూ ఖాయం చేసి, బల్ల మీద ఉంచి, దానిపైన ఒక పుస్తకం బరువుగా ఉంచి, ఆవులించి వేళ్లు విరుచుకుని కళ్లు మూసుకున్నాడు. అంతలో కాసేపు నిద్రపట్టింది. కలత నిద్రలో కలలు. ఏ మాత్రమూ స్పష్టత లేకుండా పిచ్చి కలలు.

మెలకువ వచ్చేసరికి కిటికీ నుంచి పలుచని వెలుతురు కనిపించింది. వెంటనే హుషారుగా చిన్నచిన్న పనులు, స్నానం వగైరాలు ముగించుకుని తీరికగా ప్రశాంతంగా బల్ల ముందు కూర్చున్నాడు. మనసు అలలు లేని సముద్రంలా, నిర్మలమైన ఆకాశంలా స్వచ్ఛంగా ఉంది. బల్లమీద ఆ సీసాలో టాబ్లెట్లు ఉన్నాయి. వాటిలో ఒకదాన్ని

తీసుకుని చేతిలో ఉంచుకుని ఆ ఉత్తరం తీసి నాలుగు వాక్యాలు చదువుకున్నాడు. "కరుత్తమ్మ నా ప్రాణం అనుకున్నాను. కానీ, అది నా గుండెను ముక్కలు చేసింది. బతకాలని లేదు. నాకెవరూ లేరు. పళని తప్పు కూడా ఏమీ లేదు. వాడు అమాయకుడు. ద్రోహం అంతా కరుత్తమ్మదే. నేను మనస్ఫూర్తిగా చచ్చిపోతున్నాను. నాకున్న డబ్బు, దస్కం అంతా ఈ ఊరి చివర ఉన్న అనాథాశ్రమానికి చెందుతుంది. డాక్టరు గారికి నేను థాంక్స్ చెప్పుకోవాలి. ఇంతే."

తర్వాత నాలుగింట్లో ఒక టాబ్లెట్ అందుకుని, ఒక్క క్షణం కళ్లు మూసుకుని గభాలున నోట్లో వేసుకుని నీళ్లు తాగి కళ్లు మూసుకున్నాడు. కళ్ల ముందు ఏవేవో రంగులు. కొన్ని మెరుపులు. కొంత చీకటి. ఆ తర్వాత ఒక మైదానం. అందులో అంతటా పరుచుకున్న పచ్చని గరిక. అంతా కన్నుల పండుగ అనిపించింది. తర్వాత ఒక అందమైన పసిపాప ముఖం కనిపించింది చిరునవ్వులు చిందిస్తూ.

ఆ పిల్లకు అయిదేళ్లుంటాయి. బంగారు బొమ్మలా ఉంటుంది. 'మామా మామా' అని పిలుస్తోంది. అతను కళ్లు తెరిచి "పప్పీ నువ్వా" అని మాత్రం అన్నాడు. ఆ తరువాత ఆ పిల్ల రెండు మూడు గంటలసేపు ఒకటే వాగుడు. ముచ్చటగా, అందంగా, కాస్సేపు మాట్లాడిన తరువాత ఆ అమ్మాయి వెళ్ళిపోయింది. అతన్ని ఒక్కసారిగా ఒంటరితనం ఆవహించింది. అతను గాఢంగా నిట్టూర్చాడు. తరువాత తన దైనందిన కార్యకలాపాల్లో మునిగిపోయాడు. రెండోరోజు ఉదయం... మళ్లీ అదే సమయం... ఈసారి టాబ్లెట్ గొంతు దిగగానే అనేక ఆలోచనలు వచ్చాయి. జవహర్‌లాల్ నెహ్రూ స్వర్గానికి వెళ్లి ఉంటాడా అనీ, వాలెంటీనా తెరష్కోవా ఇప్పుడు ఎక్కడుందో, అసలు ఉందా లేదా అనీ, త్యాగరాజ కీర్తనలన్నీ కలిపి ఎన్నిఉంటాయనీ... ఇలా ఆలోచనల దాడి... మనసంతా అలజడి... తరువాత మళ్లీ ప్రశాంతత.

మూడో రోజు మళ్లీ అదే సమయం... ఈసారి అసలైన టాబ్లెట్ అనుకుంటూ ఒక టాబ్లెట్ చేతిలోకి తీసుకున్నాడు. 'ఇదే ఇదే' అనుకున్నాడు. గభాలున నోట్లో వేసుకుని, గుక్కెడు నీళ్లు మింగి, కళ్లు మూసుకుని కూర్చున్నాడు. ఈసారి యముడు స్వయంగా రావడమో, యమదూతను పంపడమో జరుగుతుందని అతను గట్టిగా అనుకున్నాడు.

శరీరం అంతా గట్టిపడి, మంచు గడ్డలా అయిపోతుందనీ, కళ్లు ఇక తెరుచుకునే ప్రసక్తే లేదనీ అనుకున్నాడు. కానీ, క్షణకాలం కాదుకదా, గంటసేపు గడిచినా ఏమీ కాలేదు.

అతనిలో విసుగు ప్రారంభమైంది. 'మళ్లీ మరునాటి దాకా ఆగాలి' అని విసుక్కుంటూ, మాటిమాటికీ నిట్టూరుస్తూ సోమరిగా పడుకుని ఉండిపోయాడు.

అంతలో గాఢంగా నిద్రపట్టింది. నిద్రలో నయాగరా జలపాతమూ, అందాల ఎవరెస్ట్ శిఖరమూ, ఆఫ్రికన్ నైలు నదీ, మంచుతో నిండిపోయి నయనానందకరంగా ఉన్న ధ్రువ ప్రాంతమూ, ఇంకా రకరకాల పుష్పవనాలూ, రంగురంగుల మబ్బులూ, ఒక హరివిల్లు, దట్టమైన గంధపు చెట్ల అరణ్యాలూ, పొడవైన, ఎత్తయిన పెద్ద వంతెన కింద భయంకరమైన వేగంతో ప్రవహిస్తున్న సట్లెజ్‌నది, ఆ పైన ఎక్కడిదో ఒక చక్కని దేవాలయమూ కనిపించాయి. ఇన్ని అందాలతో అతను ఉక్కిరిబిక్కిరి అయ్యాడు. మధ్యాహ్నం ఎదురింటివారి పాప పప్పీ వచ్చి కబుర్లు చెప్పడం మొదలుపెట్టింది.

ఇంతలో మబ్బులు కమ్ముకొచ్చాయి. ఆ తరువాత కొద్ది సేపటికే ఓ పదిహేను నిమిషాలపాటు కుంభవృష్టి కురిసి ఆగింది. కాలం కాని కాలంలో ఈ వర్షం ఏమిటా అనిపించింది. ఆ తరువాత ఆకాశం నిర్మలమైపోయింది.

ఆ రోజు రాత్రంతా కంటి మీద కునుకు లేకుండా, జబమాలై ఆ టాబ్లెట్ వంకే చూస్తుండిపోయాడు. మనసంతా అడవిలాగా అయిపోయింది. ఈ టాబ్లెట్‌తో తాను పోవడం ఖాయం. తర్వాత ఇన్ని అనుబంధాలూ, ఇన్ని అందాలూ మాయమైపోతాయి. ఏమీ మిగలదు. తాను ఈ ప్రపంచానికి ఉండదు. ఈ ప్రపంచమూ తనకు ఉండదు. తను ఎవరికీ బాధ్యుడు కాదు. తనకెవరూ బాధ్యులు కారు. గడియారం వరుసగా అయిదు గంటలు కొట్టడం జబమాలై విన్నాడు.

దూరంగా మసీదునుంచి భగవత్సంకీర్తనం వినిపిస్తోంది. త్వరత్వరగా లేచి, పెరట్లోకి వెళ్లి, ముఖం కడుక్కుని, ముందు గదిలోకివచ్చి బట్టలు వేసుకున్నాడు. తర్వాత టేబుల్ మీద పుస్తకం కింద ఉన్న ఉత్తరం చేతిలోకి తీసుకున్నాడు. అందులో అక్షరాలు అలుక్కు పోయినట్టు కనిపించాయి. దానివైపు కాస్సేపు పరిశీలనగా చూసి, ఆ కాగితాన్ని నాలుగు ముక్కలు చేసి ఒక మూలకు విసిరికొట్టాడు. ఆ తర్వాత ఆ

టాబ్లెట్ ఉన్న చిన్న పాలిథిన్ కవర్‌ను తీసుకుని జేబులో పెట్టుకుని ఇంటికి తాళంవేసి, రోడ్డు మీదకు వచ్చి ఎటూ చూడకుండా విసవిసా నడవడం ప్రారంభించాడు.

ఉదయం వేళ అంతా ప్రశాంతంగా ఉంది. రోడ్ల మీద పెద్దగా రద్దీ లేదు. కొన్ని నిమిషాలపాటు నడిచి డాక్టర్‌గారి క్లినిక్‌కు చేరుకున్నాడు. ఒంటరిగా ప్రశాంతంగా కూర్చుని ఉన్న డాక్టర్ కనిపించాడు. జబమాలైను చూసిన డాక్టర్ ఆశ్చర్యం నటిస్తూ అతని వంక కళ్లు విప్పార్చి చూశాడు. "ఏమైందీ" అని ఆదుర్దా కనబరుస్తూ అడిగాడు.

"ఏమీ కాలేదు. మీరు చెప్పినట్టే మూడురోజులూ మూడు టాబ్లెట్లూ వేసుకున్నాను. అవేవీ పని చేయలేదు. ఇది అసలైన టాబ్లెట్. మాటకు కట్టుబడి, రోజుకు ఒకటి చొప్పున మాత్రమే వేసుకున్నాను. మాట తప్పలేదు. ఇది ఇప్పుడు నాకు అక్కరలేదు. నాకు దీన్ని వేసుకోవాలని లేదు. నేను బతకాలనుకుంటున్నాను" అంటూ ఆ టాబ్లెట్‌ను డాక్టర్ ముందుంచాడు.

డాక్టర్ నవ్వుతూ, "మంచిది, మిమ్మల్ని అభినందిస్తున్నాను. ఇది మరెవరికైనా పనికి వస్తుంది ఉంచండి. మీ డబ్బులు మీకు ఇచ్చేస్తాను తీసుకోండి..." అన్నాడు. జబమాలై తిరస్కరిస్తూ "ఒద్దులెండి. మీకు కృతజ్ఞుణ్ణి" అంటూ గబగబా వెళ్లిపోయాడు వెనక్కి తిరిగి చూడకుండా.

డాక్టర్ తనలో తాను నవ్వుకుని, ఆ టాబ్లెట్ తీసి గొంతులో వేసుకుని, పక్కనే సీసాలో ఉన్న నీళ్లు తాగేసి పేపరు చూడడం ప్రారంభించాడు.

నష్టజాతకుడు

'నా అంతటి గొప్ప దురదృష్టవంతుడు ఈ సృష్టిలో ఉండడు' అన్నాడు పెరుమాళ్లు. అర్ధరాత్రి దాటి ఉంటుంది. ఊరి చివరి పాతకాలపు ఇల్లు. వరండాలో కొవ్వొత్తి వెలుతురు. పెరుమాళ్లు ఎప్పటిదో పాత కుర్చీలో కూర్చుని ఉండి మాట్లాడుతున్నాడు. చాలా నెమ్మదిగా... లో గొంతుకతో...

అని ఎదురుగా అతనిదే నీడ...

'సృష్టిమొత్తంమీద... అని ఎందుకన్నానంటే...' అంటూ వివరణ కూడా ఇచ్చాడు. దురదృష్టవంతులు అదృష్టవంతులు అనేవారు మానవులలోనే కదా ఉంటారు? ఈ మానవులు భూమ్మీదనే తప్ప విశ్వాంతరాళంలో అసంఖ్యాక గ్రహాలలో మరెక్కడా లేనేలేరు కదా? అందువల్ల సృష్టి అంతటిలోనూ... అన్నా తప్పు లేదు!' అన్నాడు విచిత్రంగా నవ్వుతూ. అతని పక్కన నేలమీద ఒక సీసా – బహుశా చవకబారు మద్యం – ఉంది. ఆ పక్కనే ఒక మరో చిన్న సీసా కూడా ఉంది.

'నువ్వేమి చదువుకున్నావు?' అని వినిపించింది ఒక విచిత్రస్వరం...

'పది... పదివరకు చదువుకున్నాను... తప్పాను...!' అన్నాడు పెరుమాళ్లు.

'తర్వాత?'

పెరుమాళ్లు వెంటనే ఏమీ సమాధానం చెప్పలేదు. గోడమీద ఏదో అదృశ్య దృశ్యాన్ని చూస్తున్న వాడిలా కొన్ని క్షణాలు గడిపి అప్పుడు మళ్లీ అన్నాడు... 'పదో క్లాసు చదివి తప్పి కొన్నాళ్లు ఏ పనీ లేకుండా రికామీగా కూర్చున్నాను. ఇంట్లో సంపాదించేవాడు మా పెద్దన్నయ్య ఒక్కడే. తిని కూర్చునే వాళ్లం ఆరుగురం... పాపం, అన్నయ్య గొడ్డు చాకిరీ చేసేవాడు. నాన్న మంచంలో... అమ్మ, నాన్న సేవలో... కొన్నాళ్ళకు నేనూ ఏదో పని దొరుకుతుందేమోనని ఊరిమీద బయలుదేరాను.

మొదలు ఒక పెద్ద స్టీలు సామాన్ల దుకాణానికి వెళ్ళాను. నేను గుమ్మం దాటి లోపల అడుగుపెట్టానో లేదో కరెంటు పోయింది... సంధ్యవేళ... లోపల కొద్దిపాటి అలజడి... పది నిముషాలసేపు అలాగే గడిచింది. నేను త్వరపడి అక్కడే ఉన్న షాపు యజమానితో 'ఏదన్నా పని దొరుకుతుందా?' అని అన్నాను. ఆయన విసుక్కుంటూ 'పో పోవయ్యా!' అని మాత్రం అన్నాడు. ఇంకేమీ అనలేదు. నేను వెంటనే గుమ్మం దిగి ఇవతలికి వచ్చేశాను. నేను గుమ్మం దిగానో లేదో కరెంటు వచ్చేసింది. మళ్ళీ అంతటా వెలుతురు. ఆ దుకాణదారు నా వెనక నుండి 'భలే పాదం...' అనడం వినిపించింది. అదే ప్రారంభం!!

"ఇంతకీ మీదే వూరు?' అని మళ్ళీ ప్రశ్న వినవచ్చింది. పెరుమాళ్ళు మళ్ళీ నవ్వాడు. ఆ నవ్వు వికృతంగా లేదుకాని వింతగా మాత్రం ఉంది. విలక్షణంగానూ ఉంది. అతడు ఏమీ తోచని వాడిలా చేతివ్రేళ్లు విరుచుకుని నవ్వుతూనే మొదలు పెట్టాడు. "ఎవరైనా పుట్టిన ఊరు ఏదని అడిగితే ఏదో ఒక ఊరిపేరు చెబుతారు. పుట్టిన వేళ అడిగితే కూడా ఏదో సమాధానం ఉంటుంది. కాని నా విషయంలో ఆ సదుపాయం లేదు... ప్రళయభీకరంగా ఉరుములు పిడుగులు గాలీవానా అన్నీకలిసి బీభత్సం సృష్టిస్తున్న సమయంలో రెండు రైల్వేస్టేషన్ల మధ్య ఆగిపోయిన రైల్లో పుట్టానట నేను... నేను భూమిమీద - అదేరైల్లో - పడేసరికి నన్ను కన్న మా అమ్మ స్పృహ కోల్పోయి మరి చాలాసేపు కళ్ళు తెరవనే లేదట...!

పెరుమాళ్లు ఆగి నిట్టూర్చాడు.

తర్వాత చాలాసేపు కళ్ళార్పకుండా గోడమీద కదులుతున్న నీడను చూస్తూ ఉండిపోయాడు.

మళ్ళీ ఎందుకో ఉస్సురని నిట్టూర్చి మాటాడటం మొదలుపెట్టాడు.

స్టీలు సామాన్ల దుకాణం యజమాని 'ఏం పాదంరా బాబూ' అన్నాడా? ఆ తర్వాత ఆ మాట ఎంతసేపో మరిచిపోలేకపోయాను. అంతకు ముందు జరిగిన చిన్నచిన్న విషయాలు గుర్తు చేసుకుంటే విచిత్రమనిపించింది. ఎప్పుడైనా ఎక్కడైనా క్యూలో నిలబడితే ప్రతిసారీ అదేమి చిత్రమో నా దగ్గరికి వచ్చేసరికి అన్నీఅయిపోయేవి. రేషన్‌కోసం నిలబడినా, తక్కువ తరగతి సినిమా హాల్లో క్యూలో నిలబడినా సరిగ్గా నావంతు వచ్చేసరికి 'నిల్' అనీ 'క్లోజ్‌డ్' అనీ బోర్డు పెట్టేసేవాళ్లు. ఒకసారి మా ఊరి

మోతుబరి ఆసామి దగ్గరికి నాన్న పంపితే వెళ్ళాను. నేను వెళ్లేసరికి సరిగ్గా ఆ పెళ్ళి ఇంటి ముందు పందిరి కాస్తా అగ్నికి ఆహుతి అయిపోతున్నది. ఇవన్నీ బేరీజు వేసుకుంటే నాపుట్టుకలోనే ఏదో లోపం ఉన్నదనీ నేను నష్టజాతకుణ్ణనీ తేల్చుకున్నాను. ఆ తర్వాత నాకు దయదలిచి పని యిచ్చిన వ్యాపారస్తులిద్దరు అతి తక్కువ వ్యవధిలో దివాలా తీశారు. క్రమంగా నా చరిత్ర చుట్టుపక్కల కూడా నలుగురికీ తెలిసిపోయింది!!

ఇక్కడ పెరుమాళ్లు ఆగి మళ్లీ చేతివ్రేళ్లు విరుచుకుని ఆవులించాడు. ఇక తెల్లవారేందుకు అట్టే వ్యవధి లేదు.

చీకట్లు తరిగి వెలుగు వ్యాపించడం మొదలయితే భళ్లున తెల్లవారుతుంది. సూర్యభగవానుడు అమితవేగంగా దిశ్చక్రం పైకి పాకుతూ వస్తాడు. చీకట్లు తొలిగి వెలుగు కళ్లు మిరుమిట్లు గొలుపుతూ వేగంగా వ్యాపిస్తుంది. 'అందువల్ల...' అనుకున్నాడు పెరుమాళ్లు.

'అందువల్ల... త్వరపడటం మంచిది...!' అనుకున్నాడు మళ్లీ. లేచి పక్కనే ఉన్న మద్యం సీసా మూత తీశాడు. ఒక విధమైన వాసన వచ్చింది. దాన్లో కొంత క్రింద నేలమీద పారబోశాడు. దాన్ని ఒక పక్కన ఉంచుకున్నాడు. తర్వాత మరో సీసా – చిన్నది – అందుకుని దాని మూత తీశాడు. దాన్లోని ద్రవాన్ని ఈ మద్యం సీసాలోకి వంచుకున్నాడు. తర్వాత మూత ఉంచి బాగా కదిలించాడు. అక్కడే పక్కన ఉంచుకున్నాడు.

తర్వాత గుండెలమీద చేతులుంచుకుని పడుకుని కళ్లు మూసుకున్నాడు. కళ్ళు మూసుకుంటే అంతా చీకటే అనుకుంటాముకాని, కళ్లు మూసుకుంటేనే ఎక్కువ చూస్తాము. వెలుతురులో అయితే కొంచెమే కనబడుతుంది. కనబడేది మాత్రమే కనబడుతుంది. కళ్ళు మూసుకుంటే అంతా కనబడుతుంది. ఎదుటలేనిది కూడా కనబడుతుంది. గతం అంతాకూడా కనబడుతుంది.

అతడు కంటితుదలు తుచుకున్నాడు. 'అన్నట్లు కళ్ళ వెంట నీళ్ళొస్తున్నా యెందుకు?' అనుకున్నాడు. అంతా ముగిసిపోతున్నప్పుడు అంతా ముగుస్తున్నప్పుడు కన్నీళ్ళెందుకు? చిన్నప్పటినుంచి ఈ లోకమూ తన వాళ్ళనుకున్న వాళ్లూ, ఇతరులూ, పరాయివాళ్లూ అందరూ తనను చిన్నచూపు చూశారు. చిన్నప్పుడు స్కూలులో, పెరిగాక మిత్రులు, పెద్దయ్యాక ఇరుగుపొరుగువారూ, తర్వాత తాను ఆశ్రయించిన వారూ

అందరూ మినహాయింపు లేకుండా తనను చిన్నచూపు చూశారు. తనపాదం మంచిదికాదన్నారు. తనది నష్టజాతకం అన్నారు. తనకురూపాయి ఎవరైనా దయతలచి యిస్తే వారివి వెయ్యి రూపాయలు పోతాయని ప్రచారం చేశారు. తనకు ఎవరైనా అన్నం పెడితే పెట్టినవారికి అన్నం పుట్టదనీ ప్రచారం చేశారు. ఇలా జీవితం అంతా, నలభైఏళ్ల జీవితం గడిచిపోయింది. ఇక ఇప్పుడు ఏమీ మిగిలిలేదు. ఎక్కడికైనా పోయి బ్రతుకుదామంటే తనమీద తనకే నమ్మకం పోయింది. తాను కూడా నష్టజాతకుణ్ణని గాఢంగా నమ్ముతున్నాడిప్పుడు. ఇక ఎక్కడికి వెళ్ళీ చేసేదేమీ లేదు. తనను తాను అంతం చేసుకోవడం మంచిది... మళ్ళీ జన్మంటూ ఉంటే నష్టజాతకుడుగా కాకుండా అదృష్టజాతకుడుగా పుట్టవచ్చు. అన్నట్లు మళ్ళీ జన్మ అంటూ ఒకటి ఉంటుందా? అనుకున్నాడు. "లేకపోతే పోనీయ్. ఇంకా మంచిది" అనీ అనుకున్నాడు.

అంతలో అతనికి చిత్రంగా నిద్రపట్టింది. అదేమి చిత్రమో క్షణాల వ్యవధిలో నిద్రాదేవత అమితాపేక్షతో అతన్ని తన చేతుల్లోకి తీసుకున్నది. అతనికి శుభ్రమైన నిద్ర పట్టింది. చుట్టూ నిశ్శబ్దం. కీచురాళ్ళ సవ్వడి తప్ప మరేమీ లేదు. అప్పుడు ఆ దారినే వచ్చాడు నారాయణ. కొద్దిగా తూలుతూ నడుస్తూ వచ్చాడు. వచ్చినవాడు తన దోవన తాను వెళ్ళకుండా ఆగి నిద్రపోతున్న పెరుమాళ్లు వంక చూశాడు. అతని పక్కన ఉన్న సీసా చూశాడు. అతని ముఖంలో చిరునవ్వు పొటమరించింది. తను అంతకు ముందు తాగింది చాలక నిషా చాలక అసంతృప్తిగా ఉన్నవాడికి పెన్నిధి లభించినట్టయింది. నిశ్శబ్దంగా పెరుమాళ్లు పక్కకు వెళ్ళి ఆ మద్యం సీసా అందుకుని త్వరత్వరగా మూత తీసి – పెరుమాళ్లు ఎక్కడ నిద్ర లేచి గొడవపెడతాడో అన్న చింతకొద్దీ సీసా నోటికందించుకుని గడగడ తాగేశాడు. ఆ తర్వాత ఖాళీసీసా అవతల విసిరేసి తడబడే అడుగులతో వెళ్ళిపోయాడు. వెళ్లి వెళ్లి పది అడుగుల దూరంలో తుప్పల్లో చాపచుట్టగా పడిపోయాడు.

ఇక్కడ నష్టజాతకుడు గాఢంగా నిద్రపోతున్నా డింకా. ఇప్పుడిప్పుడే లేచేట్టు లేదుకూడా.

మూగపిల్ల

ఆనాడు జరిగిన సంగతి అంతా చెప్పేముందు నన్ను గురించి కొంచెం చెప్పుకోవడం ముఖ్యం.

నాపేరు... ఆహాఁ... మీరెవరూ చెప్పుకోలేరు లెండి. ఎందుకంటే అటువంటి పేరు అసలు మీరు వినివుండరెప్పుడూ... నేను బడిపంతులుగా ఉద్యోగంలో చేరేముందు మొదటి రోజున మా హెడ్మాస్టరు నా పేరు విని కళ్ళు పెద్దవి చేసి చూశాడు. నేను అప్పటినుంచి మా బడి పిల్లలకు నా పూర్తిపేరు తెలియకుండా జాగ్రత్తపడ్డాను, కేవలం యు.ఎ.ఆర్. అనే వ్యావహారిక నామం తప్ప నా పూర్తిపేరు ఎక్కడా బయటికి రాకుండా, తోటి మాస్టర్లకు కూడా తెలీకుండా జాగ్రత్తలు తీసుకున్నాను. కాని కొన్నాళ్ళకు ఎలా తెలిసిందో ఏమో మా డ్రాయింగ్ టీచరొకామె ఒకనాడు నేను నలుగురిలోనూ కూర్చుని వుండగా వచ్చి కొంపలంటుకు పోతున్నట్టు హడావిడిగా “అబద్ధాలరావుగారూ, మీకోసం ఎవరో వచ్చారండీ...” అన్నది. దాంతో అందరికీ నాపేరు వెల్లడి అయింది. అయినా ఈ పేరుకు సంబంధించినంతవరకూ నా బాధ్యత ఏమీలేదు. మా అమ్మానాన్నలకు (వారి ఆత్మలకు శాంతి లభించుగాక) పుట్టిన ప్రతివాళ్ళూ పురిట్లోనే పోవడమో, కొన్ని నెలలుపెరిగి పోవడమో జరిగేది. అలా అక్కరకు రాని సంతానం ఎనిమిదిమంది కలిగారు. తర్వాత నేను భూమి మీద పడగానే “వీడు మాత్రం బ్రతకబోయాడా...” అని నిస్పృహతో నాకు “అబద్ధాలరావు” అని నామకరణం చేశాడు. దీనికి నేనేం చెయ్యగలను చెప్పండి... నాకు ఊహ తెలిసినప్పటినుంచి నలుగురూ నా పేరు విని తమాషాగా చూడటంతోనూ, నాపేరు నా చెవులకే యింపుగా ధ్వనించనందువల్లనూ దాన్ని మార్చుకుందామనుకున్నాను. “ప్రేమ్‌కుమార్” అనో “రాకేష్‌బాబు” అనో మరింకేదైనా అందమైన పేరునో పెట్టుకుందా

మనుకున్న సమయాలున్నాయి. కాని ఆ తర్వాత లోతుగా ఆలోచించి ఆ ప్రయత్నం విరమించుకున్నాను. ఎవరికీ, ఎక్కడా ఉండని అరుదైన పేరు నాది. ఒక వందపేర్లు పట్టిక వ్రాయండి. పాతికమంది సుబ్బారావులుంటారు. పాతికమంది వెంకటేశ్వరరావులుంటారు. మరో యిరవైమంది సత్యాన్నారాయణలుంటారు. పదిహేనుమంది కృష్ణమూర్తులుంటారు. పదిమంది విశ్వనాథాలుంటారు. కొందరు అప్పారావులూ, కొందరు సింహాచలాలు ఉంటారు. కాని అబద్ధాలరావును నేనొక్కణ్ణే ఉంటాను. ఒక్కణ్ణే! అది విశేషం కదూ?

సరే, నా పేరు గొడవతో మిమ్మల్నిక విసిగించను. ఇక దాన్ని అంతటితో వొదిలేసి మిగిలిన వివరాలు మనవి చేస్తాను. నన్ను మీరు చూళ్ళేదు. అయినా అబద్ధాలూ, అతిశయోక్తులూ చెప్పను. నాకు ముప్పయి ఎనిమిదేళ్లు. చామనచాయగా ఉంటాను. ఉంగరాల జుట్టు కాదు గాని అందమైన క్రాపు, అట్టే సన్నగా ఉండను. అట్టే లావుగానూ ఉండను. పోయిన జనవరిలో బెజవాడ రైల్వే ఫ్లాట్‌ఫారం మీది మెషిను లెక్కప్రకారం నూట ఇరవై పౌన్ల బరువు... కళ్ళజోడు లేదు... గుడ్డలు మాయనివ్వను. క్రాపు చెరగనివ్వను. భగవంతుడు నాకు ఐశ్వర్యం యివ్వలేదు కాబట్టి, మానాన్న నలుగురి నోళ్ళూ కొట్టి యింత గడించి పెట్టలేదు కాబట్టి, నేను చాలా మామూలు మధ్యతరగతి బడిపంతులును. అయినా నా మిత్రులు మాత్రం మొదటనుంచీ సంపన్నులే. నాకంటె తక్కువ వారితో నేను స్నేహం చెయ్యను. నాకు శుచీ శుభ్రతా లేని మనుషులంటే వొళ్ళ మంట. బురద పనిచేసేవాళ్ళనూ, పిడకలు చేసేవాళ్ళనూ, పేడకోసం గొడ్లవెంట పరుగులెత్తే వాళ్ళనూ, పాకీవాళ్ళనూ, మాసిన దుస్తులు ధరించిన వాళ్ళనూ, మడ్డి మనుషులనూ, జిడ్డు వెధవలనూ చూస్తే వొళ్ళు మంట. నా పిల్లలను గుమ్మందాటి బయట అడుగుపెట్టనివ్వను. మా ఆవిడను సినిమాలకూ నలుగురు చేరే చోట్లకూ వెళ్ళనివ్వను. మా పిల్లలను పొరుగు పిల్లలతో ఆటలాడనివ్వను. మొన్ననే మా పెద్దవాడు పొరుగు పిల్లలతో మట్టిలో ఆటలాడి గుడ్డలు మాపుకుని వచ్చాడని చావగొట్టాను. మా పొరుగింటి బీద యిల్లాలితో (ఆవిడ ఎప్పుడూ మాసిన చిరిగిన చీరెలే కట్టుకుంటుంది) మాట్లాడినందుకు మా ఆవిడను మందలించాను.

ఇదంతా కాక నాకు అడుక్కుతినే వాళ్ళంటే పరమ అసహ్యం. కాని దురదృష్టవశాత్తూ ఈ దేశంలో అడుక్కుని తినేవాళ్ళ సంఖ్యే ఎక్కువగా ఉంది. ఏ హోటలుకైనా వెళ్ళండి... పర్వదినాలలో ఏ గుడికైనా వెళ్ళండి... లేకపోతే మామూలుగా రోడ్డు మీదకే వెళ్ళండి... రైలెక్కండి... ఎక్కడికి పోయినా అడుక్కు తినేవాళ్ళే... అదేమి చోద్యమో కాని వందలూ, వేలసంఖ్యలో ఉంటారు. వాళ్ళ మొహాలలో ఆకలి. ఆకలి... నాకు అడుక్కునే వాళ్ళంటే ఎంత అసహ్యమో వాళ్ళకు డబ్బులు పడేసే వాళ్ళంటే కూడా అంతే అసహ్యం... వాళ్ళు ఏదో దయగా తోటి మానవులపట్ల ఔదార్యం చూపిస్తున్నామనీ, సానుభూతితో ఉన్నామని అనుకుంటారు. కాని నాకు మాత్రం అలా అనిపించదు. వాళ్ళే ఈ భిక్షుకవృత్తిని ప్రోత్సహిస్తున్నారనీ అడుక్కుతినే వారి సంఖ్యను పెంచుతున్నారనీ నాకు అనిపిస్తుంది. కాని ఈ దాతలకు తెలియదు. ఆ బిచ్చగాళ్ళు అలా పైసలు పోగుచేసి రూపాయికి ఎనభై, తొంభై పైసలు చొప్పున మార్చుకుంటారనీ అలా యింకా అనేక లాభాలు కూర్చుకుంటారనీ, వారికసలు తెలీదు. అలా డబ్బు విలువ తగ్గిపోవటానికి తమ దాతృత్వం కారణమవు తున్నదని వారికి చెప్పినా అర్థం కాదు.

అదంతాసరే... ఆరోజు నేను ఊరికి పోవలసివచ్చింది. చేతిలో సంచితో బయలుదేరి స్టేషనుకు చేరుకున్నాను. అసలు నాకు ఈ రైళ్ళలో బస్సులలో ప్రయాణం చెయ్యాలంటే తలనొప్పి, అంతటా గోలగా, రొదగా వుంటుంది. అసహ్యమైన మనుషులుంటారు. రైళ్ళలోనూ, బస్సులలోనూ, ఆబగా, ఆకలిగా ఏవేవో తింటూ వుంటారు. పెద్దగా అరుచుకుంటూ వుంటారు. ఇదంతా నాకు చిరాకు... అయినా నాకు ఈ ప్రయాణం తప్పలేదు. “ఏ కారో వుంటే ఎంత బాగుండును” అని అప్పుడప్పుడు అనిపిస్తూ వుంటుంది. అప్పుడీ సిటీ బస్సుల్లోనూ, స్టేట్ బస్సుల్లోనూ, రైళ్ళలోనూ, ఈ “డర్టీఫోక్” తో కలసి ప్రయాణం చేసే దౌర్భాగ్యం తప్పుతుంది కదా!

నేను యధాప్రకారం సెకెండ్ క్లాసు టిక్కెట్టు కొనుక్కొని ప్లాట్‌ఫారం మీదికి వెళ్ళాను. అటూ యిటూ రైలు పొడుగునా నడిచాను. ఎక్కడా ఏ పెట్టెలోనూ ఖాళీలేదు. సెకెండ్‌క్లాసు పెట్టెలు థర్డుక్లాస్ పెట్టె కంటే ఎక్కువ సమ్మర్ధంగా వున్నాయి. అయినా ఈ రోజుల్లో అందరికీ హోష పెరిగింది. తినటానికి కట్టడానికీ లేనివాడు కూడా సినిమాహాళ్ళలో రైళ్ళలో పై తరగతులకే వస్తున్నాడు. ఒకణ్ణి పట్టుకుని చూడండి...

వాడికి యింటిదగ్గర తిండి ఉండదు. చాలీచాలని జీతం రాళ్ళు వస్తాయి. వాడి ఆదాయం పంచెకు తక్కువ. గోచీకి ఎక్కువ అన్నట్లు ఉంటుంది. అందుకని ప్రతివాడూ ఆ చాలీచాలని గుడ్డను నెక్ టైగా కట్టుకుని దర్జాగా దిగంబరంగా తిరుగుతున్నాడు.

ఆ రైలు ఒక పెద్ద బెల్లంబుట్టలా ఉంది. దాని చుట్టూ లోపలా, పైనా ఈగల్లాగు దోమల్లాగు ముసిరి వున్నారు మనుషులు. చుట్టూ చెవులు బద్దలు చేసే రొద, గందరగోళం, అక్కడే కాపురాలు, పిల్లలు... పిల్లల ఏడుపులు, తోపుడు బళ్ళ వాళ్ళ కేకలు. అంతా రణగొణధ్వని యమలోకంలా ఉంది.

నేను ఒక పెట్టెలో ఎక్కి చోటు చూసుకుని కూర్చున్నాను. చేతి సంచీ పైన పెట్టేను. ఒక్కసారి నా పక్క వారినీ ఎదుటివారినీ చూశాను. ఆ మూల కిటికీ పక్కనే ఎవరో ముసలాయన కూర్చుని వున్నాడు. ఆ ప్రక్కనే ఒక అందమైన పడుచు... పక్కనే ఆమె భర్త కాబోలు ఒక యువకుడు. ఆ పక్కని ఒక నడివయసు మనిషి. పక్కన నేను. ఎదురుగా కిటికీ పక్కన ప్యాంటు లోపలికి చొక్కా దోపిన ఒక విద్యార్థి. అతని చేతిలో సినిమా పత్రిక. ఆ విద్యార్థి పక్కనే చేతిలో ఇయాన్ ఫ్లెమింగ్ నవలతో ఒక సూట్‌వాలా. ఆ పక్కన వృద్ధ దంపతులు. బండి ఎంతకూ కదలలేదు. ఉక్కపోస్తున్నది. చుట్టూ అంతా వేడిగా వుంది. గాలి కదలటం లేదు.

నేను "ఉఫ్... అబ్బబ్బా! బండి ఎంతకూ కదలదే, చెమటతో చస్తున్నాం" అన్నాను.

నా పక్కనే ఉన్నాయన వాచీ చూసుకున్నాడు. అది చూసి సూట్‌వాలా కూడా తన వాచీ చూసుకున్నాడు. కిటికీ దగ్గరగా కూర్చున్న ముసలాయన 'టైమెంతయింది బాబూ!' అని అడిగాడు. సూట్‌వాలా బదులు పలకలేదు, నా పక్కన ఉన్నాయన "నాలుగుంబావు..." అని చెప్పాడు. అది ముసలాయనకు వినిపించలేదు. మళ్ళీ "ఎంత?" అని రెట్టించి అడిగాడు. నాపక్క వ్యక్తి మళ్ళీ చెప్పలేదు. తల ఎటోతిప్పి చూస్తూ కూర్చున్నాడు.

అంతలో ఒక మొండి ముష్టివాడు లోపలికి వచ్చి నా మొహం ముందు తన మొండి చెయ్యి వుంచి, ఏదో అడగబోయాడు. నాకు క్షణంలో వొళ్ళు జలదరించింది. నిలువెల్లా కంపరమెత్తి, వెంటనే పెద్దగా కసిగా "ఎవడ్రా నువ్వు? రాస్కెల్... ఫో, అవతలికి ఫో ముందు" అని అరిచాను. అరిచి వాడి ముఖంలోకి చూశాను. వాడు

చెయ్యి వెనక్కు తీసుకుని మళ్ళీ మిగిలిన వారి ముందుకు వెళ్ళబోయాడు. నేను మళ్ళీ "రేయ్... రోగ్ నీ క్కాదురా చెప్పేది? ఇటు రాకు..." అన్నాను. వాడు తెల్లటి పళ్ళు బయట పడేటట్టు నవ్వి "ఆ మారాజుల్ని అడుక్కుంటాను, అయ్యా! అవిటోణ్ణి... ఒక్కపైసా!" అంటున్నాడు. నేను, వాడు లోపలికి వెళ్ళటానికి వీలులేకుండా కాలు అడ్డంపెట్టి అక్కడి వాళ్ళందరి తరపునా 'వాళ్ళెవ్వరూ యివ్వరు. పో పో ముందిక్కడినుంచీ...' అన్నాను. వాడు ఒక్క క్షణం నిలబడి నాపక్కన ఉన్న వారివంకా, నా ఎదురుగా వున్నవారివంకా దీనంగా ఆశగా చూశాడు. నేను వాళ్ళవైపు చూశాను. కాని వాళ్ళలో ఎవరూ కదలలేదు. మెదలలేదు. బొమ్మల్లా కూర్చుండిపోయారు. విద్యార్థి సినిమా బొమ్మలు చూసినవే మళ్ళీ చూస్తున్నాడు. పడుచు దంపతులలో భర్త ఎటో చూస్తున్నాడు. భార్య ముష్టివాని చేతివంక చూస్తున్నది. చివర కూర్చుని టైము అడిగిన ముసలాయన గొంతు సరిచేసుకుని జేబులో చెయ్యి పెట్టాడు. నేను వాళ్ళందరి తరఫునా 'వాళ్ళెవరూ పైసా కూడా యివ్వరు' అని ధీమాగా చెప్పాను. ఈ ముసలాయన నా పరువు దక్కనిచ్చేటట్టు లేదే అనుకున్నాను. కాని ఆయన అంతసేపూ వెదికి చివరకు జేబులోనించి పొగాకు కాడ బైటకి తీశాడు. దాంతో నా మనసు తేలిక పడింది. మళ్ళీ మొండి చేతులవాణ్ణి ఉద్దేశించి "పోరా పో... ఇక యిక్కడ నిలబడకు" అని అరిచాను. వాడి ముఖంలో ఓటమి కనిపించింది. అవమానంతో వెంటనే వెళ్ళిపోయాడు.

నేను సరిగా కూర్చున్నాను. నావంక చూసిన ముసలాయన "అంతేనండి... వీళ్ళతో యిలాగే వ్యవహరించాలి. మెత్తబడితే లాభం లేదు. ఈ ముష్టి వెధవలతో ఎక్కడికి పోయినా యిబ్బందిగానే వుంది. ఈ రైళ్ళలో మరీ అన్యాయం... ఓహ్! ఎన్ని రకాల ముష్టివాళ్ళు... అబ్బబ్బ... దారుణం... వీళ్ళకు పైసలివ్వగూడదు. అసలు బండ్లో ఎక్కనివ్వగూడదు. అదుగో అక్కడ బోర్డు మాత్రం పెద్దదే పెట్టారు. కాని వాళ్ళు రైళ్ళలో ఎక్కి మనబోటి మర్యాదస్తుల మొహాలమీద మొండిచేతులు జూపి అడుక్కుంటూ వుంటే పట్టించుకునే నాధుడే లేడు" అన్నాడు. "మరి దీనికి రెమిడీ ఏమిటంటారు?" అని అడిగాడు నాపక్కనున్న ఆసామీ...

నేను కోపంగా "రాస్కెల్స్‌ను... కనిపించిన వాణ్ణల్లా పట్టుకుని కాల్చిపారేస్తే సరి... పీడా విగడవుతుంది" అన్నాను.

"అవునండోయ్ మీరు చెప్పింది బాగానే వుంది. ఒక దెబ్బకు రెండు పిట్టలన్నమాట. జనాభా పెరుగుదల సమస్య కూడా దాంతో దానంతట అదే వొదిలిపోతుంది" అన్నారెవరో...

తర్వాత నేను ఈ బిచ్చగాళ్ళను గురించీ వాళ్ళకు ధర్మం చేసే అలవాటున్న వారిని గురించి మాట్లాడాను. వాళ్ళు అడుక్కోటం వంచన అన్నాను. ధర్మం చేసేవారు వంచనను పెంచుతున్నారన్నాను. ఇలా దేశం నిండా సోమరితనం, వంచన, బూటకం, మాయ జూదాలు ఎక్కువ అవుతున్నాయన్నాను. ముష్టివాళ్ళ రకరకాల వ్యాపారాలు, వారి పద్ధతులూ విడమరచి చెప్పాను.

అక్కడి వాళ్ళందరూ నామాటలను చాలా శ్రద్ధగా విన్నారు. వారి వైఖరి నా మాటలను ఆమోదించినట్టే కనిపించింది. ఉండి ఉండి ఒకరిద్దరు తలలు వూపి "అవును సుమండి నిజమే" అన్నారు. ఎదురు ప్రశ్నలు, అనుమానాలు, అడ్డ సవాళ్ళూ అసలురాలేదు.

దానితో నేను గొప్ప విజయం సాధించిన వాడిలా ఫీలైనాను. తర్వాత బండి కదిలేముందు ఒక పాటలు పాడుకునే యువతి మావైపు రావటానికి ప్రయత్నించింది. నేను ఆమెను అటునుంచి అటే మరొక వైపుకు తరిమాను. మరొకడు చేతిలో చిడతలు పట్టుకుని "మేరే మొహబూబ్..." అంటూ వచ్చాడు. వాణ్ణి అలాగే మరోవైపుకు తరిమికొట్టాను. ఒక కుంటికాలివాడు దేక్కుంటూ వచ్చాడు. వాణ్ణి హడలకొట్టి వెనక్కు వెళ్ళగొట్టాను. బండి కదిలే వేళ అయింది. గంట కొట్టారు. అప్పుడు ఒకసారి మళ్ళీ నా చుట్టూ వున్న వారి వంక చూశాను. వారు నేను తమకు చేసిన సహాయానికి కృతజ్ఞతతో చూస్తుండటం గమనించాను.

అంతలో బండి కదిలింది. ముందు నెమ్మదిగా, తర్వాత వేగంగా, ప్లాట్‌ఫారం వీడి పరుగెత్తింది. పచ్చపచ్చని నేల... చెట్లు, తోపులూ, కనిపించాయి. చల్లనిగాలి మళ్ళింది.

తర్వాత సూటువాలాతో కొంచెంసేపు సంభాషించాను. ఆయన తాను చదివిన నవలను గురించి చెప్పాడు. దాంట్లో ముగింపు ఎట్లా వుంటుందో ఊహించడం బ్రహ్మకైనా సాధ్యం కాదన్నాడు. ఆ నవల్లో గొప్పదనం అదేనన్నాడు. సాహిత్యరంగం నాకు బొత్తిగా అపరిచితం. అందువల్ల అంతా విని గంభీరంగా తలవూపి "జీవితం

కూడా అంతే గదండీ. ఏ జీవితానికి ముగింపు ఎలా ఉంటుందో ఎవడికి తెలుసు? అందాకా ఎందుకు? ఒక సంఘటన ఎలా ముగుస్తుందో చెప్పటం కూడా మనకు చేతగాదు. మానవమాత్రులం" అన్నాను.

నేను తర్వాత ఒక్కనిమిషం అదేదో చిత్రమైన వేదాంత ధోరణిలో పడి కళ్ళు మూసుకున్నాను. తర్వాత కళ్ళు తెరచి చూద్దును కదా, ఎప్పుడు వచ్చిందో ఏమో ఒక పన్నెండేళ్ళ పిల నాకన్ను గప్పి లోపలికి వచ్చింది. అప్పటికే నా చుట్టుపక్కల ఉన్న వారందరికి ఏవో కాగితాలు పంచి యిచ్చి నిలబడి వుంది. అప్పటికే వాళ్ళందరూ ఆ కాగితాలు అందుకుని చదువుతున్నారు.

ఆ పిల్ల నాకూ కాగితం ఇవ్వబోతే తీసుకోకుండా నా పక్కనున్న నడివయసు వ్యక్తి వంక తిరిగి "ఇలాంటి వెన్నో చూశాను. అన్నీ మాయవేషాలు. ఆ కాగితంలో ఆ పిల్ల మూగపిల్ల అనీ, దిక్కులేనిదనీ, తోచిన సహాయం చెయ్యమనీ వుంటుంది. ఎవడో తలకు మాసినవాడు కింద సంతకం కూడా చేస్తాడు" అన్నాను.

సూట్‌వాలా కళ్ళు పెద్దవిచేసి చూసి "కరెక్టు... సరిగా మీరు చెప్పినట్టే వుంది ఇక్కడ..." అన్నాడు.

నేనది విని "చూశారా?" అన్నట్టు పోజు పెట్టాను.

అంతలో నా పక్కనున్న ఆయన "అయితే యిది అబద్ధమంటారా?

నేను సంకోచించకుండా గట్టిగా "అంతా మాయ... మోసం... మరేమి కాదు..." అన్నాను.

వాళ్ళందరూ ఆ కాగితాలు తిరిగి ఆపిల్లకు ఇచ్చేశారు. ఎవరూ డబ్బులు ఇవ్వలేదు.

నేను ఒక్క క్షణం ఆగి ఆ పిల్లవంక తిరిగి "ఏయ్! అమ్మాయ్! నిజం చెప్పు, నువ్వు మూగదానివేనా? అసలు మాట్లాడలేవా?" అని అడిగాను. ఆపిల్ల బదులు పలకలేదు. కాగితాలు సర్దుకుంటూ నిలబడింది. పైసవ్వక పోవడంతో పక్కకు పోదామని కదల బోయింది.

నేను వదలలేదు. ఆ పిల్ల చెయ్యి పట్టుకుని "అడుగుతుంటే జవాబు చెప్పవేం? నువ్వు నిజంగా మూగపిల్లవేనా?" అని అడిగాను.

ఆ పిల్ల నోరు తెరిచి చూపించింది. తర్వాత మాట్లాడలేనని సంజ్ఞలు చేసింది.

నేను పిల్లను వదలకుండా పెద్దగా “కాదు.. మాట్లాడగలవు... మాట్లాడు... లేకపోతే వచ్చే స్టేషన్‌లో పోలీసులకు పట్టిస్తాను” అని బెదిరించాను.

ఆ పిల్ల ముందు భయంగా చూసింది. తర్వాత ఉన్నట్టుండి పెద్దగా ఏడుపు ప్రారంభించింది.

నేను అదిరిపడ్డాను. ఆపిల్ల చెయ్యి వదలివేశాను. అప్పటికే నావంక అందరూ తీక్షణంగా చూస్తున్నారు. నుదుట పట్టిన చెమటను తుడుచుకుంటూ ఆందోళనలో పడ్డాను. తర్వాత ఆ పిల్లతో “ఏడవకు... నీపేరేమిటో చెప్పు చాలు... చెబితే పావలా ఇస్తాను. చెప్పకపోతే పోలీసులకు పట్టిస్తాను.!” అన్నాను.

ఆ పిల్ల యింకా పెద్దగా ఏడవటం ప్రారంభించింది. దానితో చిత్రమైన అవస్థలో పడ్డాను. మొదట్లోనే ఊరుకున్నా సరిపోయేది. “అనవసరంగా యిబ్బందిలో పడ్డామే” అనిపించింది.

అప్పటికి అక్కడి మనుష్యులలో మార్పు వచ్చింది. కిటికీ పక్కన కూర్చుని వున్న మసలాయన “ఇంక ఆ పిల్లను వొదిలేయండి బాబూ! పాపం! ఇప్పటికే భయపెట్టేశారు. మీరెవరో భలేవారండీ మొత్తానికీ...” అంటూ జేబులోనుంచి డబ్బులు తీసి ఆ పిల్ల చేతిలో పోశాడు. దాంతో ఆ పడుచు దంపతులూ, వృద్ధదంపతులూ, సూట్‌వాలా, విద్యార్థి, నాపక్కన నడివయసు ఆసామీ, అందరూ చేతికందినన్ని చిల్లర డబ్బులు ఆ పిల్ల చేతిలో పోశారు.

ఆ పిల్ల ఏడుస్తూనే వినయంగా అందరి దగ్గరా డబ్బులు తీసుకున్నది. తర్వాత వెక్కుతూనే పక్కకు పోయింది. ఇక్కడ జరిగిన విషయం అప్పటికే అక్కడికి ప్రాకిపోయింది. ఎవరో పెద్దమనిషి ఈ అడుక్కునే మూగపిల్లను నానాహింసలూ పెట్టాడుట!! అని ఒకరికొకరు చెప్పుకున్నారు. ఆ పిల్ల యింకా ఏడుస్తూనే ఆ పెద్ద రైలు పెట్టె అంతా తిరిగింది. అందరూ తోచినంత చిల్లర యిచ్చి వుంటారు. తర్వాత డబ్బులన్నీ మూటకట్టుకుని కాస్సేపు కిటికీ దగ్గర నిలబడింది.

నాకు కణకణలాడే నిప్పులమీద కూర్చున్నట్టనిపించింది. అనవసరంగా ఎటో వెళ్ళే ఖర్మాన్ని కాళ్ళకు చుట్టుకున్నట్టయింది. మనసంతా విచారంతో, అవమానంతో, బాధతో నిండిపోయింది. అంత గాలిలోనూ నుదుట మాటిమాటికి చెమట పట్టింది. ఎవరి మొహంలోకి చూడలేక చూపులు దించుకున్నాను. నా చుట్టూ ఉన్నవారి

చూపులలో అర్థం మారింది. అందరూ నన్నొక రాక్షసుడి క్రింద, విలన్‌క్రింద జమకట్టి చూస్తున్నారు. 'అయ్యో దేవుడా! పొద్దున్నే లేచి ఎవరి మొహం చూశానో కదా! నేరకపోయి యిటువంటి ఘోరమైన సంఘటనలో చిక్కుకుపోయాను' అనుకున్నాను.

రైలు వేగం తగ్గింది. నేను దిగవలసిన చిన్న స్టేషను వస్తున్నది. నేను నిట్టూర్చి ఎవరివంకనూ చూడకుండా లేచి సంచి అందుకుని వచ్చి గుమ్మం దగ్గర నిలబడ్డాను. బండి ఆగగానే ఫ్లాట్‌ఫారం మీదికి దూకి త్వరత్వరగా వెళ్ళి గేటులో టిక్కెట్టు యిచ్చి అవతలవైపుకు వెళ్లాను. అక్కడ కటకటాల పక్కనే రిక్షా కోసం ఎదురుచూస్తూ ఒక్కక్షణం నిలబడ్డాను. రైలుకదలబోతూ కూతవేసింది.

అంతలో కటకటాల అవతలనుంచి "ఏమండీ" అని పిలుపు వినిపించింది. జేబు రుమాలతో నుదురు తుడుచుకుంటూ వెనుదిరిగి చూశాను. ఆ మూగపిల్ల... కటకటాల నానుకుని నిలబడివుంది. అదోరకంగా నవ్వింది. "మీ దయవల్ల నాకీపూట మూడు రూపాయలు దొరికాయి" అన్నది. నేను చిత్రిత ప్రతిమలా నిలచిపోయాను.

అంతలో రైలు మళ్ళీ కూతవేస్తూ కదిలింది. ఆ పిల్ల త్వరత్వరగా పరుగెత్తుకు వెళ్ళి కదులుతున్న రైలులో ఎక్కి చెయ్యి వూపింది.

నాచొక్కా మీద మరక వంక చూసుకున్నాను. "అరె! మల్లెపువ్వులా వున్న తెల్లని చొక్కా మీద యీ మరక ఎలా పడిందబ్బా?" అనుకున్నాను. దూరంగా సూర్యుడస్త మిస్తున్నాడు. నేను నడక సాగించాను.

తాతిగాడి చొక్కా

తాతిగాడికి మెలకువ వచ్చింది. ఒక కల–కలలో వాడి తలపైన బల్లి పడింది. అలా బల్లి పడితే కలహమో, పాడో అంటారు కదా! వాడు ఉలిక్కిపడి లేచాడు. కప్పుకున్న పాత దుప్పటి తొలగించి చూశాడు. అవతల గోడపైన రాత్రివేళ తిరిగే పిట్ట ఏదో నిలబడి నెమ్మదిగా కూస్తున్నది.

తాతిగాడు కళ్ళు నులుముకుని, ఒళ్ళు విరుచుకుని, వేళ్ళు విరుచుకుని లేచి ఆ చిన్న వరండా చివరకు వచ్చి స్థిరపడ్డాడు. బయట పలుచగా వెన్నెల. నాలుగు గంటలవుతున్నదేమో.

ఇక నిద్ర వచ్చేట్టు లేదు.

'ఉహూ... ఉహూ' అని వణుకుతూ ఒక్క నిమిషం నిలబడ్డాడు. బయట చలిగాలి పెద్దపులిలాగా విసురుగా విహరిస్తున్నది.

తాతిగాడు వణుకుతూనే హుషారుగా సన్నగా ఈల వేశాడు. ఇవాళ తెల్లవారకుండానే, వెలుతురు బాగా రాక ముందే త్వరత్వరగా స్నానంచేసి, తల నున్నగా దువ్వుకుని, ఆ కొత్త చొక్కా తొడుక్కుని దర్జాగా బయలుదేరాలి. కాస్త నడిస్తే చాలు ఆంజనేయ స్వామి వారి గుడి... గుళ్లోకి పెందలకడనే వెళ్ళాలి. దేవుడికి దణ్ణం పెట్టుకోవాలి.

ఇవ్వాళ ప్రెస్సు చాకిరీ లేదు. ఇంట్లో స్వేచ్ఛ... తానొక్కడూ... మామయ్య, అత్తయ్య వగైరాలందరూ ఏదో పెళ్లికి వెళ్లారు. రేపుగానీ రారు. అంతవరకు తనకు ఆటవిడుపు. గుడిలో పని అయిపోగానే ఎక్కడైన ఇంత తిని, కాఫీ తాగి ఉదయం ఆటకు చెక్కేయాలి. ఆ తర్వాత హోటల్ భోజనం చేసి వచ్చి హాయిగా పడుకోవాలి. ఈ మధ్య పగలెన్నడూ నడుము వాల్చలేదు. అసలు తీరిక ఎక్కడ? ఉదయం ఎనిమిది గంటలకల్లా ప్రెస్సులో చాకిరీ మొదలు. రాత్రి తొమ్మిది, ఒక్కొక్కప్పుడు పది కూడా

దాటుతూ ఉంటుంది ఇల్లు చేరేసరికి. అప్పుడు అత్తయ్య సణుక్కుంటూ పడేసే రెండు ముద్దలు తిని తొంగోడం...

ఎప్పుడూ ఇంతే...

ఇవాళ తాతిగాడికి మహా హుషారుగా ఉంది. చలికి వణుకుతూనే పంచలో ఒంటి నిండా దుప్పటి కప్పుకుని కూర్చున్నాడు. ఎదురుగా చంద్రబింబం నిర్మలాకాశంలో తళతళ మెరుస్తున్నది.

నిన్న... సరిగ్గా సాయంకాలం అయిదు గంటలవేళ... తాతిగాడు తన పక్షం రోజులు నాటి కోరిక తీర్చుకున్నాడు. పదిహేను రోజుల కిందట వాడు ప్రెస్సునుంచి చేతిలో ఫ్లాస్కుతో బయలుదేరాడు. సాయంవేళ... ప్రెస్సుకు వచ్చిన ఎవరో పెద్ద మనుషులకు చక్కని రుచికరమైన పద్మినీ జాతి టీ కావలసి వచ్చింది. దూరమైనా సరే పలానా చోటికే పోయి టీ పోయించుకు రమ్మన్నారు. వాడు రోడ్డుమీద నడుస్తున్న వాడల్లా ఒకచోట ఆగిపోయాడు. పేవ్‌మెంట్ మీద ఒకడు ఎదురుగా రంగురంగుల ప్యాంట్లూ, షర్టులూ పేర్చుకుని కూర్చుని ఉన్నాడు. అవన్నీ సినిమాల్లో షూటింగుల్లో నటులు వాడి పారేసిన బాపతు. అయితేనేమి? ఎంతో అందంగా, కళ్ళు చెదిరే రంగుల్లో అద్భుతంగా ఉన్నాయి.

తాతిగాడు అక్కడే కూలబడి వాటిని తిరిగేశాడు. ఒక చొక్కా వాడి మనసును చెదరగొట్టేసింది. వాడి కళ్ళు జిగేల్మన్నాయి. దాన్ని అటూ ఇటూ తిప్పి చూసి 'ఎంత?' అని అడిగాడు. రేటు వినగానే అంతగానూ నీరసపడిపోయాడు. కానీ, సంకల్పం మాత్రం వీడలేదు. వాణ్ణి బతిమాలుకున్నాడు. దాన్ని వేరే ఉంచమన్నాడు. అయిదారు రోజుల్లో తప్పకుండా కొనుక్కుంటానన్నాడు. తల్లితోడు... నమ్మమని ప్రాధేయపడ్డాడు. అవతలివాడు కూడా ఏమనుకున్నాడో ఏమో సరే అన్నాడు.

ఆ తర్వాత రోజూ వచ్చేటప్పుడూ, వెళ్ళేటప్పుడూ అక్కడ ఆగడం, దాన్ని కళ్ళారా చూసుకుని ఆనందించడం, మళ్ళీమళ్ళీ దాన్ని ఇతరులకు అమ్మవద్దని ప్రాధేయపడడం... ఇలా సాగింది వ్యవహారం.

తాతిగాడు ఆ క్షణం నుంచే డబ్బు కూడబెట్టాడు. ప్రెస్సులో తనతో పనిచేసే తన ఈడువాడు రంగడు ఇవ్వవలసిన ఎనిమిది రూపాయల బాకీ ముక్కు పిండి మరీ వసూలు చేశాడు. బస్సులెక్కడం మానేశాడు. కాలినడకన తిరిగాడు. చిరుతిళ్ళ

మానుకున్నాడు. ఏమైతేనేమి, నిన్న సాయంకాలమే నలభై రూపాయల కష్టార్జితం ధారపోసి ఆ చొక్కా సొంతం చేసుకున్నాడు. ఇప్పుడు ఆ చొక్కా లోపల అల్మారులో ఉంది. తాతిగాడు లేచి తలుపు తీసుకుని లోపలికి వెళ్ళి దాన్ని ఇవతలికి తీసి లాంతరు వెలుగులో తృప్తిగా చూసుకున్నాడు.

ఏ సినిమాలోనో ఎవడో నటుడు ఏపాట చిత్రీకరణ వేళలోనో ఒక్కసారి మాత్రం తొడిగి అవతల పారేసి ఉంటాడు. వాడి సొమ్మేం పోయింది? మాటమాటకూ, గంతుగంతుకూ కొత్తకొత్త బట్టలు కుట్టించి ఇచ్చే నిర్మాత ఉంటాడు గదా! ఇది ఈనాటికి తనకు దక్కింది.

తాతిగాడు వెనుకవైపు వరండాలో చిన్నరేకుల స్నానాల గదిలో ముందు మొహం కడుక్కున్నాడు. తర్వాత పనిలో పనిగా రాగాలు తీస్తూ జిల్లుమనే చన్నీళ్ళతో స్నానం చేశాడు. ఒళ్ళు తుడుచుకుని వచ్చి అద్దం ముందు వణకుతూనే చాలాసేపు నిలబడ్డాడు. మొహం అటూ ఇటూ తిప్పి అద్దంలో తన అందం చూసుకున్నాడు. మొహం మీద నుదుట మధ్యగా పెద్ద మచ్చ... ఎప్పుడో బాగా చిన్నప్పుడు ఒకనాడు చిన్నబిడ్డ చేష్టవచ్చి తాను చచ్చిపోయేవాడు. సమయానికెవరో వచ్చి ఎర్రగా కాలుతున్న చుట్టతో నుదుట కాల్చి తనను బతికించారట. అది మినహా తనది అందమైన ఫేసే. ఒక కాలు మరోకాలికంటే కొంచెం పొట్టి. అది ఎందువల్ల జరిగిందో తెలియదు. అమ్మానాన్నలకు ఊరికే వరుసగా బిడ్డలు పుట్టి పోయారుట. తానొక్కడే బతికి ఈ పదిహేనేళ్ళూ బట్టకట్టాడు. ఆ అమ్మానాన్నలు కూడా తర్వాత ఎంతోకాలం బ్రతకలేదు. తన నాలుగో ఏట ముందుగా తల్లీ, ఆ తర్వాత మరో సంవత్సరానికి తండ్రీ కూడా వెళ్ళిపోయారు. తనకు తాతయ్య అని పేరెందుకు పెట్టారో తెలియదు.

ప్రెస్సు యజమాని ఒరే తాతిగా అని పిలుస్తాడు. అత్తామామయ్యలు తాతీ అని పిలుస్తారు. అయినా, తనకేమీ బాధలేదు. లోకంలో ఎన్ని రకాల పేర్లు లేవు? వాటిలో తనదీ ఒకటి. నిజానికీ చాలా పేర్లకంటే తన పేరేమీ తక్కువది కాదు. తనకు తెలిసి పెంటయ్య ఒకడున్నాడు. పైగా, వాడొక హోటల్లో సర్వరు. వాడు తన పేరు తలుచుకుని సిగ్గుపడుతున్నాడా? అబద్ధాలుగాడొకడున్నాడు. వాడు మాత్రం బాధపడుతున్నాడా? కాబట్టి తన పేరు తనకు బాగానే ఉంది. అంతగా అయితే, పెద్దయ్యాక పేరు మార్చుకోవచ్చునని ప్రెస్ యజమాని చెప్పాడు.

తాతిగాడు కిటికీలో నుంచి బయటికి చూశాడు. ఇంకా చీకట్లు తొలగిపోలేదు. కానీ, ఏదో ఒక విచిత్రమైన వెలుతురు వ్యాపిస్తున్నది. అది పైన నక్షత్రాల నుంచి వస్తున్నదో, నిర్మలాకాశం నుంచి వస్తున్నదో తెలియడం లేదు.

కరెంటు కోత మూలంగా వీధి లైట్లు మాత్రం ఇప్పుడు అస్సలు వెలగడం లేదు. కానీ, చిత్రమేమిటంటే వీధి లైట్లన్నీ విరామం లేకుండా పగలల్లా వెలుగుతూనే ఉంటాయి.

తాతిగాడు ఈలవేసుకుంటూ లాగూ తొడుక్కున్నాడు. తర్వాత అతి సుతిమెత్తగా, ఆప్యాయంగా చొక్కా అందుకుని మడతలు విప్పి తొడుక్కున్నాడు. కొంచెం వదులు అయితే అయింది కానీ, అద్భుతంగా ఉంది. మెత్తగానూ, మృదువుగానూ ఉంది. అసలు వదులుగా ఉండేచొక్కాలే ఈనాటి ఫ్యాషన్, తాను స్కూలు, కాలేజీ పిల్లలను చూస్తూ ఉంటాడు కదా!

అద్దం ముందు నిలబడి పక్కా మూడు నాలుగు నిమిషాల సేపు తల దువ్వుకున్నాడు. పౌడరు తీసి ముఖానికి పులుముకున్నాడు. మొహం అటూ ఇటూ తిప్పి అన్ని కోణాల నుంచీ చూసుకున్నాడు. తన మొహం తనకే ముద్దొచ్చింది.

తర్వాత బయలుదేరి సగం అరిగిన హవాయి చెప్పులు తొడుక్కుని ముందు గది తలుపు తాళం వేసి ఇవతలకి వచ్చాడు.

రెండు నిమిషాలు నడిస్తే ఆంజనేయస్వామి వారి దేవాలయం చిన్నదే కానీ, అక్కడ మహా రష్... ఆ దేవుడికి ఎక్కడలేని డిమాండ్... నగరంలో ఎవరే వాహనం కొన్నా ముందు పూజాదికాలకు అక్కడికి రావలసిందే. ఏ సినిమా రిలీజయినా ఆనాడు ముందు అక్కడ డబ్బాలకు ఆ దేవుడి సన్నిధిలో పూజలు జరగవలసిందే. అయితే చిత్రం! ఆ గుడికి కింద ఆరోడ్డు మీదనే మరో సత్యనారాయణ స్వామివారి దేవాలయం ఉంది. అదేమిటోగాని అక్కడ ఏ హడావిడీ ఉండదు. ఇక్కడి పూజారులు నవనవలాడుతూ, ధనం వాసన కొడుతూ, కొత్త అయిదువందల రూపాయల నోట్ల కట్టలలాగుంటే, అక్కడి పూజారి ఒక్కడే పాపం – పాతపట్టుబట్ట కుట్టుకుని దీనంగా భక్తుల కోసం ఎదరు చూస్తూ ఉంటాడు – పాత రెండురూపాయల నోటుకు మల్లే.

ఇక్కడ ఆ వేళకే పూజారుల హడావిడి మొదలయింది. లోపల మైకు ధ్వనులు వినిపిస్తున్నాయి.

చలిగాలి విసురుగా వీస్తున్నది. తాతిగాడు లాగూ జేబుల్లో చేతులుంచుకుని సన్నగా వణుకుతూ కాలు ఎత్తెత్తి వేస్తూ నడిచాడు.

ఇక్కడ రోడ్డు రెండుగా చీలుతున్నది. తాను నేరుగా వెళ్ళాలి. తాతిగాడు అకస్మాత్తుగా ఆగిపోయాడు. చూపులు ఎక్కడో నిలిచిపోయాయి. ఒక్కసారి చుట్టూ చూశాడు. పాల వ్యానూ ఇంకా రాలేదు. ఒకటీ అరా రిక్షాలు మాత్రం ఇటూ అటూ వెళ్ళాయి. ఒకరిద్దరు దూరదూరంగా ఎవరి దారిన వాళ్ళు వెళ్లారు. కానీ, తాను చూస్తున్నది వాళ్ళు గమనించలేదు.

తాతిగాడు కొయ్యబారిపోయి నిలబడిపోయాడు.

రెండు రోడ్ల మూల ఒక విగ్రహం... ఎత్తుగా... ఒక జాతీయ నాయకుడిది ఉంది. అది ఒక మూలగా ఎవరికీ పట్టనట్టు ఉంటుంది. ఏ జయంతికో, వర్ధంతికో మాత్రం అక్కడ రంగురంగుల కాగితపు తోరణాలు కట్టి హడావిడి చేసి, కాసిని దండలు వేసి, మైకులు కట్టి, ఉపన్యాసాలు దంచి గొడవ చేసి పోతుంటారు. ఆ తంతు పూర్తి అయ్యాక మళ్ళీ మామూలే. మామూలు సమయాల్లో దానివైపు చూసే నాథుడే ఉండడు.

ఇవాళ...! ఇప్పుడు! ఆ విగ్రహం మెడలో ఒక చెప్పుల దండ ఉంది. మసక వెలుతరులో తాతిగాడికి అది కనిపిస్తూనే ఉంది.

తాతిగాడు ఒక్క క్షణం ఆలోచించాడు. ఇలాంటిదెప్పుడో ఎక్కడో జరిగింది. ఆ తర్వాత అంత బీభత్సమూ జరిగింది. ఆ కూడని పని ఏ చిలిపివాళ్లో లేక ఏ అతి తెలివి కలవాళ్ళో చేసి ఉండవచ్చు. కానీ, కాస్సేపాగి వెలుతురు వచ్చాక జనం కళ్ళలో పడకపోదు. అప్పుడు దురంతాలు జరిగిపోతాయి. అల్లర్లూ, కేకలూ, రెచ్చిపోవడాలు, బస్సులమీద దాడులు, దహనాలు, పోలీసులూ, లాఠీచార్జీలూ, ఇంకా బహుశా ఫైరింగులూ, షామియానాలు, నిరసన దీక్షలు, రిలే నిరశన దీక్షలు బందులూ - ఇంకా అంతా భయంకరంగా తయారై చుట్టుపక్కల జన జీవితం అస్తవ్యస్తమైపోతుంది.

తాతిగాడు ఇక ఎక్కువ ఆలోచించలేదు. మెరుపులా కదిలి వెళ్ళి ఆ విగ్రహం ఉన్న దిమ్మ మీదికి ఎగిరి విగ్రహం మెడలో ఉన్న ఆ పాపిష్టి చెప్పుల దండను తీసి అవతల పారేద్దామని ప్రయత్నించాడు.

అయితే, అది ఒకటి రెండు ప్రయత్నాలలో రాలేదు సరికదా, విగ్రహం మెడలో బిగిసి తగులుకుని ఉండిపోయింది.

తాతిగాడు వెనుదిరగదలచలేదు. ఒక కాలు విగ్రహం చేతిమీద ఉంచి, మరో కాలు మరోచేతి మీద ఉంచి పైకిలేచి విగ్రహం మీదికి పాకుతూ పోయాడు.

అంతలో...

కింది నుంచి భీకరంగా కేక వినిపించింది.

'ఎవడ్రా అది? ఏం చేస్తున్నావక్కడ?'

తాతిగాడు అది విని కిందికి చూసి, 'ఇది తీసి పారేస్తున్నా' అన్నాడు. ఆ మాట కిందివాడికి వినిపించలేదు.

'అరె! దొంగనాకొడకా! ఏం పనిరా అది? దిగు దిగు ముందు' ఆ అరుపులు చుట్టుపక్కల ప్రతిధ్వనించాయి అప్పుడు.

పాల వ్యాను వచ్చి ఆగింది. అప్పటికప్పుడు క్షణాల వ్యవధిలో పదిమంది దాకా పోగైనారు.

'ఏమిటి? ఏమిటి?'

'వాడు చూడండి వాడు చేసే పని చూడండి. అదేం బుద్ధిరా నీకు? వెధవా దిగు...' మరో పదిమంది... ఇంకా పదిమంది... క్షణాలలో యాభైమంది దాకా పోగై పెద్ద గుంపు తయారయింది. అందరూ అరుస్తున్నారు. ఎవరూ ఎవరినీ వినిపించుకోవడం లేదు.

పైన తాతిగాడు నిలువుగా వణికిపోతున్నాడు. లోగొంతుకతో 'నేను దీన్ని తీసి పారేస్తున్నాను!' అంటున్నాడు. వాడి గొంతు వాడికే వినబడటం లేదు.

ఎవరో ప్రబుద్ధులు పైకి ఎక్కి వాణ్ణి కిందికి తోశారు.

వాడు జనం మధ్యలో పడ్డాడు.

వాడు 'బాబో... నేనే పాపం ఎరుగనని' మొత్తుకుంటున్నాడు.

దణ్ణాలు పెడుతున్నాడు.

'వీడికి పుట్టిన బుద్ధి కాదు ఇది.'

'ఎవరో దుర్మార్గులు చేయించి ఉంటారు! మరి నాలుగు తగలనివ్వండి! పొగరణుగుతుంది.

వారు తాతిగాణ్ణి తోశారు. తొక్కారు. దొర్లించారు. చొక్కా పట్టుకుని గుంజి మొహాన గుద్దులు కురిపించారు. అంతలో పోలీసులు వచ్చారు. లాఠీలు తిప్పుతూ జనాన్ని తొలగించి, తాతిగాణ్ణి లేవదీసుకుని జీపులో వేసుకుని తీసుకుపోయారు.

ఆ తర్వాత అక్కడ చేరిన వారు తమలో తాము మంతనాలు జరుపుకున్నారు. ఆ చెప్పుల దండను దూరంగా విసిరేశారు. చందాలు వేసుకుని పాలు పోయించుకుని ఆ విగ్రహానికి క్షీరాభిషేకం జరిపించారు. షామియానాలు వేసి, మైకులు బిగించి ఉద్రేకంతో ఊగిపోతూ ఉపన్యాసాలిచ్చారు. ఊళ్ళో ఉన్నచిన్నా చితక రాజకీయ నాయకులందరూ పోటాపోటీగా వచ్చి సందేశాలిచ్చి వెళ్ళారు.

మధ్యాహ్నానికి అంతా సద్దు మణిగింది.

పోలీస్ స్టేషన్‌లో ఎస్.ఐ. ఎదురుగా నేలమీద కూర్చుని ఉన్నాడు తాతిగాడు.

ఎస్సయ్ వాడి గాథ అంతా విని నిశ్శబ్దంగా ఉండిపోయాడు. టీ తెప్పించి తాను తాగుతూ వాడికీ ఇప్పించాడు.

"నేను చూసుకుంటాలే. భయపడకు" అని ధైర్యం చెప్పాడు.

తాతిగాడు టీ తాగి కప్పు దూరంగా నేలమీద ఉంచి చొక్కా వంక చూసుకున్నాడు.

అది నిలువుగానూ, అడ్డంగానూ, అడ్డదిడ్డంగానూ చిరిగి చీలికలు పీలికలై ఘోరంగా ఉంది.

వాడి కళ్ళలో నీళ్ళుబికి వచ్చాయి.

శిశిరవేళ

'వాన వొచ్చేట్టుంది. ఎక్కడికి ఇప్పుడు?' అంటున్నది వెనక నుంచి కోడలు.

'ఊరికే... అట్లా నాలుగడుగులు వేసివద్దామనీ...!' అంటున్నాను.

'గొడుగయినా తీసుకువెళ్లండి...'

నేను వెనుదిరిగి లోపలికి వెళ్లి గొడుగు తీసుకుని బైటికి వచ్చాను.

వీధిలోకి వచ్చి పైకి చూస్తే ఆకాశంలో మబ్బుతునక అయినా లేదు. 'పోనీలెమ్మ'ని చేతిలో గొడుగు ఊపుకుంటూ నడుస్తున్నాను. ఎదురింటివారి అమ్మాయి-అమ్మణ్ణి ఎదురై నవ్వుతూ 'తాతగారూ! గొడుగెందుకండీ చేతిలో...?' అన్నది.

'తాతగారూ' అన్న పిలుపుకు నాకు వొళ్లు మండింది.

'తోవలో వానవొస్తే... మనవరాలా! ఏం చెయ్యాలి?' అన్నాను.

'వానా రాదు. పాడూరాదు... తాతగారిదంతా చాదస్తం!' అన్నది మరింతగా నవ్వుతూ.

'సరే. దీన్ని తీసుకుపోయి మా ఇంట్లో పడెయ్యి. నీ మాట కాదనడమెందుకు?' అంటూ గొడగు ఆ పిల్లకు ఇచ్చాను. దాన్ని అందుకుని అమ్మణ్ణి వెళ్లిపోయింది. నేను ముందుకు నడిచాను. వీధి మొదట రోడ్డు అంతా దాదాపు నిర్జనంగా ఉంది. సెలవులు కావడంవల్ల అక్కడ కుర్రకుంకలు చేరి ఉధృతంగా క్రికెట్ ఆడుతున్నారు. నేనక్కడ నిలబడి చూస్తున్నాను. అందులో బౌలింగ్ చేస్తున్న కుర్రవాడు నావంక చూసి అనవసరంగా నవ్వుతూ 'వేస్తారా?' అని అడిగాడు. నేను హుషారుగా ముందడుగు వేసి 'ఇవ్వు... వేస్తాను' అని సిద్ధపడ్డాను. వాడు బంతి అందించాడు. నేను చొక్కా చేతులు పైకి మడిచి వెనక్కు పది అడుగులు నడిచి బంతి వేసేందుకు సిద్ధపడ్డాను.

బ్యాటింగ్ చేస్తున్నవాడు నిర్లక్ష్యంగా నిలబడి ఉన్నాడు. నేను వేగంగా పరుగెత్తి బంతి విసిరాను. అంతలో అంతటా నవ్వులు... బంతి ఎటో పోయింది. కాని నా భుజం కలుక్కుమని విపరీతమైన నొప్పి పుట్టింది. పక్కన కూలబడి నాకు నేను సపర్య చేసుకుంటే రెండు నిముషాల తర్వాత ఫరవాలేదనిపించింది. వాళ్ళు నా బాధను ఈషణ్మాత్రమూ పట్టించుకోకుండా తమ ఆట కొనసాగించారు.

నేను నీరసంగా లేచి నడిచాను.

'అరవై దాటిన తర్వాత బ్రతకడమే తప్పు' అనుకున్నాను. అందరూ అనవసరంగా 'తాతగారూ, తాతగారూ' అంటారు. అది మొదటి బాధ. ఏమి మాట్లాడినా 'చాదస్తం' అంటారు. ఒకే విషయం వాళ్లకు అర్థం కాలేదేమోనని రెండుసార్లు చెబితే 'సుత్తికొట్టాడు' అంటారు. పాత విషయాలేవైనా గుర్తు చేయబోతే 'చెప్పొచ్చావులే మహా... అంతా పాత సొద' అంటారు. ఏదైనా మాట వినబడక 'ఏమిటీ మళ్లీ చెప్పు' అన్నట్టు చూశామా, 'చెవిటిమేళం' అంటారు. పాతకాలపు ఆణిముత్యం వంటి సినిమా పేరు ఏదైనా ఎత్తితే 'బోరు బోరు' అంటారు. త్వరగా నాలుగడుగులు వేయబోతే 'నెమ్మది... నెమ్మది ఏమిటా పరుగు?' అంటారు. నెమ్మదిగా నీరసంగా నడిస్తే 'ఇలా నత్తనడకలు నడిస్తే అయినట్టే' అనీ అంటారు. బట్టతలే అనుకోండి... చివర మిగిలిననాలుగు పరకలూ చిరాకు పుడితే దువ్వుకుందామని దువ్వెన తీస్తే 'ముసిలాడి షోకులు చూడరా' అన్నట్టు కళ్ళతోనే సైగలు చేసుకుంటారు. ఇదంతా పెద్ద వ్యథ.

ఒకప్పుడు నేనూ వయసులో వుండగా ఇప్పటివారి కంటె స్పీడుగానే ఉండేవాణ్ణి. నేనెక్కడి కయినా వెళ్లవలసివస్తే మా అమ్మ నాకు సవాలక్ష జాగ్రత్తలు చెప్పి పంపేది. 'ఎవరితోనూ అనవసరంగా తగాదా పెట్టుకోకు. ఎవరైనా ఏమైనా అంటే కూడా పట్టించుకోకు. తల వొంచుకో. రైల్లో వెళ్తున్నావు. ప్రతి స్టేషనులోనూ దిగి ప్లాట్‌ఫారం మీద షికార్లు కొట్టి కదిలే రైల్లో, ఎక్కడం గొప్ప అనుకోకు. నీళ్లలో దిగకు. ఎక్కడ నీళ్లు ఎంత లోతుంటాయో ఎవరికీ తెలియదు. నీళ్లలో ఏ జలగలు, పురుగులు ఉంటాయో కూడా ఎవరికీ తెలియదు. అందుకే నీళ్లలో ఎప్పుడూ దిగవద్దు...' అంటూ గోలపెట్టేది. ఎప్పుడయినా ఎదరు మాటాడితే 'చెప్పింది వినరా బడుద్ధాయి...' అనేది. బడుద్ధాయి అంటే అర్థం ఏమిటో అప్పుడు నాకు తెలియలేదు. ఇప్పటికీ తెలియదు. నేనెప్పుడూ ఆమె చెప్పిన జాగ్రత్తలు పాటించనేలేదు. అయితే నీళ్ల

విషయంలో మాత్రం ఆమె చెప్పిన మాటలు పాటించవలసి వచ్చింది. ఇప్పటికీ నాకు నీళ్లను చూసినా, ప్రవాహాన్ని చూసినా అమిత భయం. మరీ చిన్నప్పటినుంచీ ఆ నీటి భయం అట్లా మనసులో గూడుకట్టుకుని ఉండిపోయింది. దానికి కారణం ఉంది. దాన్ని ఎప్పటికీ మరిచిపోనూ లేను. ఎప్పటిదో ఊహ పూర్తిగా తెలియని నాటి దృశ్యం. నా కళ్లముందే నా ఈడు కుర్రవాడు నా నేస్తం - ఉధృతంగా ప్రవహిస్తున్న కాలువలోపడి నీళ్లలోపలి ఏదో అదృశ్య భయంకర జలరాక్షసి ఈడ్చుకు పోతున్నట్టు చేతులెత్తి కేకలు పెడుతూ కొట్టుకుపోయాడు. ఆ భీకర దృశ్యం నా మనసులో అచ్చుపడి పోయింది. ఇప్పటికీ నీటిప్రవాహం అంటే నా కళ్లు తిరుగుతాయి.

ఇల్లొక జైలు... చిన్నాపెద్దా ఎవరూ నాతో ఎక్కువగా మాట్లాడరు. నేనేదైనా మాట్లాడితే - ఒకటి అంటే తక్కువ - రెండంటే ఎక్కువ. నన్ను ఏ విషయంలోనూ ఎవరూ సంప్రదించరు. అప్పుడప్పుడు విసుక్కుంటూ 'నీకెందుకీ విషయాలన్నీ, ఒక మూలపడి ఉండక' అని దులిపేస్తారు కూడా. 'కాస్త పచ్చడివెయ్యి, నంజుకుంటాను' అంటానా? 'తినండి. ఉప్పులూ, కారాలు. నాకేం? బాధ పడేది మీరు...' అంటుంది కోడలు. నిజానికి ఆమెకు నా ఆరోగ్యం ప్రధానమని నేననుకోను. నన్ను మాటలతో బాధ పెట్టడం ఆమె నైజం. కొడుకు వెధవ కూడా ఆమెనే సమర్థిస్తాడు. 'ఏం? కారం తగ్గితే ముద్ద దిగదా?' అంటాడు. 'కాఫీ చేదు... కాస్త పంచదార వెయ్యి' అంటానా? ఇక చచ్చానే. క్లాసు పీకుతారు అందరూ చేరి. పీకి పాకాన పెడతారు.

అందుకే నేనొక చిట్కా కనిపెట్టాను. ఎవరికీ తెలియనిది కాదనుకోండి.

సాయంవేళ... 'అట్లా నాలుగడుగులు వేసి వొస్తాను. కాస్సేపయినా నడవకపోతే బి.పి., సుగరు కంట్రోలు కావు' అని చెప్పి బయలుదేరడం... సిటీ బస్సెక్కి వన్టవున్లో దిగడం... అక్కడి పాత కాలపు చిన్న హోటల్లో ఒక మూలగా సెటిల్ కావడం... ముందు ఒక స్వీటు... ఆ తర్వాత మస్తుగా జీలకర్ర, అల్లం, మిర్చితో ఒక పెసరట్టు లాగించడం... పుష్కలంగా చక్కెర వేయించుకుని కాఫీ తాగడం... తర్వాత ఏమీ ఎరగనట్టు ఇంటికి చేరుకోవడం... దీన్తో ప్రాణానికి హాయిగా ఉంటున్నది. గొప్ప థ్రిల్గా కూడా ఉంటున్నది.

ఇవాళ గొడుగు ఆ పిల్లచేతికి ఇచ్చి బయలుదేరానా? చేతులూపుకుంటూ బస్టాపు దగ్గరికి వచ్చే సరికి బస్సు కంటె ముందు ఆకాశంలో దండయాత్రకు సిద్ధమైనట్టు గర్జిస్తూ భీకరంగా మేఘాలు గుమికూడాయి.

బస్సులో ఎక్కగానే ఒక అపరత్యాగరాజు 'తాతగారూ. కూర్చోండి' అని తాను లేచి నాకు సీటు ఆఫరు చేశాడు. వాడివంక కృతజ్ఞతాపూర్వకంగా కాకుండా గుడ్లురిమి కోపంగా చూస్తూ కూర్చున్నాను. అప్పుడే జల్లు మొదలయింది. వన్టవున్లో బస్సు దిగక తప్పదు కదా! నిలువెల్ల తడవకనూ తప్పలేదు. హోటల్లో నిలువెల్ల నీళ్లు కారుతూ ఒక మూల కూలబడ్డాను. ఆ అల్లరి పిల్ల చెబితే మటుకు నా బుద్ధి ఏమయింది? గొడుగు ఎందుకు ఇచ్చేయాలి? అదేమి బరువైన వస్తువా? ఉంచుకుంటే పోయేది. ఒక స్వీటు ఆర్డరిచ్చి ఎదురుచూస్తూ కూర్చున్నాను. స్వీటు రాగానే ఆ ప్లేటు ముందుకు లాక్కోబోతూ ఉండగా మబ్బులేని పిడుగొకటి పడ్డట్టయింది. 'నాన్నా! ఎందుకిలా వొచ్చావు? ఇక్కడేం పని పడింది నీకు?' అంటూ మావాడు తన సహోద్యోగుల గుంపుతో వచ్చిపడ్డాడు. 'నువ్వెందుకు ఈ టైములో ఆఫీసు నుంచి వొచ్చావు...?' అని నేను ఎదురు ప్రశ్న వేశాను. ఆ గుంపులో ఒక బడుద్దాయిగాడి పుట్టిన రోజట నా ఖర్మ కాలి. స్వీటు చేతికందేంత దూరంలో నోరూరిస్తున్నది. కాని ఏం లాభం? పెద్దగా 'సర్వర్! ఒక కాఫీ సుగర్‌లెస్' అని అరిచాను. ఆ పుట్టినరోజు పార్టీ మొదలు కానేలేదు. ఎప్పటికి పూర్తవుతుందో మనసు విరిగిపోయింది. నిట్టూర్చి లేచాను. విసవిసనడిచి ఇవతలికి వచ్చాను.

'జీవితం ఇంతే...' అని నన్ను నేను తిట్టుకుంటూ బైటికి వచ్చి నడవడం మొదలుపెట్టాను. మాటిమాటికీ 'ఈ జీవితం ఇంతే' అని అష్టోత్తరశతం లాగా మనసులో అనుకున్నాను. మళ్ళీ బస్సెక్కి ఇంటి ముందుకు వచ్చి ఆగాను. ఎదురింటి అమ్మడు – అమ్మణ్ణి తను అరుగుమీద హాయిగా కూర్చుని ఉండి ఏదో స్వీటు కాబోలు తింటూ నవ్వుతూ 'వానలో బాగా తడిసినట్టున్నారే తాతగారు...' అన్నది. నాకు వొళ్లు మండింది. 'తడిశారా?' అన్నందుకు కాదు. మళ్లీ 'తాతగారూ' అన్నందుకు.

విద్య-వైద్యం

“ఏమన్నాడయ్యా హెడ్ గుమాస్తా?... అని పరాంకుశం పలుకరించాడు ఇసాక్‌ను.

“పోనీ, చూద్దాం అన్నాడు” అని చెప్పాడు ఇసాక్.

‘అంటే ఏమని, పోయాక చూద్దామనేగా?’ అంటూ నవ్వాడు పరాంకుశం. ఇసాక్‌కు కూడా నవ్వు వచ్చింది కాని అదేం నవ్వే సందర్భంకాదు.

అయిదు నిమిషాల క్రిందట ఇసాక్ స్కూలు ఆఫీసు గదిలోకి వెళ్ళి హెడ్ గుమస్తాకు నమస్కారం చేసి ఎంతో అణకువగా తన తండ్రి పరిస్థితి బొత్తిగా బాగులేదనీ రోజు రోజుకూ ఆరోగ్యం క్షీణిస్తూ వచ్చి ఇప్పుడు బాగా ఆందోళనకరంగా మారిందనీ, వీధి చివరి వైద్యుడు అప్పుడే పెదవి విరిచి పెద్దాసుపత్రికి తీసుకువెళ్ళితే మంచిదని చెప్పాడనీ విన్నవించుకున్నాడు. హెడ్ గుమాస్తా అంతావిని “అయితే నన్నేం చెయ్యమంటావు?” అని అడిగాడు. “డబ్బుసార్... కొంచెం డబ్బు కావాలి?” అన్నాడు ఇసాక్, ఆయన అప్పుడు చిత్రంగా అన్నమాట –‘ పోనియ్. చూద్దాంలే’ అని.

పైన ఎత్తుగా గుబురుగా దట్టంగా పెరిగిన నిద్రగన్నేరు చెట్టు ఆకులు ముడుచుకుని అప్పుడే నిద్రకు ఉపక్రమించినట్లున్నది. ఆ చెట్టు ఇరవై ఏళ్ళనాటిది. ఆ స్కూలు మొదలు పెట్టిన మొదటి సంవత్సరం నుంచీ ఆ స్కూలువలెనే దినదినాభివృద్ధి చెంది శాఖోపశాఖలుగా విస్తరించి నేటికి ఇలా మహోన్నతంగా ఉంది. అప్పటి నుంచీ ఇసాక్ ఆ స్కూలు బస్సు డ్రయివరుగా పని చేస్తూనే ఉన్నాడు. ఇరవై ఏళ్ల ప్రాయంలో ఆ బస్సు చక్రం పట్టి, నడివయస్సు దాటినా ఇంకా ఆ పనిలోనే ఉన్నాడు. ఆ స్కూలు పెరిగింది. భవనాలు పెరిగాయి. విద్యార్థుల సంఖ్య పెరిగింది. ఆదాయాలు

లక్షలు, కోట్లలో పెరిగిపోయాయి. విద్యార్థుల కోసం మరి రెండు బస్సులు వచ్చాయి. అవి నగరంలో అన్ని మూలలకూ తిరుగుతూ ఉంటాయి.

ఎదురుగా మాయామహల్ లాంటి అద్భుతమైన కట్టడం. లెక్కలేనని గదులు... వేల సంఖ్యలో విద్యార్థులు.

ఇంక కొద్ది సేపటిలో విద్యార్థులు– చిన్నా పెద్ద అందరూ– బిలబిలమంటూ బయటికి వస్తారు. పూల బంతుల్లాగా, గాలి బుడగల్లాగా, గలగలలాడుతూ... పరుగులు పెడుతూ... కొందరు పిల్లల తల్లిదండ్రులు గేటు బయట ఉంటారు. ఈ సమయంలో – పదుల సంఖ్యలో ఖరీదైన స్వదేశీ విదేశీ కారులు... కొన్ని ఆటోలు... మరికొన్ని రిక్షాలు...

ఇసాక్ పచ్చికలో కూలబడి ఉన్నాడు. మనసులో దృశ్యాలు... ముందు తమ ఇల్లు... పెద్ద ఇంటిలో చివరి రెండు గదుల భాగం... ముందు గదిలో కిటికీ పక్కన మంచంలో తండ్రి... ఎవరెప్పుడు ఏమని పలకరించినా అన్నిటికీ సమాధానంగా దగ్గుతూ 'అల్లా పిలుపుకోసం ఎదురుచూస్తున్నాను' అంటూ ఉంటాడు. బంగ్లాదేశ్ యుద్ధంలో అబ్దుల్ హమీద్‌కు పరమవీరచక్ర మిగిలితే, ఇతనికి ఒక కాలు పూర్తిగాపోయి అవిటివాడై మిగిలిపోయాడు. ఇప్పుడిక చివరి దశ చివరి రోజులు కూడా గడిచి చివరకు గంటలు మిగిలినట్టున్నాయి.

ఇసాక్ చేతివ్రేళ్లు విరుచుకుని పండిన గడ్డం నిమురుకున్నాడు. కొన్ని చిన్న క్లాసులు వొదిలారు. పరాంకుశం బస్సు పిల్లలకోడిలా కదిలి వెళ్ళిపోయింది. కొన్ని కార్లు కూడా కదిలిపోయాయి.

ఇసాక్ తన మొదటి కొడుకు పుట్టగానే ఎన్నో కలలు కన్నాడు. వాణ్ణి బాగా చదివించి పెద్ద ఉద్యోగస్తుడిగానో ఆఫీసరుగానో చెయ్యాలని ఎంతో అనుకున్నాడు. హబీబ్ మంచివాడు నెమ్మదస్తుడు. ఏళ్లు గడిచేకొద్దీ తండ్రిని గురించి, తమ ఆర్థిక స్థాయిని గురించీ ముందే అర్థం చేసుకున్నాడు. చదువు చాలా ఖరీదైనదనీ, తమకు అందరానిదనీ తేల్చుకుని వయసురాగానే పెద్దల నాశ్రయించి నగర కబేళాలో స్థిరపడిపోయాడు. ఉన్నంతలో తృప్తిపడటం నేర్చుకుని తనకు తగిన పిల్లను పెళ్ళాడి విడిగా ఉంటున్నాడు. రెండో వాడు అన్వర్. వీడు బొత్తిగా లాభం లేదు. బుద్ధిమంతుడే

గాని చదువు అబ్బలేదు. పైగా వేలు వేలు ధారపోసి అందమైన చదువును 'కొనే' తాహతులేకపోయె. వీధి చివరి చవక బడులలో కొంతమేర చదివి విరక్తుడై ఒక స్కూటర్ మెకానిక్ దగ్గర కుదురుకున్నాడు. వాడికి అందులో ఆనందం లభించింది. చిన్న చిన్న తప్పులకే కాక తప్పు చేయక పోయినప్పటికి మెకానిక్ స్కూటర్ చెయిన్లూ, సైకిల్ ట్యూబులూ పెట్టి చావగొట్టేవాడు. మొదట్లో తన కొడుకును కొడతాడా అని ఇసాక్ కోపం తెచ్చుకునేవాడు. కాని కొడుకు అంతంత దెబ్బలు తింటూ కూడా కిమ్మనకుండా సహిస్తూ సర్దుకుపోవడం చూసి ఆశ్చర్యపోయేవాడు. అప్పుడప్పుడు "ఏరా? వాడు చచ్చేట్టు కొడుతూ వుంటే ఎందుకక్కడ చాకిరీ చెయ్యడం?" అని అడిగితే వాడు ఆరిందాలాగా నవ్వి "అట్టా అయితే తప్ప పని చేతకాదయ్యా" అనేవాడు. వాడిప్పుడు ఆ మెకానిక్ దగ్గర అసిస్టెంట్ స్థాయికి ఎదిగిపోయాడు. మరి కొన్నాళ్ళలో కొందరు స్కూటరు యజమానులను మంచి చేసుకుని మరోచోట స్వతంత్రంగా చిన్న షెడ్డు ప్రారంభించే స్థాయికి చేరుకున్నాడు. పరాంకుశం అప్పుడప్పుడు "మీవాడు దెబ్బలు తింటున్నాడని బాధ పడేవాడివి. ఇప్పుడు చూడు. వాడు తన కింద మరి కొందరు పిల్లలను పెట్టుకుని వాళ్లను కొట్టడం మొదలుపెడతాడు" అంటూ ఉంటాడు.

ఇసాక్ మళ్ళీ చేతివ్రేళ్ళు విరుచుకుని ఆవులించాడు. వచ్చేటప్పుడు పోయేటప్పుడు తన బస్సు నిండా పిల్లలుంటారు. ఆడపిల్లలూ, మగపిల్లలూ, పూలబంతుల్లాగా... కలకలలాడుతూ... వాళ్ళే, ముందుతరం దేశ పాలకులు అధికారగణమూ... అందరూ ఎక్కడి వారక్కడ దిగిపోయాక ఆ కాళీ బస్సు శూన్యంగా అసహ్యంగా ఉంటుంది. ప్రాణంలేని ఎముకలగూడులాగా... దాన్ని షెడ్‌లో పెట్టి తన సైకిల్ మీద ఆ మూడు నాలుగు కిలోమీటర్లు జనారణ్యం వంటి సిటీ వీధుల్లో ఇంటికి చేరుకుంటాడు.

ఇవాళ ఉదయం బస్సు బయటికి తీస్తుండగా స్కూలు గేటు దగ్గర అందాల ఉడుత ఒకటి అడ్డంగా పరుగెత్తుకు వచ్చింది. దాన్ని తప్పిద్దామని ఎంత ప్రయత్నించినా తనకు సాధ్యం కాలేదు. వెనక చక్రం క్రింద పడి క్షణంలో అణిగిపోయింది. బస్సు ఆపి దిగి వెళ్ళి చూశాడు. ఘోరమనిపించింది. కళ్లనీళ్లు తిరిగాయి. మహాపాపం చేసినట్టని పించింది. పరాంకుశం మాత్రం అదివిని నవ్వి 'సదేలే... ఈ మాత్రం దానికే డీలాపడితే మనం బతికినట్టే... మనుషులే లెక్కలేకుండా పోతున్నారు. కొంపలేమీ మునిగిపోవడంలేదు, పదపద' అన్నాడు.

ఇసాక్ మనసేమి బాగులేదిప్పుడు. లోలోపల ఏదో తెలియరాని అలజడి... ఉదయం నాలుగు మెతుకులు తిని టిఫిన్‌బాక్సు ఉన్న సంచి భుజానికి తగిలించుకుని బయలుదేరుతుండగా భార్య వెనకనుంచి 'అయ్యా పిలుస్తున్నారు' అన్నది. ఇసాక్ ముందు గదిలోకి వెళ్ళాడు. కిటికీ పక్క మంచంలో తండ్రి పచ్చగా పండులాగా... ముఖంలో కొడుకును చూడగానే రవ్వంత ఆనందం... అంతలో కన్నీటిపొర... ఇసాక్ తండ్రి పక్కన కూర్చున్నాడు. ఏమీ మాట్లాడలేదు. చెయ్యి తండ్రి భుజంమీద వేశాడంతే. ఇద్దరి మధ్యా మాటలు లేవు. కాని ఒకరి కళ్లలోనుంచి మరొకరి కళ్లలోకి ఎడతెగని భావ స్రవంతి. ఎంతో ఆప్యాయత ఒలికే నిశ్శబ్ద సంభాషణలు... కొన్ని క్షణాలాగి పెద్దాయన కదిలి నత తలక్రింద ఉన్న దిండు క్రింద చిన్న పెట్టె చూపించాడు కొడుక్కీ కోడలికీ.. ఆ తర్వాత విశ్రాంతి కోరినవాడిలా కళ్ళు మూసుకున్నాడు. ఆయనది పెద్ద వయసేమీ కాదు. అరవైకి కొంచెం అటూఇటూ. మంచి వైద్యం చేయిస్తే పదేళ్ళు చక్కగానే బ్రతకగలడు. కాని అంత ఖరీదైన వైద్యం తమకు ఎలా సాధ్యం? సంవత్సరం క్రిందట ఒక ఖరీదైన ఆసుపత్రికి తీసుకువెళితే ఆ ఒక్కసారికే చెమటలు పోశాయి. డాక్టర్లు రకరకాల పరీక్షలు అవసరమైనవీ అనవసరమైనవీ కూడా-చేసి పెద్ద మొత్తం వసూలుచేసివైద్యం ఎంత ఖరీదవుతుందో కూడా చెప్పారు. ముసలాయన ససేమిరా ఒప్పుకోలేదు. పోతేపోతానన్నాడు. తనకోసం అప్పులు చేసి భంగపడవద్దన్నాడు. మంచానపడ్డాడు. ఇప్పుడిక జరగబోయేదానికి సిద్ధపడటం తప్ప చేసేదేమీ లేదు. కొడుకులు చదువుకుని పెద్దవాళ్ళు కావాలనుకున్నాడు ఇసాక్. వేలకు వేలు ధారపోస్తే తప్ప ఆ చదువులు రావని తెలిసి బుద్ధిమంతుల్లాగా వారిద్దరూ జీవితంలో సర్దుకుపోయారు. తండ్రి ఆరోగ్యం కూడా అంతే... వేలకు వేలు ధారపోస్తే తప్ప అదీ కుదరదు. ఆయన కూడా బుద్ధిమంతుడి వలె మంచంలో సర్దుకుపోయాడు.

ఇసాక్ ఇప్పుడు బస్సును షెడ్‌లో ఉంచి తన సైకిలు తీసుకుని ఇంటిముఖం పట్టాడు. నగరంలో ఏమూలనో ఏదో గొడవ అయినట్టున్నది. జనం వీధులలో పలుచగా ఉన్నారు. ఆ ప్రాంతంలో దుకాణాలు కొన్ని మూతపడి ఉన్నాయి. వీధి దీపాలు కొన్ని మాత్రం మందంగా వెలుగుతున్నాయి. వీధులలో వెలుగు చీకట్లు చారికలు చారికలుగా పరుచుకుని ఉన్నాయి. వీధి చివరి ఇల్లు... దూరం నుంచే

ఇసాక్ గుండెలు దడదడ లాడాయి. తమ ఇంటిముందు షామియానా... తండ్రిని చూసి కొడుకులిద్దరూ లేచి ఎదురువచ్చారు. ఇసాక్ భార్య మరికొందరు స్త్రీలు మెట్లమీద కూర్చుని ఉన్నారు నిశ్శబ్దంగా.

ఇసాక్‌కు దుఃఖం పొంగివచ్చింది. సైకిలు గోడక నించి ఒక పక్కన కూలబడ్డాడు.

నిమిషాలు గడిచేకొద్దీ అయినవారూ... తెలిసినవారూ... తెలియనివారు కూడా ఎందరో నిశ్శబ్దంగా చేరుకున్నారక్కడికి...

డబ్బు మొక్క

సన్నని బాల్కనీలో ఒకవైపున ఉంది అది... దాని చివరలు కొంచెం పైపైకి సాగి తెల్లవారుజామున గాలికి సన్నగా కదులుతున్నాయి. ఆ పక్కనే కిటికీలో ఒక పాతకాలపు ఫొటో... అందులో నడివయసు దంపతులు... క్రింద ఏవో వివరాలు అస్పష్టంగా... ఫొటో మధ్యలోనూ చివర కొన్నిచోట్ల పురుగులు చేసిన రంధ్రాలు... చీకట్లు పూర్తిగా విడిపోతూ వెలుగు వచ్చేందుకు ఇంకా వ్యవధి ఉన్నట్లే ఉంది.

చలికి గజగజ వణుకుతూ లోపలినుంచి ఇవతలికి వచ్చి అక్కడ నిరంతరం ఒకచోట నిలకడగా ఉండే పాతకుర్చీలో కూర్చున్నాడు మునుస్వామి. అతడు కూర్చోగానే ఆ కుర్చీ కటకటమని శబ్దం చేసింది. బహుశా నేడో రేపో అది విరిగిపోవడం ఖాయం. ఇక మీదట ఆ కుర్చీలో అజాగ్రత్తగా కూర్చోవడం ప్రమాదకరం. అన్నట్టు ఎప్పటిది ఈ కుర్చీ? అది ఎప్పటిమాట? అర్థ శతాబ్ది నాటి విషయం. బహుశా తమ పాత పల్లెటూరినీ స్వస్థలాన్నీ వదిలి ఎన్నో ఆశలతో దూరపు పట్నంలో ఒక చిన్న ఉద్యోగాన్ని నమ్ముకుని సర్వస్వంతో తరలివచ్చిన నాటి సంగతి. తనతోపాటు అప్పటికే కాటికి కాళ్లు చాచుకుని ఉన్న తల్లీ, తనకంటే మూడేళ్ళు చిన్నవాడు తన తోడబుట్టినవాడు. ఇక్ష్వాకుల కాలంనాటి కొంత సామగ్రి... ఇంతే తన వెంట... వాటిలో ఏదీ మిగిలిలేదు ఇప్పుడు ఈ ప్రాణం లేని కుర్చీ తప్ప.

తల్లి సొంత ఊరును వదిలి వచ్చిన బెంగతోనో పట్నవాసంలో ఉక్కిరిబిక్కిరి కావడం వల్లనో ఒక విచిత్రమైన వ్యాధితో బాధపడి అతి త్వరలోనే కన్నుమూసింది. తమ్ముడు చిత్తచాంచల్యంతో దేశాలు పట్టిపోయాడు. ఏమయ్యాడో తెలియదు.

మునుస్వామి తుండు చెవుల చుట్టూ కప్పుకుంటూ మళ్ళీ దానివంక చూశాడు. ఒక వెడల్పాటి గాజు సీసాలో ఉంది అది. అట్టే పెరగనూ లేదు. అలాగని కుళ్లిపోయి

చచ్చిపోనూ లేదు. చిన్నచిన్న ఆకులు మూడో నాలుగో పండినవి ఎండుతున్నాయి. కొంచెం ఎత్తుకు సాగి ఇక ఎదగకుండా ఆగిపోయింది చాలాకాలం నుంచీ. అయితే అందరి యిళ్లలో అలాకాదు. అతి తొందరగా తీగలు సాగుతూపెరుగుతూ పోయి కిటికీలు గోడలు ఆక్రమించుకుంటూ ఎదుగుతూ పోతుంది. కన్నులపండువుగా పెద్దపెద్ద అందమైన ఆకులతో పచ్చగా అద్భుతంగా ఉంటుంది. తనదే దురదృష్టం. కాలం గడిచినా అది ఎదగనూ లేదు. అలా అని కుళ్లిపోయి చచ్చిపోనూ లేదు. కుళ్లిపోతే ఎండిపోతే విసిరి అవతల పారేయవచ్చు. అలాకాక పెరగనూ పెరగక ఎండిపోనూ పోక అలా ఉంటే దుర్భరం కదూ!

ఇంట్లో ఏమాత్రమూ పెరుగుదల లేని ఒక పిగ్మీ. అంగుష్టమాత్రుడు ఉన్నాడను కోండి, ఆ బాధ వంటిదే ఇదీనూ. తాను ఎంత ఆశతో తెచ్చాడో దీన్ని? అసలు మిత్రులేమన్నారంటే 'అదృష్టరేఖ లేక ధనరేఖ చేతిలో ఉన్నవారి యింట్లోనే పెరుగుతుంది' అన్నారు. ఆ రేఖ లేని దరిద్రుడి ఇంట్లో ఎంత ప్రేమగా ఎరువులు వేసి పెంచినా లాభం లేదనీ అన్నారు. పైగా దాన్ని మరోచోట నుంచి తెచ్చేటప్పుడు ఆ యింటివారికి తెలియకుండా, వారు గమనించకుండా దొంగచాటుగా అతి రహస్యంగా తీసుకురావాలి! అని కూడా అన్నారు. తాను అన్ని జాగ్రత్తలూ తీసుకుని మరీ ఒక మిత్రుడి ఇంటినుంచి తెచ్చాడు దాన్ని. ఆ యింట్లో అది సొగసుగా దట్టంగా కిటికీ అంతా ఆక్రమించుకుని వ్యాపించి ఉంది. వేరుతో సహా తన యింటికి దొంగతనంగా అవసరమైనంత మేరకు తెచ్చుకుని వెడల్పాటి గాజు సీసాలో ఉంచి మంచినీళ్ళు పోసి ఎంతో అపురూపంగా చూసుకున్నాడు. కాని ఏం లాభం? నెలల తరబడి అది అలాగే ఎదుగూ బొదుగూ లేకుండా ఉండిపోయింది.

పక్కనే కిటికీలో పాతకాలపు ఫొటో ఒకటి తనను ఎప్పుడూ మానసిక అశాంతికి గురిచేస్తూ ఉంటుంది. అది తన యింటికి ఎప్పుడు వచ్చిందో తెలియదు. అందులో ఉన్నవారు ఎవరో ఎప్పటివారో ఎక్కడివారో తనకు తెలియనే తెలియదు. క్రింద వివరాలేవో మరీ అస్పష్టంగా ఉన్నాయి. దాన్ని యిల్లు మారినప్పుడల్లా విసిరి అవతల పారేద్దామని అనుకున్నాడు గాని పారేయలేదు. అది కూడా తన సామగ్రితో బాటు తనతోనే ఉంటూ వచ్చింది. ఆ ఫొటోలోని అపరిచితులెవరో అప్పుడప్పుడు మునుస్వామి కలలోకి వచ్చి పరామర్శిస్తూ ఉంటారు కూడా.

ఇంత జీవితం గడిచిపోయింది. ఒక్కొక్కప్పుడు అతనికేమీ తోచదు. అందరూ పోయారు. ఒంటరితనం కాలక్రమేణా అలవాటయినా ఎప్పుడో ఒక బలహీన క్షణంలో విచిత్రమైన దిగులు మనసంతా ఆవరించుకుంటుంది. ఒంటరితనం అగాధ సాగరగర్భం వంటిది. అక్కడ ఏ కదలికా అలజడీ శబ్దమూ ఉండదు. భయంకరమైన నిశ్శబ్దమే ఎల్లవేళలా... అప్పుడప్పుడు ఒక మహాతిమింగలం ఒక మహా ఆక్టోపస్ కదిలిపోయినప్పుడు అంతా కాస్సేపు బీభత్సం... అదీ కొద్దిసేపే... తరువాత మళ్ళీ భీకర నిశ్శబ్దమే.. అప్పుడు మనో యవనిక మీద పాతస్మృతి చిత్రాలు కదులుతాయి. ఏమీ తోచక ఒంటరిగా కూర్చున్నప్పుడు చిన్నప్పటి తమ ఊరు గుర్తుకు వస్తుంది. ఊరంటే మొత్తం నలభై యాభై యిళ్ళు... అన్నీ అంతంత మాత్రపు కొంపలే. అయితే ఆ ఊరి అందమే అందం... ఊరి చుట్టూ పొలాలు. ఊరి మధ్యలో గుడి... గుడి ఎదురుగా కన్నులపండుగ చేస్తూ చెరువు, చెరువు నిండా కలువలు... తామరలు... గాలికి రెపరెపలాడుతూ నీటి ఉపరితలం మీద నిండా పరుచుకుని పచ్చటి ఆకులు... దూరంగా తాటితోపు... చివర ఒకవైపు ఏనాటిదో పెద్ద కుంకుడు చెట్టు... మరో పక్క గంగరావి చెట్టు... వీధిలో వరుసగా నాలుగైదు పున్నాగచెట్లు... చుట్టూ వ్యాపించే పున్నాగపూల మెత్తటి పరిమళం... ఇప్పుడూ ఇన్నేళ్ళ తర్వాత కూడా గుండెల్లో పదిలంగా ఉన్నట్టనిపిస్తుంది. దూరంగా బలిసిన వెదురు పొదలు, వాటిలో సుడివడి మధురంగా ధ్వనించే గాలి... కార్తీక మాసపు వెండివెన్నెలలు. గుడిలో కర్ణపేయంగా రవళించే గంటలు... ఊరికి దూరంగా బారులు బారులుగా దొంతరలు దొంతరలుగా కొండలు... పొలాలమీద బారులు బారులుగా విచిత్రమైన క్రమశిక్షణతో ఎగురుతూ దూరతీరాలకు తరలివెళ్ళే పక్షులు... శీతాకాలంలో దిగంతాలనుంచి వీచే పదునైన చల్లనిగాలి... ఉదయవేళల పలుచని పొగమంచు తెరలు... చిన్న చిన్న మొక్కలమీద వజ్రపు తునకలవలె మిలమిల మెరిసే మంచు బిందువులు... పగలు గడవడం ఆలస్యం చీకట్లు వేగంగా కమ్ముకుంటూ వచ్చేవి... వెంటనే ఊరంతా నిద్రపోయేది. చలికి వొణుకుతూ కడుపులో కాళ్లు పెట్టుకుని బొంతల మీద దుప్పట్లు కప్పుకుని వెచ్చగా పడుకోవడమే. వర్షాకాలం ఊరిషోకు చూడాలి. శ్రావణ భాద్రపదాలు రెండునెలలూ ఊరంతా బురద... బురదేకాని మురుగు కాదు. ప్రతి ఇంటి వసారాలోనూ పెద్ద గంగాళంలోనో, తొట్టిలోనో నీళ్ళుండేవి. పక్కనే చెంబు

కూడా ఉండేది. పిచ్చిమొక్కల మీద ఆరుద్ర పురుగులు కదులుతున్న పగడాలవలె తిరుగుతూ ఉండేవి. ఆకాశం క్షణక్షణానికీ రంగులు మారుస్తూ వింత వింత సోయగాలు కురిపించేది.

అంతలోనే అకస్మాత్తుగా... అంతా అందమైన కలవలె కరిగిపోయింది. కాల పురుషుడు తన వికృత రాక్షసహస్తంతో ఒక అద్భుత కళాత్మక వర్ణచిత్రాన్ని ధ్వంసం చేసినట్టు... నిశ్శబ్దంగా... ఎవరూ గమనించలేనంత విచిత్రంగా అత్యంత సహజమని పించేట్టుగా ఊరు మారింది. ఊరి తీరు మారింది. చెట్లుకూలిపోయాయి. పొలాలు బీళ్లయిపోయాయి. కిచకిచ పిచ్చుకలు కనుమరుగైపోయాయి. ఊరిచుట్టూ చిన్న, పెద్ద కార్ఖానాలు పరిశ్రమలూ వచ్చి పడ్డాయి. పరిమళభరితమైన స్వచ్ఛమైన మందమారుతం కరువై రకరకాల పొగలుసెగలు వ్యాపించాయి. ఊరిచుట్టూ పుష్కలంగా ఉన్న కొండరాయి. మహావ్యాపార పదార్థమై జనజీవన సరళిని రూపుమాపింది.

మునుస్వామి నిట్టూర్చాడు. ఎదురుగా చీకట్లు విడిపోయి పలుచని వెలుతురు వ్యాపిస్తున్నది. సూర్యోదయం కావడానికి మాత్రం ఇంకా వ్యవధి ఉన్నట్టే ఉంది.

అలా ఊరు మారుతూ వచ్చింది. ఎవరెవరో ఎక్కడెక్కడి వారో దిగారు. పెద్ద మొత్తాలతో అద్దెలు యిచ్చీ కాళీ స్థలాలు ఆక్రమించీ నివాసాలు ఏర్పాటుచేసుకున్నారు. రకరకాల యంత్రాలు వచ్చాయి. అసంఖ్యాకంగా లారీలు తరలివచ్చాయి. పెద్ద పెద్ద తవ్వోడలు భీకర శబ్దాలు చేసుకుంటూ ప్రత్యక్షమైనాయి. అవి తమ రాక్షస హస్తాలతో కొండను పగులగొట్టడం ప్రారంభించాయి. ఊరి వారికి రకరకాల ఆదాయం లభ్యమైంది. ఎన్నడూ లేనిది అద్దెల రూపంలో లక్ష్మీకటాక్షమయ్యే సరికి ఊరిజనం సుఖం మరిగారు. తమ తమ పొలాలను ఖాళీస్థలాలను ఎవరు ఎవరికో అర్పించి 'కృతార్థుల'యినారు. కొత్త కొత్త కట్టడాలు మొదలైనాయి. బహుళ అంతస్థుల నిర్మాణాలు కొద్ది వ్యవధిలోనే వెలిశాయి. స్థలం కరువైంది. జనసంఖ్య పెరిగింది. టీ దుకాణాలు... ఆపైన రెస్టారెంట్ అండ్ బార్లు... వాటితోపాటు వైన్‌షాపులు... చికెన్ సెంటర్లు మొదలైనాయి. మోటారు సైకిళ్ళు వేగంగా తిరిగాయి. కొన్ని కార్లు ప్రత్యక్షమైనాయి. స్థానికేతరులతో ఊరు పట్నంగా మారింది. పెద్ద వీధిలోని పున్నాగచెట్లు అంతరించిపోయి రోడ్డు పడింది. ఊరివారు ధనికులైనారు. కుర్రకారు కొందరు 'చదువులు, చదువులు' అంటూ దూరపు బస్తీలకు నగరాలకూ తరలివెళ్ళి చదువులు

పూర్తిచేసి ఉద్యోగాలలో ఎక్కడెక్కడో స్థిరపడి ఊరును మరచిపోయారు. అతి అరుదుగా పెళ్ళిళ్ళకు చావులకు తప్ప ఊరితో వారికి అనుబంధ సూత్రం సున్నితమై క్రమక్రమంగా తెగిపోయింది. పాతతరం వారు మిగిలి ఉంటే వారిలో అంతంత మాత్రపు పలకరింపులు, పరామర్శలు తప్ప ఏమీ మిగలలేదు. పెద్దవారు రాలిపోతూ ఉంటే చాలా కుటుంబాలలో స్మృతిచిహ్నాలు కూడా మిగలలేదు. ఆస్థులు, ఇళ్ళస్థలాలు ఎక్కువభాగం పరాయివారిపాలైనాయి. ఊరంతా రాతిముక్కలు... రాతిదుమ్ము... రాతి పొడి... రాతివాసన... ఆ రాళ్ల పరిశ్రమకు సంబంధించిన యంత్రాల ధ్వనులు... రాతిపలకలు... లారీలు...ఎగుమతులు. ఇలా అంతా కోట్లు కుమ్మరించే రాతిపరిశ్రమ కేంద్రమై పాత వాసనను కోల్పోయి కేవలం పదిహేను, ఇరవై సంవత్సరాలలో అంతా మారిపోయింది. ఇంతకుముందు కొడవళ్ళు పుచ్చుకుని పంచెలు ఒకపక్కపైకి దోపి నడుస్తూ కనిపించిన రైతుసంతానం కనుమరుగైపోయింది. డ్రైవర్లు రెంచిలతో మెకానిక్కులు ఎక్కువైనారు. ఇళ్లముందు కాళీస్థలం రవ్వంత ఉంటే ఇంతకుముందు మందారాలు, నందివర్ధనాలు, బంతిమొక్కలు కనువిందు చేసేవి. పాకలమీద గుమ్మడి, చిక్కుడు సొరపాదులు ఉండేవి. ఇప్పుడు అన్నీ సిమెంటు కట్టడాలు... కాస్త ఖాళీస్థలం మిగిలితే ఒక చిన్న దుకాణం... అందులో అన్నీ సిగరెట్లు, గుట్కాల వ్యాపారం... ఇళ్ళముందు అరుగు తిన్నెలు మిగలనే లేదు. ప్రతిచోటా నోట్ల రెపరెపలు, అంతా గారడీవాని మాయాసృష్టివలె అతివేగంగా కొత్త ప్రపంచం వెలిసింది. పట్నానికి ఊరికి మధ్య దూరం తగ్గింది. మునుస్వామి తన పాతకాలపు కొంప నేలమట్టం అయిపోతూ ఉంటే చూసి భరించలేక ఒక బిల్డరుకు అప్పగించేశాడు. ఆ బిల్డరు గొప్ప ముందుచూపుతో బాగా విస్తరిస్తున్న పట్నాన్ని దృష్టిలో పెట్టుకుని అమిత సాహసంతో ఆ కాస్త స్థలంలో నాలుగంతస్థుల, పదకొండు అపార్ట్‌మెంట్ల భారీ నిర్మాణాన్ని చేపట్టి మునుస్వామికి నాలుగు అపార్ట్‌మెంట్లు అప్పగించేట్టు ఒప్పందం చేసుకున్నాడు. మునుస్వామికి అదొక సువర్ణావకాశంగా కనిపించింది. తాను తనకోసం ఒక ఫ్లాట్ ఉంచుకుని మిగిలిన మూడింటినీ అమ్మి సొమ్ము చేసుకుందామని ఉబలాట పడ్డాడు. ఆ పథకం మొత్తం అరకొరగా పూర్తి కావడానికి మూడేళ్ళు పట్టింది. ఆ బిల్డరు జరుగుతున్న జాప్యానికి సవాలక్ష సజావైన కారణాలు చూపించేవాడు. మొత్తానికి అంతా అస్తవ్యస్తమై ఆ పథకం విఫలమై బిల్డరు బాగుపడి తప్పుకున్నాడు.

మునుస్వామికి మిగిలింది ఒక ఇరుకు ఫ్లాటు మాత్రమే. ఇక రావలసిన డబ్బుఅతని చేతిలో ధనరేఖ మహా బలహీనమైనది కావడం చేత చిన్న చిన్న మొత్తాలలో ఎందుకూ కొరగాకుండా అసంపూర్తిగా ముట్టింది.

మునుస్వామి కళ్ళు నలుముకున్నాడు. ఎదురుగా వెలుతురు...చీకట్లు తొలిగిపోయి ఒక పక్క ఆకాశంలో ఎర్రని రంగు పరుచుకుంటున్నది. క్రిందవీధిలో, ఇళ్ళమధ్య రకరకాల వైర్లు... అసంఖ్యాకంగా తీగలు... మనుషుల చెవులలోనూ తీగలు... చేతులలో, జేబులలో, స్త్రీల చేతి సంచులలో, పురుషుల బెల్టులలో ఎక్కడ బడితే అక్కడ దూరవాణి యంత్రాలు... నిరంతర వ్యర్థ సంభాషణలు... పొద్దేక్కేకొద్దీ అంతటా అలజడి... రొద...

ఎవరో తలుపు మీద శబ్దం చేస్తున్నారు.

మునుస్వామి లేచాడు. మనీప్లాంట్ అలాగే జవమూ, జీవమూ లేకుండా నిశ్చలంగా ఉంది... అలాగే ఉంటుంది. ఎప్పటికీ... ఆ పక్క పాత ఫ్లాటులోని వారెవరో ఎప్పటికీ తెలియదు.

అతడు లేచి ముందు గదిలోకి వచ్చి తలుపు తీశాడు. ఇంతకుముందు తనను ఎవరో పిలిచినట్టూ తలుపు తట్టినట్టూ అనిపించిందా, ఇప్పుడు చూస్తే ఎవరూ లేరక్కడ... తన జీవితంలాగే, తన ఊరిలాగే... అంతా వ్యర్థంగా... జీవరహితంగా... శూన్యంగా ఉంది.

కరిగిన రంగుల కల

నాకిప్పుడు ఎంతో ఆనందంగా ఉంది. రాత్రి పదిగంటలు దాటింది.

విశాలమైన నగర వీధులన్నీ దాదాపు నిర్జనంగా వున్నాయి. మెర్క్యురీ లైట్లకాంతులు నున్నటి సిమెంటు రోడ్డు మీద పడి కళ్ళకు ఆహ్లాదకరమైన అనుభూతినిస్తున్నాయి.

నేను సంతోషంతో తేలిపోతూ నడిచిపోతున్నాను. హుషారుగా ఈల వేస్తూ నడుస్తున్నాను. భుజాలమీద చిరుగులు పట్టిన చొక్కానూ, ఆఫీసులో నలుగురి మధ్యా నా పరువును కాపాడుతూ వచ్చిన పాత కోటువంక చూసుకున్నాను. మాసిన గడ్డం చేతులతో తడుముకున్నాను. ఉంగటాలు చిరిగిన నా చెప్పుల వంక చూసుకున్నాను.

నా ఎదురుగా ఎవడో మనిషి నడివయసు వాడు నెత్తిమీద టోపీ వాడు, తూలుతూ నడిచిపోతున్నాడు. వాడుఏదో గొణుక్కుంటూ పోతున్నాడు. అదెప్పటిపాట? చిన్నతనంలో కాలేజీలో చదువుకునే రోజుల్లో, బరువులూ బాధ్యతలూ తెలీని రోజుల్లో తీరిక చిక్కినప్పుడల్లా కళ్ళు మూసుకుని భవిష్యత్తును గురించి బంగారు కలలు కనే రోజుల్లో నేను విన్నపాట!

ఇప్పుడు నేను ఆనందంగా వున్నాను. కాబట్టి ఆఫీసులో ఎప్పటికీ కదలని ఫైళ్ళ పర్వతాలుకానీ, ఒకటిరెండు నిమిషాలు ఆలస్యమైతే చాలు నావంక తీక్షణంగా చూసే మా మానేజరు కానీ, ప్రతి ఫస్టు తారీఖు సాయంకాలమూ నెలరోజుల చాకిరీకి ప్రతిఫలంగా నాచేతికందే కేవలం నూటయాభై రూపాయల జీతంకాని (ప్రావిడెంటు ఫండు, మా ఆవిడ కాన్పు కష్టమైనందువల్ల నేను తీసుకున్న లోను మినహా), చాలీచాలని ఇల్లుకానీ.... ఇవేమీ ఇప్పుడు నా మనసులో లేవు.

వీరాంజనేయలు ఇవాళ ఎంతమంచిపని చేశాడు? ఇన్నేళ్ళుగా నా మనస్సనే భయంకర మహాసముద్రంలో దోవ తప్పి ఏ లోతులలోనో కూరుకుపోయిన నా బంగారు కలలను గుర్తుచేశాడు. పొద్దున ఆఫీసుకురాగానే పదిమంది వీరాంజనేయులు చుట్టూ మూగివుండటం చూసి, నేనూ అటు వెళ్ళాను. ఇటీవలనే సర్వీసులో చేరిన వీరాంజనేయులకు అంతలోనే ప్రమోషన్ వచ్చిందని విని ఆక్షణంలో మనస్సు కలుక్కుమన్న మాట నిజమే! కాని అతడిని మనస్ఫూర్తిగా అభినందించాను. అంతలోనే గుంపు లోంచి "ఇవాళ ఆఫీసు కాగానే పార్టీ, సినిమా" అని ఎవరో కేకలు వేశారు. వీరాంజనేయులు అది విని సంతోషంతో పొంగిపోతూ "తప్పకుండా బ్రదర్!" అని అప్పటి కప్పుడే అందర్నీ ఆహ్వానించాడు. తరువాత సాయంకాలం అయిదుగంటల వరకూ డెస్కుముందు కూర్చుని పనిచేస్తూనే వున్నాను. కాని మనసు మాత్రం తేలికపడలేదు. పాపిష్టి మనసు మాటిమాటికీ నన్ను నేను ఓదార్చు కోవలసివచ్చింది. నా తరువాత చేరిన మనిషికి ప్రమోషన్ రావటమూ, నేను "ఎక్కడవున్నావే గొంగళి" అంటే "వేసినచోటనే వున్నా" నన్నట్లు ఎప్పటికీ అలాగే వుండిపోవటమూ బాధ కలిగించే విషయమే అయినా ఇది మొదటిసారి కాదుగదా? ఎన్నిసార్లు ఇటువంటి ఓటమిని చిరునవ్వుతో సహించలేదు. ఎక్కడో పరుగు పందాలు జరుగుతూ వుంటాయి. అందరూ ఒకలాగా పరుగెత్తగలరా? అదృష్టవంతులెవరో కొంతమంది ముందు పరుగెత్తగలుగుతారు. మిగిలినవారు వెనుక పడక తప్పదు కదా? దానికి నిరుత్సాహపడి ఏం ప్రయోజనం.

నేనిలాంటి పరుగుపందెంలో ఇరవయ్యేళ్ళుగా నురగలు కక్కుతూ ఆయాసంతో వగర్చుతూ పరుగెత్తి అలసిపోయినవాడిని. నా కళ్ళముందే ఎందరో నాకంటే ముందు పరుగెత్తి పోయి బంగారు పతకాలు పొందారు. తోటివారి అభినందన లందుకున్నారు. తోటివారి మీద ఆధిపత్యం సంపాదించారు.

సాయంకాలం ఐదు గంటలకు గుంపుగుంపంతా ఆఫీసులో నుండి బయటకు వచ్చి "ఎక్కడికి" అంటే "ఎక్కడికి" అనుకున్నారు. వీరాంజనేయులు చిరునవ్వు నవ్వుతూ అందర్నీ తనవెంట రమ్మన్నాడు. అందరం నడవడం ప్రారంభించాము. నేను నడుస్తూ వుండి వుండి వీరాంజనేయులు వంక చూశాను. అతడు హుషారుగా వున్నాడు. ఆనందంగా వున్నాడు. అలా వున్నట్టు పైకి కనబడకుండా వుండేందుకు

ప్రయత్నిస్తున్నాడు. అతని జుట్టు ఇంకా నల్లగానే ఉంది. నాజుట్టువలె తెల్లబడిపోలేదు. కళ్ళల్లో ఇంకా వెలుగుంది. హుషారు ఉంది. "ఫుష్" అనబడే చొరవవుంది. ఇన్నేళ్ళుగా పెద్దపెద్ద ఫైళ్ళతో వ్యవహరించడం వల్ల తలాతోకాలేని పొడుగాటి అంకెలతో వ్యవహరించడం వల్ల ఇటీవల నా కళ్ళకేదో రోగం వచ్చినట్లున్నది. ఎప్పుడో వీలుచూసుకుని డాక్టరు దగ్గరకుపోవాలి. చత్వారమో ఏమో! నడివయసు దాటుతున్నది కదా!

వీరాంజనేయులు మమ్మల్ని అలా నడిపించుకుంటూ ఒకానొక పెద్ద హోటలులోకి తీసుకు వెళ్ళాడు. అది ఇంద్రభవనంలా వుంది. చల్లగా హాయిగా వుంది. చక్కని అందమైన మనుష్యులతో నిండి ఉంది. శుభ్రంగా విశాలంగా వుంది. అక్కడ ఫలహారాలు, కాఫీలు అయిన తర్వాత అంతా "పోలో" మంటూ సినిమాకు బయలుదేరారు.

... రోడ్డుమీద కళ్ళు మిరుమిట్లుగొల్పే కాంతులతో ఏదో బస్సు వస్తున్నది. నేను పక్కకు తప్పుకొని నిలబడ్డాను. బస్సు క్షణంలో బాణంలా ముందుకు దూసుకుపోయింది. నేను మళ్ళీ నడవడం ప్రారంభించాను.

ఇల్లు యింకా మైలు దూరం ఉంది. ఈ విశాలమైన రాచబాటలన్నీ దాటి,ఇరుకు సందులగుండా పోయి, సందులు, గొందులు తిరిగి, ఆ రెండంతస్తుల భవనం వరండాలో నడుచుకుంటూ పోయి, ఎడమ ప్రక్కకు తిరిగి అక్కడ ఆగాలి. బహుశా సావిత్రి పిల్లలకు అన్నాలు పెట్టి, నిద్రబుచ్చి నాకోసం ఎదురుచూస్తూ వుంటుంది.

ఆ సినిమా గుర్తు వచ్చింది... అదొక పంచ రంగుల చిత్రం. సినిమా చూస్తున్నంత సేపూ నన్ను నేను మర్చిపోయాను. అసలు సినిమా చూసి ఎన్నేళ్ళో అయింది. ఆ సినిమాలో హీరో మన్మధుడిలా ఉన్నాడు. అందంగా, ఆనందంగా వున్నాడు. హుషారుగా, పొగరుగా వున్నాడు. జీవితంలో దేన్నీ లెక్కచేయని వాడిలా వున్నాడు. అతనికి బంగళాలున్నాయి. ఆ బంగళాల చుట్టూ అందమైన పూలతోటలున్నాయి. ఆ పూలతోటల్లో లెక్కలేనన్ని ఫౌంటెన్‌లున్నాయి. అతనికి కార్లున్నాయి. విమానాలున్నాయి. ఎప్పుడు దేనిలో పోదల్చుకుంటే దానిలో, ఎక్కడికి వెళ్ళిపోదల్చుకుంటే అక్కడికి క్షణంలో వెళ్ళిపోగలడు.

సినిమాలో హీరోయిన్ రతీదేవిలా వుంది. అందంగా, ఆరోగ్యంగా హాయిగా, ఆడుతూ, పాడుతూ ఉంది. యౌవనంతో పిటపిటలాడుతున్నట్లున్నది. ముద్దుముద్దుగా మనోహరంగా మాట్లాడుతున్నది. మాటిమాటికీ పాటలు పాడుతున్నది. నాట్యంచేస్తున్నట్లు నడుస్తున్నది.

ఆ సినిమాలో ప్రకృతి తెరమీద అంతా పచ్చపచ్చగా కనిపించింది. సస్యశ్యామలంగా కనిపించింది. జరారుజలు లేని స్వర్గధామంలా వుంది. అక్కడకష్టాలు లేవు. కన్నీళ్ళు లేవు. సమస్యలు లేవు. ఎప్పుడూ "ఆకలో" అనే పిల్లలు లేరు. చాలీచాలని ఇళ్ళులేవు. ఫైళ్ళు లేవు. రెండు నిమిషాలు ఆలస్యంగా వెడితే, కోపంగా చూసే ఆఫీసు మేనేజరు లేడు.

నేను నెమ్మదిగా నడుస్తున్నాను. ఇన్నాళ్లూ నా మనస్సనే మహాసముద్రంలో ఎక్కడో కూరుకుపోయిన చిన్ననాటి నా బంగారు కలలన్నీ గుర్తుకువచ్చాయి. అవి హాయిగా బేఫర్వాగా తిరిగేరోజులు. ఆనందంగా హాయిగా గడిచిపోయిన రోజులు, బరువూ బాధ్యతలూ తెలీని రోజులు. విరామం దొరికితేచాలు, కళ్ళు మూసుకుని భవిష్యత్తును గూర్చి పంచవన్నెల కలలు కనే రోజులు. ఆరోజు లెక్కడికి పోయాయి? మళ్ళీ వస్తాయా?

నేను నడుస్తూనే చేతి వ్రేళ్ళతో జుట్టుపైకి దువ్వుకున్నాను. కోటుజేబుల్లో చేతులు పెట్టి, మళ్ళీ ఇవతలికి తీసేశాను. కొంచెం దూరం చేతులు వూపుకుంటూ నడిచాను. అంతలో నా చిన్ననాటి బంగారు కలలన్నీ వరుసగా గుర్తుకు వచ్చాయి. మొదటి కలలో నేనుపెద్ద పదవిలో వున్న ఆఫీసరును. నా ఆధీనంలో డజన్లకొద్దీ గుమస్తాలుంటారు. వాళ్ళందరూ లెక్కకు మూడేమూడు పంకాలున్న పెద్ద హాలులో కూర్చుని పని చేస్తుంటారు. వారి ముందు బోలెడన్ని ఫైళ్ళుంటాయి. వంచిన నడుము ఎత్తకుండా పనిచేస్తుంటారు. నేను ఆ పక్కనే ఏర్‌కండిషన్డ్ రూములో కూర్చుని వుంటాను. అందాలు చిందే పెన్‌స్టాండ్, అందాల బొమ్మలున్న క్యాలెండరు, కాలింగ్‌బెల్, పక్కనే టీపాయ్ మీద ఫ్లవర్‌వాజ్, బయట కాలింగ్‌బెల్ శబ్దం కోసం ఎదురుచూసే విధేయుడైన నౌకరూ వుంటారు. జీతం సంగతి చెప్పనే అక్కర్లేదు. బుల్లికారు సంగతి సరే సరి...

రెండో కలలో నా వైవాహిక జీవితం... నేను ఏరికోరి చేసుకున్న అందాల చిన్నది. నాకు విధేయురాలైన ఉత్తమ ఇల్లాలు. మాకు మహా అయితే ఒక్కళ్ళో ఇద్దరో

ఆరోగ్యవంతు లైన పిల్లలు. మా కారులో ప్రతి సాయంకాలమూ ఎటో బయలుదేరి వెళ్ళి షికార్లు తిరిగి రావటం! మేముండే ఇల్లు బంగళా, చుట్టూ చక్కని పూలచెట్లు, సాయంకాల మయేసరికి చల్లని పిల్లగాలులు మోసుకు వచ్చే రకరకాల సువాసనలు...

...ఇదిగో ఇక్కడ ఎడమవైపు మలుపు తిరగాలి. ఈ వీధిలో మరో ఫర్లాంగు దూరం నడిస్తే మేము అద్దెకుంటున్న ఆ రెండంతస్తుల భవనం వస్తుంది. పాపం, సావిత్రి ఇంత పొద్దుపోయినా నే 'నింకా ఇంటికి చేరుకోలేదు ఎందుచేతనా?" అని ఆదుర్దాగా ఎదురు చూస్తుంది కాబోలు! పిల్లలు నిద్రపోయారో లేదో? ఆ చిన్న వెధవకు కోరింతదగ్గు, అస్తమానం దగ్గి దగ్గి కానుక పుల్లవలె తయారయినాడు. మొన్న ఆదివారం నాడు సావిత్రి వాణ్ణి అవతల వీధిలో ఎవరిదగ్గరికో తీసుకువెళ్ళి, పసుపుతాడు వేయించుకు వచ్చింది. అది పనిచేస్తే యీ వేళకి దగ్గు తగ్గే వుండాలి. అయినా మన చాదస్తం కానీ మంత్రాలకు చింతకాయలు రాలుతాయా? రాలితే ఎంత బాగుండును? అప్పుడు నేను కూడా ప్రమోషన్ కోరి ఒకటి కాదు నాలుగు పసుపు తాళ్లయినా వేయించుకుంటాను.

నేను కన్న ఆ కలలన్నీఎలా ఫలించాయి? నా ఉద్యోగం సంగతి సాధ్యమైనంత వరకూ తల్చుకోకుండా వుండడం మంచిది. లెక్కకు నాలుగే నాలుగు ఫ్యానులున్న ఆ పెద్ద హాలులోన నాటు చెక్క బల్లలమీద పేరుకుపోయిన ఫైళ్ళ పర్వతాలముందు కళ్ళను మోసం చేసే అంకెల కీకారణ్యంలో చిక్కుబడిపోయాను. నా మీద ఎంతో మంది అజమాయిషీ. "ఆ పని పూర్తికాలేదే? ఈ ఫైలెక్కడ?" అని అదలించేవారూ, "నీకూ జీతం యివ్వడం పనిచేసేందుకయ్యా? తీరిగ్గా కూర్చునేందుక్కాదు" అని మాటిమాటికీ గుర్తుచేసేవారూ బోలెడంతమంది. ఉండి ఉండి మా ఆఫీసరెప్పుడో నన్ను పిలుస్తాడు. ఆయన పిలిస్తే చాలు. నాకు కాళ్ళల్లో వణుకు, గుండెల్లో దడ ప్రారంభమవుతాయి. స్వింగ్‌డోర్ తెరుచుకుని భయం భయంగా చేతులు కట్టుకుని పెద్దపులి ముందు మేకపిల్లలా నిలబడతాను. ఆయన ఏదో అడుగుతాడు. 'ఎస్‌సార్' అని తప్ప నోటివెంట మరో మాటరాదు. ఆ ఏర్‌కండిషన్ గదిలో ఆఫీసరు కూర్చున్న రాకింగ్‌చైరూ, ఆ ఖరీదయిన రోజ్‌వుడ్ బల్లమీదవున్న అందాలు చిందు వస్తు సముదాయమూ, ప్రక్కనే టీపాయ్ మీద వున్న ఫ్లవర్‌వాజ్ ఇవేమీ గమనించే స్థితిలో నేనుండను. ఇప్పుడేకాదు. ఇరవయ్యేళ్ళనుంచీ జరుగుతున్నదే యిది...

సరే! రెండో కల ఎలా ఫలించింది? మా బాబమ్మ "నేనింక ఎక్కువ రోజులు బ్రతకనురా? ముసలిముండనయినాను. నువ్వొక ఇంటివాడివయితే చూసి కళ్ళుమూస్తాను" అన్నది... అబ్బో! ఇదెప్పటిమాట? దాదాపు పద్దెనిమిదేళ్ళయింది. అప్పుడందరూ హడావిడి పడి ఎక్కడో పిల్లనుచూసి ముడిపెట్టేశారు. వెంటనే సావిత్రి కాపురానికి వచ్చింది. మా బామ్మ మాత్రం మా పల్లెటూళ్ళో యింకా రాయిలా తిరుగుతున్నది. అప్పుడప్పుడు మా యోగక్షేమాలు విచారిస్తూ, మా పిల్లలను ఆశీర్వదిస్తూ ఉత్తరాలు వ్రాయిస్తూ వుంటుంది.

మేముండే ఇంటి సంగతి తల్చుకోనే అక్కర్లేదు. ఆ రెండంతస్తుల పెద్ద భవనంలో ఎన్ని కాపురాలున్నాయో తెలీదు. అన్ని వాటాలూ ఒక్కలాగే వుంటాయి. ఒక చిన్నగది వెనుక వంటకు ఒక చిన్న రేకుల షెడ్డు పక్క వాటాకూ, మా వాటాకూ మధ్యలో ఒంటిరాయి ఇటుక గోడ. పైన ఒక చిన్న అటక, ఆ అటక మీదనే మా తాలూకు ఒకే ఒక్క పాత ఉయ్యాల వుంటుంది. నేనిప్పుడు ఇంటికి పోతానా, ఆ చిన్నగదిలో పిల్లలందరూ జంపఖానాలు పరుచుకుని పడుకొని నిద్రపోతుంటారు. వారి మధ్య దోవచేసుకుని వెనుక షెడ్డులోకి వెళ్ళి భోంచేయాలి.

సావిత్రి... ఆమెను తల్చుకుంటే నాకు చిత్రంగా వుంటుంది. మొదట్లో అందంగానే వుండేది. ఏమాటకూ ఎదురు చెప్పేది కాదు. కానీ ఇటీవల పిల్లల మీద విసుక్కోవడం, అప్పుడప్పుడూ కొట్టటం సాగిస్తున్నది. మనిషిలో విసుగు ఎక్కువయింది. సరే, దానికి మనమేం చెయ్యగలం? సరిపెట్టకోకతప్పదు...

అదుగో దూరంగా మా భవంతి, ఇంకా కొన్ని వాటాల్లో లైట్లు వెలుగుతున్నాయి. ఎవరెవరో ఆఫీసు ఫైళ్ళు ఇంటికి మోసుకు వచ్చి పనిచేస్తున్నారు కాబోలు.

...ఆ సినిమాలో హీరో హీరోయిన్‌తో మాట్లాడేటప్పుడు మాటిమాటికీ "నేను నిన్నెంతగా ప్రేమిస్తున్నానో తెలుసా వసంతా?" అన్నాడు.

అది గుర్తు రాగానే గతుక్కుమన్నాను. నడుస్తూనే ఆశ్చర్యంతో తల మున్కలయినాను. కోటు జేబులోనుంచి మాసిన రుమాలు తీసి నుదురు తుడుచుకున్నాను. నాకు హఠాత్తుగా ఒక విషయం స్ఫురించింది. ఇన్ని ఏళ్ళుగా కాపురం చేస్తున్నా నేనొక్కసారి కూడా సావిత్రితో, "నిన్నెంతగా ప్రేమిస్తున్నానో తెలుసా

సావిత్రీ!" అని అన్నట్లు గుర్తులేదు. "ఆ మాట అనకుండా ఇన్ని ఏళ్ళు ఎలా గడిచిపోయాయా?" అని ఆశ్చర్యం వేసింది.

నేను మా రెండంతస్తుల భవంతిముందు ఒక్కక్షణం ఆగాను. మనసులో కల్లోలం చెలరేగింది. తలవూపి "ఏమైనా సరే, ఈ వేళ ఆ మాట అని తీరాలి?" అని నిశ్చయంతో నెమ్మదిగా సింహద్వారం తెరుచుకుని లోపల అడుగుపెట్టాను. ఎవరి వాటాలోదో ఒక కుక్క "భౌ" మంటూ మీదికి రాబోయి మళ్ళీ అంతలోనే ఆగిపోయింది. కుక్క అరుపు విని వరండాలో ప్రక్కగా మంచం వేసుకుని పడుకుని వున్న ఒక మనిషి తల ఎత్తిచూసి అంతలోనే మామూలుగా సర్దుకుని పడుకున్నాడు. నేను వరండాలో ఎడమవైపు తిరుగుతూ వుండగా ఆ వాటాలో అద్దెకుండేవారి పిల్లవాడు... పద్దెనిమిదేళ్ల వాడొకడు నన్ను చూచి పళ్ళికిలిస్తూ నవ్వాడు. వాడికి పిచ్చి.

నేను స్థిరనిశ్చయంతో మా వాటావైపు నడిచాను. ఇవాళ ఏమయినా సరే, నా భార్యతో ఆ మాట అని తీరాలి...

సావిత్రి గుమ్మంలోనే కూర్చుని వుంది నన్ను చూసి లేచి నిలబడింది. నేను నవ్వుతూ లోపలికి వెళ్ళాను. పిల్లలందరూ వరుసగా పడుకొని వున్నారు. నేను చొక్కా విప్పుతూ, సావిత్రి వంక తిరిగి "పిల్లలు పడుకున్నట్టేనా?" అన్నాను.

సావిత్రి నవ్వుతూ చొక్కా అందుకుని వంకెకు తగిలించి, నావైపు తిరిగింది. "వాళ్లు పడుకుని చాలాసేపయింది, ఇదుగో, ఆ చిన్నవాడే ఇప్పటిదాకా దగ్గుతూ యిప్పుడే పడుకున్నాడు. అయినా ఇవాళ మీకింత ఆలస్యమైందేం?" అన్నది.

ఆమె ప్రసన్నంగానే వుంది. ఆలస్యంగా వచ్చినందుకు సణుగుతుందనీ, కళ్ళనీళ్ళు పెట్టుకుంటుందనీ, "పెళ్ళాం పిల్లలు ఏమౌతారోనన్న ఆలోచనైనా లేదు. మీది రాతిగుండె"అని సాధిస్తుందనీ అనుమానించాను. ఆ సూచనలేవీ లేకపోవడంతో నాలో హుషారు పెల్లుబికింది. కాళ్ళు కడుక్కుంటూనూ, యివతలికి వచ్చి భోజనం చేస్తూనూ, సావిత్రితో ఎన్నో కబుర్లు చెప్పాను. వీరాంజనేయులు సన్నగా ములక్కాడలా వుండి, గాలి విసురుకు పడిపోతున్నట్లు ఎలా తూలుతూ నడుస్తాడో చెప్పాను. అతనికి ప్రమోషన్ రావడంలో అంతరార్థం ఏమిటో చెప్పాను. అతనికి "కాకారాయుడ"ని ఆఫీసులో పేరుండటం గుర్తుచేసుకుని మరీ చెప్పాను. ఆఫీసర్ల బూట్లు పాలిష్ చేస్తాడనీ, వారికి ఇంటి పనులన్నీ చేసి పెడతాడనీ, కావలిస్తే బుజువిప్పిస్తాననీ చెప్పాను. అన్నీ

చెప్పి చివరకు "ఇటువంటి అడ్డదార్లు తొక్కడం అంటే మనకు పడదు, ముక్కుకు సూటిగా పోతాం... మన పని ఏదో మనం చేసుకుంటాం... లక్షలకు లక్షలు గడించకపోతేనేం... నీతి నిజాయితీ ముఖ్యం... ఏమంటావ్?" అన్నాను.

సావిత్రి నవ్వుతూ అన్నీ విన్నది. ఆమెను చూస్తుంటే నాకు చాలా ఆనందం కలిగింది. నా చిన్ననాటి బంగారు కలల్లో ఏదో ఒక చిన్న అంశం ఫలించినట్టే అనిపించింది.

నేను చేతులు తుడుచుకుని ముందుగదిలోకి వచ్చాను. నెమ్మదిగా పిల్లలకు నిద్రాభంగం కలుగకుండా ఒక పక్కకు చేరి వెల్లకిలా పడుకున్నాను. మరికొద్ది నిమిషాలలో పనిముగించుకుని సావిత్రి చేతులు తుడుచుకుంటూ వచ్చింది. ఆమెను నా పక్కకు వచ్చి కూర్చోమని సైగ చేసి చుట్టూ చూశాను. పిల్లలు మంచి నిద్రలో వున్నారు. సావిత్రి నవ్వుతూ వచ్చి నా ప్రక్క కూర్చున్నది. ఏదో చెప్పదల్చుకున్నట్టు చీరకొంగు వ్రేలికి చుట్టుకుంటూ "ఏమండీ!" అన్నది.

నేను హఠాత్తుగా ఆమెను దగ్గరికి తీసుకుని "నేన్నిన్నెంతగా ప్రేమిస్తున్నానో తెలుసా సావిత్రీ" అని ఆమె కళ్ళలోకి చూశాను. సావిత్రి అంతలో కంగారుపడి అయోమయంగా నావంక చూసిది. క్షణంలో ఇద్దరం సర్దుకుని కూర్చున్నాము. కొదిద్దిగా కదిలిన చిన్నవాణ్ణి జోకొడుతూ సావిత్రి అంతలో నవ్వి "ఏమిటండీ ఆ మాటలు..." అన్నది.

నేను ఉత్సాహంతో పొంగిపోతున్నాను. "అన్నట్టు నీవిందాక ఏదో చెప్పబోయావు... ఏమిటది? చెప్పేయ్... ఏమైనా వింటాను." అన్నాను. సావిత్రి నాకు కొంచెం దగ్గరగా జరిగింది. అంతలోనే సిగ్గుపడుతూ "మీ క్కోపం వస్తుందేమో బాబూ! అయినా వారం రోజులనుంచీ ఎట్లా చెప్పాలా అని ఆలోచిస్తున్నాను." అన్నది.

నేను ఆమెకు ధైర్యం చెప్పాను. "దాన్దేముందీ? మనసులో మాట చెప్పేయి! లేకపోతే యింకెలాగ? నేను చూడు నిన్నెంతగా ప్రేమిస్తున్నానో చెప్పదల్చుకున్నాను. చెప్పేశాను. అలాగే నువ్వూ నీ మనసులో మాట చెప్పు... మిమ్మల్నెంతగా ప్రేమిస్తున్నానో తెలుసా అనేసెయ్... ఏం పర్వాలేదు."

ఆమె మతిపోయినట్టు చూసింది. ''ఏమిటా మాటలు? పాడు సినిమాల్లోలాగా... నేను చెప్పదల్చుకున్నది అది కాదండీ" అన్నది "కమాన్! చెప్పేయ్" అన్నాను నేను.

ఆమె కొద్ది క్షణాలు ఆలోచించింది. మందమైన లైటు వెలుగులో ఆమె ముఖంలోని భావాలను నేను చదవలేకపోయాను. అరనిమిషం నిశ్శబ్దంగా గడిచింది. ఆమె పైకి చూసి చూపుడు వ్రేలు చూసి, "అదుగో ఆ అటక మీద ఉయ్యాల వుందిచూశారూ! దాన్ని క్రిందికి దింపండి. దులిపి వుంచుదాం. ముందు ముందు అవసరం" అన్నది.

నేను తటాలున లేచి ఈలవేస్తూ 'ఓ యస్! దానికేం మహాభాగ్యమా! ఈ చిన్ని విషయానికింతగా నీళ్ళు నమిలితే ఎలా చెప్పు సావిత్రీ" అంటూ ఆ కర్రమెట్లు ఎక్కాను. పైన అటక మీద పాత ఉయ్యాల ఉంది. దాన్ని ఇవతలకి లాగి, "అబ్బ! దీన్ని తుడిచి శుభ్రం చెయ్యడం పెద్దపనే..." అనుకుంటూ వుండగా ఎలక్ట్రిక్ షాక్ తగిలినట్టయింది. ఆ నిచ్చెన చివరి మెట్టుమీది నుంచీ సావిత్రి వంక చూశాను. "ఏమిటే నిజంగానే? మళ్ళీ..." అని కేక పెట్టాను. సావిత్రి నవ్వి తలవంచుకుంది.

నేను నీరసంగా మెట్లు దిగి వచ్చాను. క్రింద కూలబడి సావిత్రి వంక చూశాను. చుట్టూ అడ్డదిడ్డంగా పడుకుని వున్న పిల్లల వంక చూశాను.

మళ్లీ సావిత్రి వంక చూశాను. ఆమె అనునయంగా నా భుజం మీద చేయివేసింది.

నేనామె చేతిని విదిలించి కొట్టాలనుకున్నాను. కానీ అలా చేయలేదు. మెత్తనిచేతిని చెంపల కానించుకున్నాను. సావిత్రి నవ్వింది. నేనూ నవ్వడానికీ, హుషారుగా ఈల వేయడానికి ప్రయత్నించాను. కాని విఫలుణ్ణయ్యాను.

బంగారు కొండ

'ఇదుగో ఈ ఫోటో చూడు' అన్నాడు నందనరావుగారు షెల్ఫ్‌లో నుంచి ఒక ఫోటో తీసిచూపిస్తూ నేను ఉత్కంఠతో చూశాను.

ఫోటోలో నలుగురున్నారు. ఇద్దరు స్త్రీలు, మరో ఇద్దరు పురుషులు.

'ఇందులో ఒక బొమ్మ మీ నాన్నది. మరో బొమ్మనాది. మిగిలిన ఇద్దరిలో ఒకరు మీ అమ్మ. మరొకరు నాభార్య' చూపుడు వ్రేలితో బొమ్మలు విడివిడిగా చూపించాడు. ఫోటోలో నేనెన్నడూ చూడని ఆ అమ్మను, మా నాన్ననుచూస్తే అద్భుతమనిపించింది. మా అమ్మ ముఖంలోకే చూస్తూ ఉండిపోయాను. 'ముందు నువ్వు కూర్చో స్థిమితంగా...' అన్నాడు నందనరావుగారు. ఫోటో చేతిలో ఉంచుకుని కూర్చున్నాడు. తదేకంగా ఫోటో వంకనే చూస్తున్నాను. 'మీ నాన్నపేరు ఆళవందార్ కదూ? మంచి వయసులో ఉన్నాడు. బాడీబిల్డర్... మీ అమ్మ చూడు బంగారుపు బొమ్మలాగుంది. ఈ ఫోటో ఇరవైఏళ్ళనాటిది. నేనూ అప్పుడే కొత్తగా రైల్వే ఆసుపత్రిలో గుమస్తాగా చేరాను' అంటున్నాడు నందనరావుగారు. త్వరలో రిటైర్ కాబోతున్నాడు. దృఢమైన శరీరం, చెంపలు నెరుస్తున్నాయి. మొహం గుండ్రంగా, అందంగా వుంది. ఇంతలో లోపలినుంచి "ఒరే నందనం... కాఫీ తెచ్చేదా..." అంటూ వచ్చింది. ఆయనగారి భార్య. నన్ను చూసి కంగుతిని వెంటనే లోపలికి వెళ్ళిపోయింది. నందనరావుగారు నావంక చూసి 'ఆశ్చర్యపోతున్నావా... అరే ఒరే అంటున్నదని, అదంతేలే. ఇంకో విషయం చెప్పనా? అప్పుడప్పుడు ప్రేమ మిక్కుటం అయితే నన్ను కొడుతూ ఉంటుంది కూడా..." అన్నాడాయన పెద్దగా నవ్వుతూ.

నేను పక్కకు తిరిగి నవ్వు ఆపుకున్నాను. ఇంతలో ఆమె లోపలినుంచి ట్రేలో రెండు కప్పులతో కాఫీ తీసుకువచ్చి బల్లమీద ఉంచింది. నందనరావుగారు... 'ఈ

అబ్బాయి ఎవరో గుర్తించగలవా?' అని అడిగాడు. ఆమె తల అడ్డంగా ఊపింది. 'మన అళవందార్ గుర్తు రావడంలేదా? అళవందార్ కొడుకే... వాళ్ల దేశంలో చదువు పూర్తిచేసుకుని ఇక్కడికి మన రైల్వే ఆసుపత్రికే డాక్టరై వచ్చాడు. పేరు మాధవన్, మొన్ననే పెళ్ళి అయిందట. అళవందార్ ఇతన్ని మన దగ్గరకి పంపించాడు. ఉద్యోగంలో స్థిమితపడిన తర్వాత తీరికగా వెళ్లి పెళ్లాన్ని తీసుకువస్తాడట' అన్నాడు నందనరావు. 'అన్నట్టు నీ భార్య పేరేమిటి నాయనా?" అని అడిగింది ఆవిడ ఆప్యాయత కురిపిస్తూ.

'కరుత్తమ్మ... మళయాళీలు వాళ్లు. నాతో చదువుకుంది' అన్నాను.

'అయితే మీదీ ప్రేమపెళ్లేనా?' అన్నాడు నందనరావుగారు.

సిగ్గుతో తలవంచుకుని 'ఊం' అన్నాను నేను.

'మీ అమ్మా నాన్నాలను మేము మరిచిపోయింది ఎప్పుడు? రైల్వే క్వార్టర్స్‌లో మేము కింది భాగంలో, వాళ్లు పైభాగంలో, ఎంతో కలివిడిగా, ఆప్యాయంగా ఉండేవాళ్లం. మహాచక్కని జంట. దుర్మార్గపు దేవుడు ఎంతో కాలం చూడలేకపోయాడు..." అంటూ కళ్లు తుడుచుకున్నది ఆవిడ.

"ఆం... ఆం... అంతటితో ఆగు... చరిత్ర అంతా మొదలుపెట్టకు!' అన్నాడు నందనరావుగారు. నాలో కుతూహలం పెరిగింది. మా ముందు బల్లమీద ఖాళీ కాఫీకప్పులు, ఆ పక్క దినపత్రిక పడి ఉన్నాయి. కిటికీలో నుంచి ఒక పిచ్చుక వచ్చి మహా హడావిడిగా చప్పుడుచేస్తూ అటూయిటూ తిరుగుతున్నది. నందనరావుగారు రైల్వే ఆసుపత్రిలో ఆఫీసు హెడ్. అసలు పేరు వాయునందనరావు. ఆ పూర్తిపేరు బాగాలేదని కత్తిరించి సగమే ఉంచుకున్నాడు. 'అవును... దుర్మార్గపు దేవుడు చూడలేకపోయాడు' అంటూ నందనరావు గారు కుర్చీలో వెనక్కు వాలి కూర్చుని మొదలుపెట్టాడు.

'ముందు నువ్వెక్కడ పుట్టావో నీకు తెలుసా? అని అడిగాడు.

'బెజవాడ కదా!' అన్నానునేను.

'అదే చిత్రం. ఖచ్చితంగా బెజవాడ అని చెప్పేందుకు వీలులేదులే" అన్నాడు.

'అదేమిటి..." అన్నాను నేను అయోమయంగా.

'నువ్వు ఖచ్చితంగా ఎక్కడ పుట్టావంటే రైలు కంపార్టుమెంటులో పుట్టావు. అదీ భయంకరమైన తుఫాను వేళలో. రెండు చిన్న రైలు స్టేషనుల మధ్య రైలు ముందుకు వెళ్ళడానికి వీలులేక ఆగిపోయింది. దారుణమైన గాలీవానా... ప్రకృతి అంతా బీభత్సంగా ఉంది. ఉరుములు... మెరుపులు... రైల్వే లైను మీద నీటి ప్రవాహం... గంటల తరబడి రైలు ఆగిపోయింది. మీ అమ్మకు అప్పుడు నొప్పులు మొదలైనాయి. జనం కంపార్టుమెంటు అంతా ఖాళీచేసి మిగిలిన పెట్టెల్లో సర్దుకున్నారు. వయసు మళ్లిన పెద్ద ఆడవాళ్లు ముగ్గురో, నలుగురో తతంగమంతా నడిపారు. నువ్వు ఆ విధంగా నేలమీద, అదే రైలుపెట్టెలో కిందపడ్డావు.'

నేను విచిత్రంగా చూస్తూ కూర్చున్నాను. మా నాన్న ఇన్నేళ్ళుగా నాకెప్పుడు ఈ విషయం చెప్పలేదు. అసలే మితభాషి. మా అమ్మపోయిన తర్వాత మరీ అన్నీ పోగొట్టుకున్నట్టు ఉదాసీనంగా ఉండేవాడు. ఇన్ని సంవత్సరాలు మా తాత, అమ్మమ్మలే నన్ను గురించి తాపత్రయపడి ఇన్నాళ్లుగా, ఇన్నేళ్లుగా పెంచి చదువుచెప్పించి పెద్ద చేశారు. ఇప్పుడు మాత్రంం నా చదువు పూర్తి కాగానే నేను ఇక్కడికి రావాలనీ, ఇక్కడ తనను మా అమ్మను అమిత ప్రేమగా చూసుకున్న వాళ్లున్నారనీ చెప్పి ఈ చిరునామా ఇచ్చాడు. ఇక్కడికి రాగానే నందనరావుగారు నన్ను అమిత ఆప్యాయంగా, ప్రేమగా పలుకరించి నేను ఉద్యోగంలో చేరేందుకు అవసరమైన ఫార్మాలిటీస్ అన్నీ పూర్తిచేసి పెట్టి ఇదుగో ఇలా వారి ఇంటికి తీసుకువచ్చాడు.

'నువ్వు ఎక్కడికి వెళ్లేందుకూ వీలులేదు. మా తోటే ఉండిపోవాలి. నిజానికి నిన్ను చూడగానే మా అమ్మాయిని నీకిచ్చి పెళ్లి చేస్తే బాగుంటుందనిపించింది. కాని ఏం చేస్తాం? మా అమ్మాయికి పెళ్లయిపోయింది. అది బొకారోలో మొగుడితో పాటు ఉంటున్నది. నీకేమో పెళ్లి అయిపోయింది కదా?!' అన్నాడు మళ్లీ నవ్వుతూ... ఇంత అందంగా, సుఖంగా నవ్వుతూ మనుషులు ఉండగలగడం విశేషమనిపించింది.

ఆనాడు సాయంకాలం నది ఒడ్డుకు షికారుగా తీసుకువెళ్లాడు. నేను కళ్లార్పకుండా చూస్తూ విగ్రహం లాగున నిలబడిపోయాను. ఆయన పచ్చికలో కూర్చున్నాడు. ఎదురుగా మహాజలరాశి. ఒక పక్కన అద్భుతమైన రైలు వంతెన. మరోపక్కన అందమైన బ్యారేజి. మధ్యలో సుళ్ళు తిరుగుతూ అదిరిపడుతూ పొగరుగా ప్రవహిస్తున్న నది. ఒకపక్క సూర్యుడు అస్తమిస్తున్నాడు. అప్పుడు నందనరావుగారు 'నువ్వు ఇలా వచ్చి

కూర్చో' అన్నాడు. 'మీ నాన్న నీకో సంగతి ఎప్పుడూ చెప్పి ఉండడు. అసలది ఒక తండ్రి కొడుకుతో చెప్పే విషయం కాదు కూడాను. అసలు జరిగిందేమిటంటే మీ అమ్మానాన్నలిద్దరూ ముందు మంచి స్నేహితులు. కలిసి హైస్కూలు చదువు దాకా లాగించారు. ఆ తర్వాత ఇద్దరి మధ్యా ప్రేమ అనే క్రిమి ఉందే... అది అంకురించింది. అసలు అది పుట్టగూడదేకాని పుట్టిందంటే దాని విజృంభణను ఎవరూ ఆపలేరు.

వాళ్లిద్దరి మధ్యా అట్లా ప్రేమ అంకురించి ముందు మొక్కగా పెరిగి ఆ తర్వాత పెద్దదై కొద్దికాలంలోనే మహావృక్షమై పోయింది. ఇహ ఒకరినొకరు కలుసుకోకుండా, చూసుకోకుండా ఉండలేని పరిస్థితి వచ్చింది. పెద్దలకు తెలియకుండా ఎవరికంటా పడకుండా అతిజాగ్రత్తగా కలుసుకుంటూ వచ్చారు. ఇలా కొంతకాలం గడిచాక ఏదో ఒక సుముహూర్తంలో తొందరపడ్డారు. ఆ తర్వాత కొద్దిరోజులలోనే కథ గాటినపడింది. ఇది ఎంతకాలం దాగుతుంది చెప్పు. సవతి తల్లి కనిపెట్టింది అసలు విషయం. అసలే సవతితల్లి. ఇహ మీ అమ్మను పాపం అని కూడా చూడకుండా అసలు విషయం ఎవరికీ తెలియనీయకుండా కొన్ని నెలలపాటు దాచిపెట్టి నిశ్శబ్దంగా అన్ని రకాల హింసించింది. ఆ నరకబాధ తట్టకోలేక మీ అమ్మ ఒకనాడు మీ నాన్నకు అసలు విషయం వెల్లడించి 'నువ్వు ఒప్పుకుంటావా? లేకపోతే నేను ఉరిపోసుకునేదా?' అని నిలవేసింది.

అప్పుడు మీ నాన్న ఒక్క పక్క గొప్పగా ఆనందిస్తూనే మహాధీరుడులాగా 'నువ్వు నా బంగారుకొండవి నిన్నొదులుకుంటానా? మిన్ను విరిగి మీదపడనీ... నిన్నొదలను...' అని వీరోచితంగా మాట్లాడాడు. ఇద్దరూకలసి తొందరలోనే కార్యక్రమం నిర్ణయించు కున్నారు. ఆ పథకం మామూలుదే. ఇద్దరూ గుట్టుచప్పుడు కాకుండా బయలుదేరి ఏదో ఒక రైలెక్కి దేశంలో ఎటో ఒకటు వెళ్ళిపోవడమే. ఇంత మహాదేశం ఉంది. ఎక్కడికి వెళితే ఎవరు వద్దంటారు? ఎక్కడికో ఒకచోటికి చేరి కూలోనాలో చేసుకుని బ్రతకలేమా! మనిద్దరికీ ఎంతకావాలి? ఇలాంటి డైలాగులన్నీ మీనాన్న వల్లిస్తూనే ఉన్నాడు.

ముందు మీ దేశంలోనే ఏదో ఒక మూలకు పోయి ఒక మధ్యతరగతి పట్నంలో తిష్టవేశారు. అక్కడ ఆ పనీ, ఈ పనీ చేస్తూ ఆళపందార్ కుదుటపడ్డాడు. కాని అలా ఎంతకాలమో గడవలేదు. ఎవరెవరో బీరకాయ పీచు సంబంధం వాళ్లు

వీళ్ల గుట్టు కాస్తా పెద్దవాళ్లకు చేరవేసే సూచనలు కనిపించాయి. ఇహ వీళ్ళిద్దరూ ఆలస్యం చేయలేదు. నెలలు నిండిన మీ అమ్మను వెంటబెట్టుకుని మీ నాన్న ఏదో ఒక రైలెక్కి బయలుదేరాడు. కొన్ని గంటల ప్రయాణం తర్వాత వాతావరణంలో పెనుమార్పులు కనిపించాయి. వెళ్లే కొద్దీ గాలీవానా ఉధృతమై వాతావరణమంతా బీభత్సంగా తయారైంది. అప్పుడు రెండు చిన్న స్టేషన్ల మధ్య రైలు ఆగిపోయింది. ఒక రోజల్లా మహాయాతన అయింది. అప్పుడు పుట్టావు నువ్వు. నీ కథ చాలా అద్భుతమైంది. తర్వాత రైలు బయలుదేరి బెజవాడ చేరుకుని ఆగిపోయింది. రైలు దిగి ఇద్దరూ చేతిలో ఉన్న కాసిని డబ్బులతో ఇంత తిని ఫ్లాట్‌ఫారం చివర బిక్కుబిక్కుమంటూ కూర్చున్నారు.

ఒక పక్క అబ్బాయి, ఆ ప్రక్కనే ఒళ్ళో నెత్తురు గుడ్డుతో ఒక అమ్మాయి, వారి చూపులు... వాలకం అతా చూసి నేను దగ్గరికి వెళ్ళి పలకరించాను. మాటల్లోకి దింపాను. నాదేమో వచ్చీరాని రైల్వే తమిళం... వారిదేమో వచ్చీరాని తెలుగు. కాని మొత్తం మీద నాకు విషయం తేటతెల్లమైంది. వాళ్లిద్దరినీ వెంటబెట్టకుని రైల్వే క్వార్టర్సులో మా పక్కనే ఖాళీగా ఉన్న భాగంలో దింపాను. మా ఆవిడ కూడా ముచ్చటపడి వాళ్ళిద్దరినీ ఆదుకుంది. కొద్ది రోజుల్లోనే ఇద్దరూ స్థిమితపడ్డారు. అతనికి మా రైల్వే ఆసుపత్రిలోనే అధికారులను బతిమాలి ఉద్యోగం ఇప్పించాను!"

నందనరావుగారు కథ ముగించి లేచాడు. ఎదురుగా చీకట్లు వ్యాపిస్తున్నాయి. నది మంచి ఊపు మీద ప్రవహిస్తున్నది. సూర్యబింబం మరికొద్ది నిముషాల్లోనే పశ్చిమాకాశాన అంతర్థానం కాబోతున్నది. ఇద్దరం క్వార్టర్సుకు చేరుకున్నాము. ఆ రాత్రి వరండాలో పడుకుని ఉండగా 'ఆ దుర్మార్గపు దేవుడు చూడలేపోయాడని' దంపతులిద్దరూ అనడం గుర్తుకువచ్చింది.

మరునాటి ఉదయం దాని వివరమూ తెలిసింది. ఆయన తనే చెప్పాడు "అవును... పాపిష్టి దేవుడు చూడలేకపోయాడు. అప్పటికి నీకు కొన్ని నెలల వయస్సు. ఇంకా పేరుకూడా పెట్టలేదు. ఒకనాడు భార్యాభర్తలిద్దరూ తెలతెలవారుతుండగా నదీస్నానం చేసి దైవదర్శనం చేసుకుందామని వెళ్లారు. అప్పుడే దురదృష్టం పండింది. ఇద్దరూ నదిలోకి దిగారు. ఒక్క నిమిషంలోనే మీనాన్న కళ్లముందే జరగరానిది జరిగిపోయింది. మీనాన్న పిచ్చివాడిలాగా కేకలు పెడుతుండగా అక్కడివారు

కొయ్యబారిపోయి చూస్తుండగా మీ అమ్మ చేతులెత్తి మొక్కుతూ ప్రవాహంలో కలిసిపోయింది. మీ నాన్న హాహాకారాలు చేస్తూ తాను కూడా నీళ్ళలోకి వెళ్ళబోతే అక్కడి జనం బలవంతంగా ఆపేశారు. ఉన్మాదిలాగా కేకలు పెడుతూ ఆళవందార్ క్రిందపడి మెట్లమీద దొర్లుతూ పడిపోయాడు. అంతలో అతనికి స్పృహ తప్పింది. తర్వాత శవం కోసం వెదికించినా ఫలితం లేకపోయిది. ఏ తీరానికి కొట్టుకుపోయిందో బంగారు తల్లి. జాడయినా తెలియలేదు. అతన్ని బలవంతంగా ఇంటికి చేర్చారు. పట్టుకోలేకపోయాం. అందరమూ, విలవిలలాడుతూ ఏడుస్తూ గంటల తరబడి అచేతనంగా ఉండిపోయాం. ఒకాయన 'బాబూ! ఇక ఏడవకు, స్థిమితపడు' అంటూ ఓదార్చపోయాడు. నేనిక ఉండబట్టలేక 'కాదు కాదు... ఏడవనివ్వండి అతన్ని' అని గదిలోకి తోసి బయట గడియపెట్టాను.

ఒక రోజంతా లోపలినుంచి ఏడపు వినిపించింది. ముందు పెద్దగా త్వరగా బలహీనంగా... చివరకు మరునాడు తలుపుతీసి చూశాము. లోపల 'ఏ అఘాయిత్యం చేశాడో' అని నేను బాధపడ్డాను. లోపల ఫ్యాను ఉంది. పక్కబట్టలు, దుప్పట్లున్నాయి. నేను భయపడ్డట్టు ఏమీ జరగలేదు. మనిషి నిర్మలంగా పసిపిల్లవాడివలె పడుకుని నిద్రపోతున్నాడు.

నెమ్మదిగా రోజులు గడిచాయి. కాని అతనిలో దుఃఖతీవ్రత పూర్తిగా తగ్గలేదు. ఒకసారి పురుగుల మందు తెచ్చుకుని గ్లాసుడు నీళ్ళలో పోసుకుని వరండాలో స్టూలు మీద పెట్టుకున్నాడు. కాని అంతలో అతనికి మీ అమ్మ కళ్లముందు కనిపించినట్టని పించిందట. చిత్రంగా కునుకు పట్టిందట. ఈ లోపల వీధి చివరుండే నంజుండప్ప ఒక రైల్వే గుమస్తా, అంతవరకు సారా తాగి మైకంతో నడిచివస్తూ స్టూలుమీద గ్లాసువంక చూసి నిశ్శబ్దంగా ఆ గ్లాసు అందుకుని ఆ ద్రవాన్ని గటగట తాగేసి పది అడుగులు వేసి పడిపోయాడు. అక్కడివారు అతన్ని గబగబ ఆసుపత్రికి తీసుకుపోతే రెండు రోజులకు కోలుకున్నాడు. అయిందా? ఆ తర్వాత మీ నాన్నకు ఏదో ఒకకొత్త స్పృహ వచ్చినట్టని పించింది. మనిషి స్థిమితపడి ఈ లోకంలో పడ్డాడు. తర్వాత ఉన్నట్టుండి తన ఊరికి తన వారికి కబురు చేరవేశాడు. అమ్మాయి తరుఫువారు అబ్బాయి తరుఫువారు కాస్త దుఃఖించారు. మీ తాత బయలుదేరివచ్చి మీ నాన్నను "వచ్చేయ్ మన ఊరికి"అని చెప్పి ఒప్పించి వెంటబెట్టుకుపోయాడు. వెళ్లేటప్పుడు

వయసులో కొంచెం పెద్దవాళ్లం కాబట్టి మా యిద్దరికీ కాళ్లకు నమస్కారం చేసి 'నాకు మీకన్నా ఎవరూ ఎక్కువ కాదుసార్. మిమ్మల్ని జన్మలో మరిచిపోను సార్. మావాడికి మీపేరే పెట్టకుంటాను' అన్నాడు కళ్ళనీళ్ళు పెట్టుకుని.

నందనరావుగారు మాట్లాడడం ఆపి నిశ్శబ్దంగా కూర్చుండిపోయాడు. నేను మనసంతా బరువెక్కి మౌనంగా ఉండిపోయాను.

అంతలో 'మీనాన్న అన్నమాట నిలబెట్టుకోలేదయ్యా!' అన్నాడాయన.

నేను ఆశ్చర్యపోయాను.

'అదే! నీకు నాపేరు పెడతానని చెప్పి వెళ్ళాడు కదా! ఆ మాట నిలబెట్టుకోలేదు మరి'.

నేను నెమ్మదిగా "మా తాతయ్య గొడవ భరించలేక నాకీ పేరు పెట్టారట' అన్నాను నవ్వుతూ.

ఆయన కూడా 'ఇక లే! పొద్దుపోయింది. మా ఆవిడ ఇప్పుడో కాసేపట్లోనో 'ఒరే నందనం' అంటూ వచ్చి పడిపోతుంది' అన్నాడు నవ్వుతూ.

నిప్పు

చుట్టూ ప్రశాంతంగా వుంది. చెట్ల గుబుర్లలోనుంచి కీచురాళ్ళ అరుపులు నిర్విరామంగా వినిపిస్తున్నాయి. దూరంగా మామిడి చెట్టు మీద ఏదో పక్షి వికృతంగా అరుస్తున్నది. లోపల వెలుగుతున్న మెర్క్యురీ లైటు కాంతి గుమ్మం బయట కొంతమేర మాత్రమే పడుతున్నది. అది తప్ప ఇక అంతా కనుచూపు మేర కటిక చీకటి... నల్లని కాయితం మీద మరింత నల్లని సిరా చుక్కలు పడినట్టు మామిడి చెట్టూ కొబ్బరిచెట్లూ లీలగా కనిపిస్తున్నాయి.

పుల్లమరాజు గుమ్మానికానుకుని కూర్చుని పై గుడ్డతీసి విసురుకుంటూ "అబ్బబ్బ ఏం చెమట! గాలే లేదు" అనుకున్నాడు.

లోపల ఒకే ఒక బల్లదగ్గర పేకాట జోరుగా సాగుతున్నది. వాళ్ళు అయిదుగురు. గుమ్మం వైపు వీపు తిప్పి కూర్చునివుండి మాటిమాటికీ "ఛీ! వెధవాట. ముక్కలు పడటమే లేదు" అని విసుక్కుంటున్న బుంగమీసాల భారీ వ్యక్తి విశ్వనాథం. ఆయన ప్రక్కనే కూర్చుని చాలా శ్రద్ధగా పేకముక్కలు సర్దుకుంటున్న వాడు తులసీదాసు. ఆయన పిట్టవంటి మనిషి. నల్లనివాడు. ఆ పక్కన పలుచని అద్దాల కళ్ళజోడు మాటిమాటికి సద్దుకుంటూ కూర్చుని వున్నవాడు ప్రభాకరం... ఆయన పక్క కుర్చీలో గుమ్మాని కెదురుగా కూర్చుని వున్నవాడు శాస్త్రి. ఆట పారేసి శాస్త్రితో మాట్లాడుతున్నవాడు ప్రసాదరావు.

విశ్వనాథం తులసీదాసు వంక అసూయగా చూస్తూ "ఇవాళ ఈయనగారు నక్కను తొక్కి వచ్చాదయ్యా, వరసనే ఆటలు కొట్టేస్తున్నాడు" అన్నాడు.

ప్రభాకరం జోడు సర్దుకుంటూ 'ఇవాళేం ఖర్మ ఆయన రోజూ నక్కనే తొక్కి వస్తూ వుంటాడు' అన్నాడు. ఆ మాటలు విని మిగిలిన వారిలో ఒకరు నవ్వారు.

నవ్వని వ్యక్తి ప్రసాదరావు. ఆయన తులసీదాసు వంక అసూయగా చూడటానికి అనేక కారణాలున్నాయి. ఆయనకు ఎందుకో మొదటినుంచీ తులసీదాసు అంటే అసహ్యం. ఆయనకు సాధారణంగా తనకంటే తక్కువ సంపాదించేవాళ్లంటే అసహ్యం. అదీకాక ఆయనకు వారంరోజులు క్రితమే ఒకనాడు తెల్లవారుఝామున చిత్రమైన కలవచ్చి మనసును పాడుచేసింది. ఆయన ఆనాడు కలగని మేలుకొని కళ్ళు విప్పిచూస్తే ఆయన రెండో భార్య శాంత పడుకుని, ప్రశాంతంగా నిద్రపోతున్నది. అయినా ఆయన మనసు చెడింది. మిగిలిన రాత్రి అంతా కన్ను మూయకుండా గడిపాడు. అంతకు ముందురోజే తులసీదాసును ఆయన మొదటిసారి చూశాడు. ఎందుకో చూసీ చూడగానే ఆయనకు తులసీదాసుపట్ల వైముఖ్యం కలిగింది. చిత్రమేమిటంటే ఆ మరునాడే ఆ కలరావటం చీ! ఛీ! ఎంత అసహ్యమైన కల!

ప్రసాదరావు ముక్కలు బల్లమీద పారేసి “రేయ్! పుల్లంరాజూ! ఇలారా?” అని అరిచాడు.

పుల్లంరాజు గభాలున లేచి “అయ్యా” అంటూ వచ్చాడు.

“ఏమున్నాయి తాగడానికి?”

“కాఫీ డికాషనయిపోయిందండీ... టీ ఉంది బాబూ! తెమ్మంటారా?”

“ఏదో ఒకటి తీసుకురా... కళ్ళు మూతలు పడుతున్నాయి” అంటూ ప్రసాదరావు వాచీవంక చూసుకున్నాడు. ఒంటిగంట! ఎక్కడో గుడ్లగూబ అరుస్తున్నది.

పుల్లమరాజు లోపలకి వెళ్ళి టీ కలుపుతూ కిటికీలోనుంచి బయటికి చూశాడు. బయట అంతా చీకటి ఘనీభవించినట్టున్నది. కిటికీ పక్కనే వున్న చెట్టు మీద ఏవో బుల్లి పక్షులు గొడవ చేస్తున్నాయి. పుల్లమరాజు ఇంటిని గుర్తుచేసుకున్నాడు. అతని ముసలి తండ్రి గుడిసె బయట కుక్కి మంచంలో పడుకుని వుంటాడు. లోపలి గూటిలో సన్నని దీపం వెలుగుతూ వుంటుంది. పుల్లమరాజు భార్య కాపురానికి వచ్చి సంవత్సరం కూడా నిండలేదు. అతని పెళ్ళి క్లబ్బులో, పెద్దలందరి సహకారంతో, ధనసహాయంతో, ఘనంగానే జరిగింది. క్లబ్బు బాయ్ పెళ్ళి అనగానే నలుగురూ చందాలు వేశారు. ఆ డబ్బుతో పుల్లమరాజు తన గుడిసెముందు చక్కగా పందిరివేసి తన వారిని నలుగురినీ పిలిచి ఘనంగా పెళ్ళి చేసుకున్నాడు. ఆ పిల్లకు వయసు కూడా ఎంతో లేదు. పట్టుమని పద్దెనిమిదేళ్ళు ఉండవు. పచ్చగా గుమ్మటంలా

వుంటుంది. పెద్దపెద్ద కళ్ళతో అమాయకంగా చూస్తూ వుంటుంది. పుల్లమరాజు గుడిసెలో తనకోసం ఎదురుచూసి చూసి అలాగే నిద్రలో ఒరిగిపోయే తన భార్యను తలుచుకున్నాడు. క్షణంలో అతని నరాల్లో రక్తం జివ్వున పరుగులు తీసింది.

అంతలో లోపలినుంచి కేక "ఏరా రాజు! ఏదిరా టీ? తొందరగా రా"

పుల్లమరాజు టీ కప్పు పట్టుకుని హాల్లోకి వచ్చాడు. ప్రసాదరావు దాన్ని అందుకుని వేడి వేడి టీ చప్పరిస్తూ చాలా శ్రద్ధగా ఆట ఆడుతున్న తులసీదాసు వంక తీక్షణంగా చూస్తున్నాడు. ఖర్మ! వాడేక్షణంలో కనిపించాడో గాని నాకు మనశ్శాంతి లేకుండా చేశాడు. అయినా ఈ ఆఫీసర్లక్లబ్బులో వెధవ నూటయాభై రూపాయల గుమస్తాగాడు పేకాడట మేమిటి? వచ్చే కమిటీ మీటింగులో 'ఆఫీసర్లు తప్ప మరెవరూ పేకాటకు రాకుండా ఏదైనా కట్టుదిట్టమైన తీర్మానం చేయించాలి' అనుకున్నాడాయన. ఆయన మాటి మాటికీ ఆ కల గుర్తువస్తున్నది. వారం రోజుల నుంచీ యింట్లో తన భార్య మొహం చూసినప్పుడల్లా, క్లబ్బుల్లో తులసీదాసు మొహం చూసినప్పుడల్లా ఆ కలే మళ్ళీ మళ్ళీ గుర్తువస్తున్నది.

టీ తాగుతూ అకారణంగా 'ఛీ, ఛీ' అనుకుని మిగిలిన టీ వొదిలేసి పుల్లమరాజు వంక తిరిగి "ఏరా! అలా పందిరి గుంజలా నిలబడకపోతే ఆ కప్పు తీసుకుపోరాదూ?" అని కసురుకున్నాడు. తర్వాత సిగిరెట్టు తీసి వెలిగించుకున్నాడు. పొగ వదులుతూ ఆ పొగలోకే చూస్తూ కూర్చున్నాడు. ఆ ఆట విశ్వనాథం తులసీదాసూ యిద్దరే ఆడుతున్నారు. ఎవరి పాటికి వారు పట్టుదలగా అవతల వాళ్ళకు ఆట కాకుండా చూడాలని ఆడుతున్నారు. మిగిలిన యిద్దరూ చెరొకరి ఆటచూస్తూ సలహా యిస్తున్నారు.

ప్రసాదరావు మాత్రం తాను సృష్టించిన పొగ మేఘాలలోకి చూస్తూ కూర్చున్నాడు. మళ్ళీ అదే కల గుర్తుకు వచ్చింది. అదొక పడవ... నీళ్ళ మీద తేలుతూ పోతున్నది. అందులో కొందరు జనం... వాళ్ళల్లో తనకు పరిచితమైన ముఖాలేవీ ఉన్నట్టు గుర్తులేదు. తానూ తన భార్య ఒక పక్కన ఉన్నారు... అంతలో...

ప్రభాకరం "షో" అని కేక పెట్టాడు. తులసీదాసు ముక్కలు బల్లమీద పరిచాడు. శాస్త్రి "ఛ ఛ! ఆ ముక్క వేయవలసిందికాదు" అన్నాడు.

"వెయ్యక చస్తామా! ఆయన అదృష్టం అది" అంటూ విశ్వనాథం ముక్కలు చేతిలోకి తీసుకుని రూపాయలు తులసీదాసు వైపుకు తోశాడు.

పుల్లమరాజు టీకప్పు లోపల పెట్టి వచ్చి అక్కడే గోడకానుకుని నిలబడి వుండి ఆలోచనలో పడ్డాడు. అతనికి తన భార్య గుర్తుకు వచ్చింది. అంతలో ఆశ్చర్యం కలిగింది. వీరందరూ రోజూ అర్ధరాత్రి వేళదాకా ఇక్కడ పేకాడుతూ వుంటారు. సంవత్సరాల తరబడి అలా ఆడుతూనే వున్నారు. వీళ్ళందరికీ ఇళ్ళూ వాకిళ్ళూ లేవా? పెళ్ళాం పిల్లలులేరా? వాళ్ళు వీళ్ళకోసం ఎదురుచూస్తూ వుండరా?

మళ్ళీ అందరూ ముక్కలు చేతిలోకి తీసుకున్నారు. సర్దుకుంటున్నారు. అరనిమిషంలో ప్రసాదరావు పేక బల్లమీద పడేసి "ఎవరయ్యా ముక్కలు పంచిందీ? పాడుచెయ్యి" అంటూ లేచి కిటికీ దగ్గరికి వెళ్ళి బయటికి ఉమ్మేశాడు. తర్వాత అక్కడే కొద్ది క్షణాలు నిలబడ్డాడు. బయట పిలిస్తే బదులు పలికేట్టు చిక్కగా ఉన్నచీకట్లోకి చూస్తు వుండగా మళ్ళీ ఆ కల గుర్తుకు వచ్చింది... పడవలో తామిద్దరూ కూర్చుని వుండగా తన భార్య ఉన్నట్టుండి లేచి పక్కకు వెళ్ళింది. తాను అటువైపు చూశాడు. ఆమె నిలబడి వుండి పమిట కొంగు నోటిలోపెట్టుకుని జాకెట్టు ముడివేసుకున్నది. గాలికి ముంగురులు కదులుతున్నాయి. పలుచని పమిటెలో జాకెట్టు ముడి వేసుకుంటున్న ఆమె పచ్చని చేతులు కనిపిస్తున్నాయి. ఆమె ఎటో చూస్తూ నవ్వుతున్నది. తానూ అప్రయత్నంగా అటు చూశాడు. అక్కడ తులసీదాసు నిలబడి వున్నాడు. అంతలో కల చెదిరిపోయింది. మెలకువ వచ్చీరాగానే భార్యమొహంలోకి చూశాడాయన. ఆమె మామూలుగా ప్రశాంతంగా నిద్రపోతున్నది. ఆ తర్వాత ప్రసాదరావు లేచి ఎందుకో కలవర పడుతున్నవాడిలా అటూ యిటూ కాసేపు తిరిగి మళ్ళీ పడుకున్నాడు. కాని, ఇక కోడి కూసేవరకూ కంటిమీదికి కునుకే రాలేదు.

ప్రసాదరావు మళ్ళీ వచ్చి కుర్చీలో కూర్చున్నాడు. తర్వాత పుల్లమరాజు పిలిచి "ఇవాళ ఇళ్ళు ఎక్కడ ఎక్కడ తగలబడ్డాయిరా?" అని అడిగాడు.

పుల్లమరాజు "అయ్యా! లంకలో మజ్జానం తగులబడ్డాయండీ... రెండొందల గుడిసెలు... నీళ్ళకార్లొచ్చినా ఏం చెయ్యలేక పోయాయండీ... అంతా భస్మం... బూడిద..." అన్నాడు.

"ఇవాళ అదొక్కటేనా?" ఇది విశ్వనాథం ప్రశ్న.

"అవునండి. ఇదొక్కటే..." అని పుల్లమరాజు సమాధానం.

"రోజూ ఈ ఇళ్ళు తగలబడట మేమిటో... వెధవ గోల..." శాస్త్రి ముక్కలు సర్దుకుంటూ అన్నాడు.

"తగలబడటం లేదు... తగలబెడుతున్నారు... 'పలానా పేట తగలపెడతాం' అని నోటీసిచ్చి, మరీ తగలబెడుతున్నారు" విశ్వనాథం మీసాలు సర్దుకుంటూ అన్నాడు.

ప్రభాకరం ముక్కలు క్రింద పడేస్తూ "ఏమిటేమిటో కథలు వింటున్నాం... మొన్న ఆ మురికి పేటలో ఎవడో కొత్తమనిషి కనిపించాడు. వాడు ఒక పాకముందు ఒక్కక్షణం నిలబడి తర్వాత మామూలుగా వెళ్ళిపోయాట్ట. అంతలో పాక గుప్పుమన్నదిట... వాడేదో పొడిచల్లిపోయాడని పుకారు" అన్నాడు.

'నేను మరోరకంగా విన్నాను' అన్నాడు విశ్వనాథం. "ఆ గుడిసెలో కాపురం వుండేవాడి పెళ్ళానికి మరొకడికి జోడీట... మొగుడింటికి వచ్చేసరికి లోపల ఆ యిద్దరూ ఉన్నార్ట. ఆ కోపంతో మొగుడు తలుపు బయట గొళ్ళెం పెట్టి ఇంటికి నిప్పుపెట్టాట్ట..."

పుల్లమరాజు నెమ్మదిగా "మొన్న మరీ దారుణం బాబయ్యా! ఆ లంకలో పాకలు తగలబడుతావుంటే ఒక ముసల్ది గుడిసె లోపల ఒక జత గాజులు మర్చిపోయొచ్చిందంట. ఆటికోసం ఎల్లి మంటలో చిక్కుకుపోయి నాదటండీ" అన్నాడు.

"మళ్ళీ తిరిగొచ్చిందా?"

"ఏం తిరిగి రావటం బాబూ! క్షణంలో మసయిపోయిందండి."

ప్రసాదరావు నవ్వి "వాళ్ళు పాకల్లో ఉన్నారనీ, అవి మురికి పేటలనీ, వాళ్ళు బీదవాళ్ళనీ లేనిపోని నమ్మకాలు మనకు... నిజానికి వాళ్ళ దగ్గరున్నంత డబ్బు మనదగ్గర కూడా లేదంటాను నేను. వాళ్ళు ఇంటిల్లిపాదీ సంపాయిస్తారు. మనలో అలా కాదుగా! సంపాదించేదొక్కడు తినేది పదిమంది. మనం ఇస్త్రీ చొక్కాలకూ, క్రాఫింగులకూ, బూట్లకూ షోకులకూ డబ్బు తగలేస్తాం. వాళ్ళు చక్కగా కడుపునిండా తిండితింటారు. అడుక్కునీ, కూలీ చేసి జేబులు కొట్టి, సంపాదించి వాళ్ళు పెద్ద పెద్ద వడ్డీలకు డబ్బు తిప్పుతూ వుంటారు తెలుసా? ఆ ముసల్ది జత గాజుల కోసం మంటల్లోకి వెళ్ళిందంటే ఏమిటర్థం?" అన్నాడు.

తులసీదాసు అంతవరకూ మాట్లాడని వాడు ఇప్పుడు తలయెత్తి చూశాడు. నెమ్మదిగా "అంటే మీ ఉద్దేశం, మురికి పేటల్లో, పాకల్లో, ఉండేవాళ్ళందరి దగ్గరా బంగారం, డబ్బూ ఉన్నాయనేనా?" అన్నాడు.

ప్రసాదరావు ఓరగా చూస్తూ "ఇప్పుడు మీరు విన్నదేమిటి? వాలకం చూస్తూ ఉంటే మీకు ఆ మనుషుల పట్ల బోలెడు సానుభూతి ఉన్నట్టుందే మీకు తెలీదేమో! గవర్నమెంటు ఫ్యామిలీప్లానింగ్ అనగానే మనందరం పరుగెత్తుకు వెళ్ళి దేశక్షేమం కోసం ఆపరేషన్లు చేయించుకున్నాం. మురికిపేటల్లో ఉండే వాళ్ళెవరూ చేయించుకోలేదు తెలుసా? వాళ్ళు కావలసినంత మంది పిల్లల్ని కంటున్నారు. సంఘంలో వాళ్ళ సంఖ్య పెరిగి పోతున్నది. క్రమంగా మన పిల్లల సంఖ్య తగ్గిపోయి ఈ దగుల్బాజీల సంఖ్య పెరిగిపోయి కల్లోలం మొదలవుతుంది. పదిమంది మాటకదా చెల్లుతుంది. అప్పుడు వాళ్ళు డిక్టేట్ చేస్తారు. మన పిల్లలింక ఎందుకూ పనికిరారు..." అని మాట్లాడుకుంటూ పోయాడు.

శాస్త్రి నవ్వుతూ "ఈ ఇళ్ళు తగలబడటం గొడవ లేకుండా ఈ స్లమ్స్ అన్నీ ఖాళీ చేయిస్తే సరి..." అన్నాడు.

"ఖాళీ చేయించి వాళ్ళందర్నీ ఎక్కడికి పంపిస్తావు? చంద్రమండలానికింకా రాకపోకలు మొదలే కాలేదు" అన్నాడు ప్రభాకరం.

ప్రసాదరావు కనుబొమ్మలు ముడిచి "కాళీచేయించి?" అని రెట్టించాడు.

"వాళ్ళకు కాస్త పర్మినెంటుగా పడుండే ఏ ఆస్బెస్టాస్ షీట్స్‌తోనో చవకలో యిళ్ళు కట్టించి యిస్తే సరి. హౌసింగ్ బోర్డులూ అవీ ఉన్నాయిగా?" అన్నాడు శాస్త్రి.

ప్రసాదరావు "నువ్వెంత ఫూల్‌వోయ్" అన్నట్టు చూసి "వాళ్ళకు యిళ్ళు కట్టించి యివ్వడమా? నీది గొప్ప బుర్ర శాస్త్రీ. ఎంత మందికని యిళ్ళు కట్టించి యివ్వగలదు ప్రభుత్వం. అయినా ఆ పాకల్లో వున్నవాళ్ళు ఇళ్ళు కాలిపోతే మళ్ళీ కట్టించుకోలేరనా మీ ఉద్దేశం. వాళ్ళదగ్గర బంగారు గాజులుంటాయి. డబ్బూ వుంటుంది. నీకు కావలిస్తే వాళ్ళలో ఎవడైనా అప్పు పెట్టగలడు. ఆ వడ్డీకి యిష్టపడి తీసుకుంటే. పైకి చూడడానికి పాకలాగే వుంటుంది. లోపల సారా వ్యాపారాలు, వడ్డీ వ్యాపారాలూ, ఇంకా..." అంటూ ఆగాడు.

"ఇక ఆపై వ్యాపారాల సంగతి చెప్పకు..." అని పెద్దగా నవ్వాడు విశ్వనాథం. మిగిలిన యిద్దరూ శ్రుతి కలిపారు.

తులసీదాసు నవ్వలేదు. పైగా నిట్టూర్చి "మీరు పొరబడుతున్నారనుకుంటాను సర్! జత గాజుల కోసం ఒక ముసల్ది మంటల్లోకి వెళ్ళి చచ్చిపోయిందని విని

ఆపాకల్లో వాళ్ళందరికీ బంగారం నగలున్నాయని మీరు కంక్లూడ్ చెయ్యడం చిత్రంగా వుంది. జత గాజుల కోసం మంటల్లోకి మీరూ నేనూ వెళ్ళగలమా? జతగాజులూ సర్వస్వం అయినవాళ్ళే అలా చేయగలరు. మరొకరయితే ప్రాణాలకు తెగించి అలా ఉరికిపోరు..." అన్నాడు.

ప్రసాదరావు విశ్వనాథం వైపు చూసి కన్ను గీటి వ్యంగ్యంగా "వీరు గొప్ప సోషలిస్టో, లేకపోతే ఏ ఫెలో ట్రావెలరో అనుకుంటాను. మీలాటివాళ్ళు చాలామంది ఈ చిలక పలుకులు పలకగా విన్నాను. అంతా కుర్రతనం... కుర్రతనపు మాటలూ... ప్రపంచం తెలీదు. అనుభవం సున్న" అన్నాడు.

తులసీదాసు మ్లానంగా నవ్వి ఊరుకున్నాడే గాని సమాధానం చెప్పలేదు. ఆట నెమ్మదిగా సాగుతున్నది. ప్రసాదరావు మళ్ళీ ముక్కలు బల్లమీద పడేసి తేలికగా కూర్చుని "ఏమండీ... మీ యిల్లెక్కడ?" అని అడిగాడు తులసీదాసును.

తులసీదాసు నెమ్మదిగా చెప్పాడు.

"మీకు పెళ్ళయిందా?"

"ఆఁ"

"పిల్లలున్నారా?"

"నలుగురు"

"ఏం? ఫ్యామిలీ ప్లానింగ్ అమలు జరుపలేదా?"

తులసీదాసు జరిపానన్నట్టు తల ఊపాడు.

"మీరుండే యింటికి అద్దె ఎంత?"

"పాతికరూపాయలు"

"అబ్బో! నూట యాభై రూపాయల జీతంతో పాతికరూపాయలు అద్దెకే పోతాయన్నమాట. మీరుండేది పూరిపాకా? డాబాయిల్లా?"

"రెండూ కాదు పెంకుటిల్లు"

"పెంకుటిల్లు అయితే ప్రమాదమేనండోయ్, అంటుకుందంటే ఆర్పడం కూడా కష్టం." "కానివ్వండి. రాబోయే ప్రమాదమేదో మనం ఆపితే ఆగుతుందా!"

"సోషలిస్టులు అట్లా మాట్లాడకూడదనుకుంటాను."

తులసీదాసు ఈసారి మాట్లాడలేదు.

ప్రసాదరావు గోళ్ళు కొరుక్కుంటూ కూర్చున్నాడు. తర్వాత సిగరెట్టు ముట్టించి పుల్లమరాజు వంకతిరిగి "ఒరేయ్! ఆ ఫ్యాను మరికాస్త వేగంగా తిప్పరా ఉక్కపోస్తున్నది" అన్నాడు. మళ్ళీ ఏదో మాట్లాడటం ప్రారంభించాడు.

పుల్లమరాజు ఫ్యాను వేగం పెంచి మళ్ళీ గుమ్మానికానుకుని కూర్చున్నాడు. అతని భార్య ఈ పాటికి మంచి నిద్రలో ఉండి ఉంటుంది. ఏం కలలు కంటున్నాదో! మొన్న వొకసారి కలలో తానే కనిపించానని చెప్పింది. పిచ్చిది... ఇవ్వాళ ఫస్టుతారీఖనే విషయం మరిచిపోయి రాత్రికి పెందరాళే వస్తానని, వచ్చేటప్పుడు మల్లెపూలు తెస్తానని చెప్పి మరీ వచ్చాడు. ఇప్పుడు అర్థరాత్రి దాటింది. వీళ్లేమో లేవరు. వీళ్ళ వరస చూస్తే తెల్లవారేదాకా ఆడుతూ కూర్చునేట్టున్నారు. అవును. వాళ్ళ సొమ్మేంపోయింది? రేపు ఆదివారం. ఎలాగూ సెలవు... తాను కదిలిలేందుకు వీలులేదు. మునుపోసారి తండ్రికి జబ్బుగా వుండి కాస్సేపు ముందుగా ఇంటికి వెడితే మర్నాడు తల వాచేట్లు చివాట్లు తినవలసి వచ్చింది.

దూరంగా ఎక్కడో ఆకాశంలో ఎర్రని రంగు కనిపిస్తున్నది. ఎక్కడో యిళ్ళు తగలబడుతున్నట్టున్నాయి.

మళ్ళీ లోపలినుంచి కేక.

పుల్లమరాజు లేచివెళ్ళాడు. ప్రసాదరావు తీరికగా కూర్చుని వుండి, "ఏరా రాజూ! విన్నావుగా ఈ అయ్యగారి మాటలు? మీ పాకలన్నీ తీయించేసి మీకు మంచి మంచి డాబాలు కట్టించి యివ్వాలిట గవర్నమెంటు. నువ్వేమంటావు?" అని అడిగాడు.

పుల్లమరాజు "మాకు డాబాలెందుకు సార్! ఏదో పాకల్లో పడుండేవాళ్ళం" అన్నాడు.

"అబ్బే! అదేం వల్లకాదు. మీరు అట్లా పాకల్లో ఎందుకుండాలి? మీరు మాత్రం మాలాగా మనుషులు కారా ఏమిటి?"

పుల్లమరాజు ఏదో ప్రమాదం పసిగట్టి నిశ్శబ్దంగా నిలబడ్డాడు. తులసీదాసు అప్పటికే కళ్ళు చిన్నవిచేసి ప్రసాదరావు వంక చూస్తున్నాడు. ప్రసాదరావు ఊరుకోలేదు. "అవునయ్యా! మనుషులంతా సమానమే. ఒకడెక్కువా ఒకడు తక్కువా ఏమిటి? దేవుడందర్నీ ఒకేలాగా పుట్టించాడు. అందరి నరాల్లోనూ రక్తమే ప్రవహిస్తూ ఉంటుంది. ఏమంటావు? ఈ అయ్యగారు చెప్పేది నిజమా? కాదా?"

పుల్లమరాజు ముందు వ్యంగ్యంగా నవ్వుతున్న ప్రసాదరావు వంక చూశాడు. తర్వాత తులసీదాసు వంక తిరిగాడు. తులసీదాసు దెబ్బతిన్న వాడిలా చూస్తున్నాడు.

విశ్వనాథం "పోనీవయ్యా, ముందు ఆటాడు. ఆ కబుర్లు మనకెందుకు?" అన్నాడు ప్రసాదరావును వారిస్తూ. కాని ప్రసాదరావుపేకలు బల్లమీద పడేసి "అలా వల్లకాదు. ఏం పుల్లంరాజూ! ఏమంటావు; మనుషులందరూ ఒకటేకదూ?" అంటూ తులసీదాసు వంక చూపించి "మేమూ, ఆయనగారూ, నువ్వూ అంతా ఒకటేనా?" అని అడిగాడు.

పుల్లమరాజు కంగారుపడి "అదేంటండీ... మీరూ నేనూ ఒకటెలాగవుతామండీ" అన్నాడు.

ప్రసాదరావు "ఆయనా మేమూ ఒకటేనా పోనీ?" అని అడిగాడు.

మిగిలిన వారు అర్థం చేసుకుని నివ్వెరపోయారు. తులసీదాసు ముఖం అవమానంతో ఎర్రబడింది. ప్రసారావు "చెప్పవోయ్! ఆయన మేమూ ఒకటేనా పోనీ?" అని అడిగాడు.

మిగిలినవారు అర్థం చేసుకుని నివ్వెరపోయారు. తులసీదాసు ముఖం అవమానంతో ఎర్రబడింది. ప్రసాదరావు "చెప్పవోయ్! మేమూ ఆయనా ఒకటి అవునా కాదా?" అని రెట్టించాడు.

పుల్లమరాజుకు తెలుసు. తులసీదాసు కేవలం నూటయాభై రూపాయల గుమస్తా. మిగిలిన నలుగురూ ఎనిమిదివందలు పైగా సంపాదించే ఆఫీసర్లు. అతడు మొహం ముడుచుకున్నాడు.

ప్రసాదరావు మళ్ళీ పెద్దగా "ఏరా మాట్లాడవేం? ఒళ్ళు కొవ్వెక్కిందా? సమాధానం చెప్పకుండా నిలబడతావేం?" అని గద్దించాడు.

పుల్లమరాజు యిప్పుడూ మాట్లాడలేదు. విశ్వనాథం "ఊరుకోవయ్యా? ఏమిటీ అనవసరపు గొడవ..." అన్నాడు.

"నువ్వాగు... ఇది అనవసరపు గొడవ కాదు" అంటూ లేచి "ఏరా సమాధానం చెబుతావా నాలుగు తగిలించమంటావా?" అన్నాడు ప్రసాదరావు.

పుల్లమరాజు కాళ్ళలో వొణుకు పుట్టింది. ఏదో చెప్పబోయాడు. కాని మాట పైకి రాలేదు.

"ఏరా రాస్కెల్! సమాధానం చెబుతావా లేదా?" అంటూ పుల్లమరాజు చెంప మీద లాగి ఒక్కపెట్టు పెట్టాడు ప్రసాదరావు.

"బాబోయ్! కొట్టకండి బాబూ! మీకు దణ్ణమెడతాను..." అంటూ ఏడుపు మొదలుపెట్టాడు పుల్లమరాజు.

తులసీదాసు అప్పుడు కుర్చీలోనుంచి లేచాడు. విసురుగా ముందుకు వచ్చి పుల్లమరాజును పక్కకు నెట్టి ప్రసాదరావు కాలరు గట్టిగా పట్టుకుని గుంజాడు. "మిస్టరు ప్రసాదరావ్! ఇందాకటినుంచీ ఓపికతో చూస్తున్నాను. ఇక సహించను. నువ్వు చాలా నేర్పుగా మనుషులను అవమానించగలవు. కాని ఎల్లప్పుడూ అందరితోనూ అది కుదరదు. నామీద కసి పెట్టుకుని మధ్యలో వాణ్ణి ఎందుకు సతాయించడం? నేను చెబుతాను. నీ ప్రశ్నకు సమాధానం... బాగా విను. వాళ్ళ సంగతి ఏమో తెలీదుగానీ నీకంటే మాత్రం నేను తప్పక గొప్పవాణ్ణే... ఈ నిర్భాగ్యుడు కూడా నీకంటే ఖచ్చితంగా గొప్పవాడే. మాతో పోలిస్తే నువ్వూ నీ వెయ్యిరూపాయల జీతమూ, నీ కారూ, బంగళా ఏమీ లేనట్టే లెక్క. ఇక మీదట ఎప్పుడూ గుమస్తాగాళ్లను అట్లా అవమానించకు. వొళ్ళు దగ్గరుంచుకో... అందరి దగ్గరా నీ తెలివితేటలూ, ఆటలూ సాగుతాయని పొరబడకు. టేక్‌కేర్..." అన్నాడు.

తులసీదాసు ఆ మాటవిని ప్రసాదరావు కాలరు వదిలి యివతలికి వచ్చాడు. అతని ముఖం ఎర్రగా కందగడ్డలా తయారైంది. టేబిల్ మీది ముక్కలు ఒకచోట చేర్చి విశ్వనాథం వైపు తిరిగి "సారీసార్, నేను వెళ్ళిపోతాను. ఏమీ అనుకోకండి" అని పుల్లమరాజు రెక్కపట్టుకుని లేవదీసి "రా పోదాం... నువ్వూ అటేగా వచ్చేది" అన్నాడు.

పుల్లమరాజు లేచి తులసీదాసు వెంట నడిచాడు. ఇద్దరూ మెట్లు దిగి ఆవరణలో వున్న మూడుకార్ల పక్కగా నడిచి బయటికి వచ్చారు. తులసీదాసు పుల్లమరాజు చెయ్యి పట్టుకుని ముందుకు నడిచాడు.

లోపల విశ్వనాథం, శాస్త్రి, ప్రభాకరం ముగ్గురూ ఒక్కక్షణం నిశ్శబ్దంగా కూర్చుని తర్వాత ఒక్కసారిగా లేచి బయటికి వచ్చారు. అక్కడే బొమ్మలాగా నిలబడి వున్న ప్రసాదరావుతో వారు ఒకమాట అయినా మాట్లాడకుండా బయటికి నడిచారు. అంతలో స్పృహలోకి వచ్చిన ప్రసాదరావుకు కార్లు మూడు స్టార్టయి వెళ్ళిపోతున్న సవ్వడి వినిపించింది.

ప్రసాదరావు నెమ్మదిగా యివతలికి వచ్చి నడవటం ప్రారంభించాడు. అర ఫర్లాంగు నడిచేసరికి తన బంగళా లోపల ఆల్సేషియన్ కుక్క మనిషి అలికిడి విని "భౌ" మని అరుస్తూ వచ్చిపడింది.

అతడు గేటు తీసుకుని లోపలికి వెళ్ళాడు. నెమ్మదిగా మెట్లెక్కి పైకి వెళ్ళేసరికి అతని భార్య ప్రశాంతంగా నిద్రపోతూ కనిపించింది.

అతడు దుస్తులు మార్చుకుని నిశ్శబ్దంగా నిద్రపోదామని ప్రయత్నించాడు. కాని ఎంతసేపటికీ ఆ ప్రయత్నాలు ఫలించలేదు.

అతనికి తెల్లవారుజామున ఎప్పుడో నిద్రపట్టింది. కాని నిద్రపట్టిన పావుగంటలోనే మొన్న వచ్చిన కలే మళ్ళీ వచ్చింది. అతడు ఉలికిపడి మేలుకున్నాడు. నిద్రలేక ఎర్రబడిన కళ్ళతో కిటికీలోనుంచి చూస్తే ఎర్రగా నిప్పుముద్దలా సూర్యుడు ఉదయిస్తున్నాడు. ఆ దిశ ఆకాశం అంతా ఎర్రగా రక్తం పులమబడిన కాయితంలా ఉంది. అతని భార్య ఎప్పుడు లేచి స్నానాదులు ముగించుకొందోమరి ప్రశాంతంగావచ్చి భర్తను పలుకరించింది.

"రాత్రి బాగా పొద్దుపోయినట్టుందే క్లబ్బు నుంచి వచ్చేసరికి. చడీచప్పుడూ లేకుండా దొంగలాగా వచ్చి పడుకున్నారు..." అన్నది నవ్వుతూ.

ఆమె నుదట పెద్ద కుంకుమబొట్టు అతని మనసులో దాగి ఉన్న నిప్పుముద్దలా, ఉదయిస్తున్న సూర్యబింబంలా ఉంది.

ప్రసాదరావు భార్య ముఖంలోకి చూసి నవ్వేందుకు ప్రయత్నంచేసి విఫలుడైనాడు.

చీకటి తెరలలో కరిగిన బొమ్మ

"అయ్యగారూ! పుస్తకాలు సర్దుతూ వుంటే ఇది జారి కింద పడింది" అంటూ పనిమనిషి పాత కాలపు నలుపు తెలుపుల ఫోటో వొకటి తెచ్చి ఇచ్చింది. అక్కడక్కడా పురుగులు కొట్టేసి రంధ్రాలు ఏర్పడినా బొమ్మ స్పష్టంగానే వుంది. జాగ్రత్తగా చూశాను. మంచి వయసులో వున్న యువతి, పదిహేడు పద్దెనిమిదేళ్ల వయసు వుంటుందేమో! తలమీద అందమైన పలుచని టోపీ... నల్లని చారలున్న తెల్లని గౌను... ఎత్తుమడమల జోళ్ళు... ఫోటో చివర ఇ.కె. అని రెండక్షరాలున్నాయి. దాన్ని చేతిలో వుంచుకుని నిశ్శబ్దంగా కూర్చుండిపోయాను.

"గతం కళ్ళముందు కదలాడింది. గతం రీలువలె కళ్ళ ముందు తిరిగి పోయింది" వంటి రొటీన్ పేలవమైన మాటలు అనవసరం. నేరుగా విషయంలోకే వద్దాం.

'ఇ.కె.' కళ్ళకు కట్టింది. మహా అందమైన ఆంగ్లో ఇండియన్ యువతి. ఆమె కొన్నేళ్ళ క్రిందట అన్న మాటలు మాత్రం బాగా గుర్తుండి పోయాయి.

"దేవుడు కనిపించి 'ఏం కావాలి?' అని అడిగితే తరువాతి జన్మలో కేవలం ఇంగ్లీషు అమ్మాయిగానో లేక ఇండియన్ అమ్మాయిగానో పుట్టించు తండ్రీ... ఇలా అటూ ఇటూ కాని జన్మ వద్దు అని అడుగుతా" ననేది.

ఆనాడు మంచి వేసవి... మధ్యాహ్నం వేళ ఎండ భయంకరంగా బాధిస్తున్నది. సూర్యదేవుడు పరమనిర్దాక్షిణ్యంగా మహా నిరంకుశంగా నిప్పులు చెరుగుతూ ప్రాణికోటి నంతటినీ వేపుకు తింటున్నాడు. గదిలోపల ఫ్యాను తిరుగుతూ వున్నా చుట్టూ సెగలుపొగలుగా వుంది.

ప్రహరీగోడమీద దారి తప్పి వచ్చిన రంగు రంగుల చిన్నపక్షి నీరసంగా కూత పెడుతున్నది.

అప్పుడు "మన వాకిట్లో ఎవరో పడిపోయినట్లున్నారు సార్!" అంటూ వచ్చాడు ఆర్ముగం.

నేను హడావిడిగా లేచి హాల్లోనడిచివచ్చి వరండా దాటి చూద్దును కదా, నిజంగానే రోడ్డు మధ్యలో ఒక దీనాకృతి పడివుంది స్పృహలేకుండా. నేల మీద పాత కళ్ళజోడు... ఒక పాతబడిన టోపీ... మాసిపోయిన పువ్వుల గౌను. మనిషి చిక్కిశల్యమై వుంది. అకాల వార్ధక్యం మీద పడి మనిషి ఎముకల గూడులా వుంది. వయసు కూడా ఎంతో వుండదనిపించింది. నడివయసు... జీవరసం అంతా మొత్తం ఎవరో పిండేసి వదిలినట్టున్నది.

ఆర్ముగం మా వంటమనిషిని పిలిచాడు. ఇద్దరూ ఆ దీనురాలిని ముందు హాల్లోకి మోసుకొచ్చి బల్లమీద పడుకోబెట్టారు.

వంటమనిషి సుందరం లోపలినుంచి చెంబెడు నీళ్ళు తెచ్చి కాంతి హీనమైన ఆ ముఖం మీద చిలకరించాడు. ఒకటి రెండు నిమిషాలపాటు ఏ కదలికా లేదు. నేను భయపడుతూ నిలబడ్డాను.

తర్వాత కొద్దిగా కదలిక కనిపించింది. కళ్లు విప్పి ఎదురుగా నిలబడివున్న నన్ను చూసింది. కాంతిలేని ఆ గాజు కళ్ళల్లో ఒక పలుచని మెరుపు... ప్రాణాలన్నీ ఆ కళ్ళలోనే మిగిలివున్నాయనిపించింది. ఒకప్పుడు మహా సౌందర్యవతి అయి వుండాలి. నిర్నిమేషంగా చూస్తూ కూర్చున్నదిపుడు... గౌను సర్దుకుంది. గ్లాసు అందుకుని నీళ్లు గటగట తాగింది.

ఆర్ముగం వూరుకోకుండా 'ఎవరు నువ్వు?' అని అడిగాడు. లోగొంతుకతో నెమ్మదిగా బదులు చెప్పింది, "ఏవా... ఎవా కేథరిన్" అని.

"ఏం జరిగింది?" అని అడిగాను నేను. కాస్త తేరుకుని తన దురవస్థ వివరించింది క్లుప్తంగా, కొంచెం అయోమయంగా...

"ఫిలిప్ దగ్గరికి వెళ్లాను పొద్దున. కాస్త డబ్బు ఇస్తాడేమో అని ఆశ... వాడు పైసా కూడా ఇవ్వలేదు. నిర్మొహమాటంగా 'ఇవ్వన'ని చెప్పి వెళ్ళగొట్టాడు. 'కనీసం తిరిగి వెళ్ళేందుకు బస్సు చార్జీ అయినా యిమ్మని బతిమాలాను. ఆ దుర్మార్గుడు

తరిమేసి తలుపులు మూసుకున్నాడు. ఎండలో పడి నడిచి వస్తూ వుంటే ఇక్కడ కళ్లు తిరిగి పడిపోయాను" అన్నది.

ఆమె వయసులో వున్నప్పుడు ఆ ఫిలిప్ వెధవకు ఎంత 'సుఖాన్నిచ్చి వుంటుందో' అనిపించింది. తర్వాత లేద్దామని విఫలప్రయత్నం చేసింది. 'కూర్చో...కూర్చో' అన్నాను నేను.

ఆ రోజుల్లో బెజవాడ, సికింద్రాబాదు వంటి నగరాలలో స్టేషను చుట్టుపక్కల ఆంగ్లో ఇండియన్స్ కొందరు వుండేవారు. రైల్వేలో చిన్నచిన్న వుద్యోగాలు చేస్తూ బతుకు వెళ్ళదీస్తూ వుండేవారు. వారిని అసలైన ఇంగ్లీషువారు మహా చులకనగా హీనంగా చూస్తూ వుండేవారు. ఇండియన్సేమో వారిని అంటరానివారిగా చూస్తూ వుండేవారు. అయినా వారు తాము ఇండియన్స్‌కంటే అధికులమనే అపోహలోవుండి అటూఇటూకాని వేరే జాతిగా వుండేవారు. వారందరూ సహజంగా చిన్న చిన్న పనులు చేసుకుంటూ ఇంగ్లీషు వారి దయాదాక్షిణ్యాల మీద ఆధారపడిగాని, చిన్న చిన్న స్కూళ్ళల్లో పని చేసుకుంటూ గానీ వుండేవారు. మంచి పరువంలో ఈమె అప్పుడు నా దగ్గరికి వొచ్చింది. మంచి రూపసి... మెట్రిక్యులేషన్ పాసయి ఉద్యోగం కోసం వచ్చింది. అది రైల్వే స్కూలు... ప్రాథమిక పాఠశాల. రైల్వే డిపార్టుమెంటువారు కేవలం రైల్వే ఉద్యోగుల పిల్లలకోసం ఏర్పాటు చేసిన చిన్న స్కూలు ఒకటి నుంచి ఐదు వరకు క్లాసులు.

ఆనాడు ప్యూను లోపలికి వచ్చి "మీ కోసం ఒకావిడ వచ్చింది సార్" అనగానే "లోపలికి రమ్మ"ను అన్నాను.

అప్పుడు వచ్చిందామె. లోపలికి వచ్చి అణకువగా నిలబడింది.

"కూర్చోండి" అన్నాను.

బిడియపడుతూ కూర్చుని "మీ స్కూళ్ళో ఇంగ్లీషు టీచరు పోస్టు కోసం అప్లికేషను పెట్టాను" అన్నది.

పువ్వులపువ్వుల గౌను... భుజాలు దాటని చొక్కా... తలకున్న హేట్ తీసి ఇప్పుడు వొళ్ళో పెట్టుకున్నది. ఆ రోజుల్లో చిన్న చిన్న స్కూళ్ళలో 'ఇక్కడ ఆంగ్లో ఇండియన్‌లచే ఇంగ్లీషు బోధింపబడును' అని ప్రచారం చేసేవారు. కానీ వారిలో చాలామందికి సరైన ఇంగ్లీషు రాదు. ఇంగ్లీషు వారిలాగా మాట్లాడడం చదవడం ఎలాగూ రాదు. ఇండియన్ టీచర్లలాగా చెప్పడమూ రాదు. చిన్నచిన్న క్లాసుల

పిల్లలకు వచ్చీ రాని ఇంగ్లీషు నేర్పుతూ వుండేవారు. కానీ వారిలో ఆధిక్యతా భావం మాత్రం పుష్కలంగా వుండేది. టీచరు పోస్టు కొన్ని నెలలుగా కాళీగా వుండడం వల్లనూ, ఆమె మెట్రిక్ మంచి మార్కులతో పాసై వుండడంతోనూ ఆమెను ఎంపిక చేసి ఉద్యోగంలో చేరమన్నాను. ఆమె అందమైన ముఖంలో అప్పుడు ఆనంద లేశం చూశాను. తర్వాతి కాలంలో చాలా మాట్లాడింది. అమ్మ చిన్నతనంలోనే పోయింది. నాన్న తాగుబోతై పుష్కలంగా చెడ్డపేరు సంపాదించుకుని ఉన్నట్టుండి ఒకానొక రోజు పడుకున్న మంచానికైనా చెప్పకుండా ఎటో వెళ్లిపోయాడు. అతని ఆచూకీ లేదు.

ఏవా పాపం ఒంటరిదై ఇరుగుపొరుగువారి దయాదాక్షిణ్యాలతోకాలం గడిపింది. వయసు వచ్చేకొద్దీ చుట్టుపక్కలవారు ఆమెను అనేక విధాలుగా వేధించేవారు. ఎవరైనా చిన్న పని ఇచ్చినా పెద్ద ప్రతిఫలం – అసహ్యకరమైన ప్రతిఫలం ఆశించేవారు. ఏవా విసిగిపోయింది. పట్టుదలగా తనను అభిమానించిన ఒక మాష్టరు గారి దగ్గర చదువుకుని మెట్రిక్ పాసయింది. ఆ సమయంలో ఆమెకు ఈ ఉద్యోగం ఎంతో అవసరమయింది. అది దక్కడంతో ఆమె ఎంతో ఆనంద పడిపోయింది. కళ్లనిండా నీళ్లు నిండుతూ వుండగా చేతులు జోడించి "థ్యాంక్యూ సర్! థ్యాంక్యూ వెరీమచ్" అన్నది మాటిమాటికి. తర్వాత ఉద్యోగం చాలా చక్కని క్రమశిక్షణతో సమయపాలనతో మంచి బోధనా నైపుణ్యంతో చేసి యాజమాన్యాన్ని ఆకట్టుకుంది. ఒకసారి రైల్వే డి.యం. స్కూలును పర్యవేక్షించడానికి వచ్చి ఇ.కె.ను ప్రత్యేకంగా అభినందించాడు.

కొన్నినెలలు గడిచాయి... బహుశా ఒక సంవత్సరం... అప్పుడు సైతాను మా స్కూలులో పైనించి వ్యాయామోపాధ్యాయుడి (పి.డి.) రూపంలో దిగబడ్డాడు. వాడి పేరు తెహిలియాని... గుజరాతీ వాడో పార్శీవాడో తెలియదు... ఒంటరివాడు. మనిషి పొడవుగా అందంగా వుండేవాడు. పై పై మెరుగులుచూసి పదార్థం అసలురంగు కనిపెట్టడం మానవమాత్రులకు సాధ్యం కాదు కదా! పైగా యౌవనమనే బలమైన గుర్రం మీద స్వారీ చేస్తున్నది ఏవా. మరి చెప్పేదేముంది? మిసమిస ఎరలను మింగి గాలానికి చిక్కుకున్న బంగారు చేపలాగా అతడి ఆకర్షణలో పడిపోయింది. నిషిద్ధ ఫలాన్ని ఆరగించింది.

అదొక అందమైన ఊబి. వాడొక మగమృగం. వాడికి సుఖలాలస, ధనలాలస తప్ప మరేవీ పట్టవు. పరాయివారి కష్టార్జితం వాడికి పరమాన్న ప్రాయం. తన

భోగేచ్ఛ తప్ప మరేమీ పట్టదు వాడికి. వికటకవి తెనాలివారి మాటల్లో చెప్పాలంటే వాడు కేవలం శిశ్నోదర పరాయణుడు. ఏవా అలా అలా ఆ ఆకర్షణ ప్రవాహంలో పడి కొట్టుకుపోయింది. అయితే ఏవాను అతి బలంగా వాడికి కట్టిపడేసిన ఆకర్షణ సూత్రం ఎంతో కాలం నిలవలేదు. వాడు ఆమెను అన్నివిధాలుగా దోచుకున్నాడు. ఆమె సంపాదనను హరించాడు. ఆమెను హింసించాడు. దొరికిన ప్రతిచోటా ఆమె పేరు చెప్పి అప్పులు చేసి ఆమె నెత్తిమీద పెట్టాడు. ఉద్యోగం ఊడిపోయేంతవరకు వాడి దారుణ క్రీడ జరిగిపోయింది. ఆ పిచ్చిది అన్నీ సహించింది. చివరకు వాడు ఆమె చేత వ్యభిచారం చేయించే దారుణం తల పెట్టినప్పుడు కళ్ళు తెరిచి స్పృహ తెచ్చుకుని ఎదురుతిరిగింది. కానీ అప్పటికే కథ ముగింపు దశకు చేరుకుంది. ఒంటినిండా రోగాలతో అకాల వార్ధక్యం మీదపడి శుష్కించి పోయింది. వాడు అంతర్ధానమైపోయాడు. చివరకు తనకు తెలిసిన ఇంగ్లీషు వారిదగ్గర బిచ్చమెత్తుకుని, వారి ఇళ్ళల్లో చాకిరీ చేసి బ్రతికే స్థితి దాపురించిందామెకి. మతి స్థిమితం కోల్పోయి రోడ్డున పడ్డది. ఇదంతా కేవలం రెండుమూడేళ్ళ కాలంలోనే...

* * *

ఇప్పుడు మా ఇంట్లో ఆమె కొద్దిగా ఎంగిలిపడి రోజంతా నిద్రపోయింది. సాయం వేళకు లేచి కళ్లజోడందుకుని ముఖానికి తగిలించుకుంది. నన్ను కనురెప్పవేయకుండా చూసి “మీరు గుర్తున్నారు నాకు” అని మాత్రం అన్నది.

“ఉండిపోరాదూ... ఇక్కడ” అన్నాను.

“కాదు.. అర్జెంటుగా వెళ్ళాలి. కాశీకి వెళ్ళాలి. అక్కడ దేవుణ్ణి చూసి కొన్ని ప్రశ్నలడగాలి” అన్నది అయోమయంగా.

తర్వాత పిచ్చి చూపులు చూస్తూ కాసేపు వూరికే కూర్చుండిపోయింది. సాయం వేళ దాటి చీకట్లు చిక్కనవుతున్న వేళ ఉన్నట్టుండి లేచి వరండా దాటి మెట్లు దిగి రోడ్డుమీదకి విసురుగా వేగంగా వెళ్ళింది. ఆర్ముగం “సార్ సార్” అని నన్ను పిలుస్తూ వుండగానే, నేను లోపలి గదిలోనుంచి ఇవతలికి నడుస్తూ వుండగానే ఆమె దూరమై కంటికి కనిపించకుండా అంతర్ధానమైపోయింది. దూరంగా చీకటిలో కరిగిపోయినట్టు మాయమై జాడలేకుండా పోయింది. నేను చేష్టలుడిగి నిలబడిపోయాను.

నీకు భార్యనవుతాను

సమాజంలో ఎందరో ఇందిరలుంటారు. కానీ ఇది ఒక ప్రత్యేక ఇందిర కథ.

'తెల్లవారుజామున రైలు. ఆ సమయంలో నిన్ను లేపి డిస్టర్బ్ చేయను. నాపాటికి నేను తలుపు దగ్గరికి వేసి వెళ్ళిపోతాను' అన్నది ఇందిర. ఆమె నా ఎదురుగా కూర్చొని ఉంది. మళ్ళీ ఒక్క క్షణం ఆగి "జాగ్రత్త. నీ ఆరోగ్యం జాగ్రత్తగా చూసుకో. పని మనిషి నాగా పెట్టకుండా రోజూ రెండు పూటలా వస్తానంది. ఆ వంట మనిషి... ఆమె పేరేమిటన్నావు?" అంటూ ఆగింది. "సావిత్రి" అన్నాన్నేను. "ఆ! ఆమెకు కూడా చెప్పాను. రెండు పూటలా తప్పకుండా రమ్మని. ఆ మూడు రోజులు కూడా ఎగ్గొట్టాల్సిన అవసరం లేదనీ గట్టిగా చెప్పాను" అన్నది.

నేను ఆమె మాటలు విని నవ్వేందుకు ప్రయత్నించాను. కానీ నవ్వలేకపోయాను. "అది సరే, ఉండిపోరాదూ, మరో నాలుగు రోజులు. వచ్చి మూడు రోజులు కూడా కాలేదు. ఇంతలో వెళ్ళిపోతానని చెప్పుల్లో కాళ్ళు పెట్టుకుని సిద్ధమైనావు. అక్కడ అంత కొంప మునిగే పనులేమున్నాయి? ఒక్కదానివి" అన్నాను. ఆమె నవ్వుతూ, 'ఒక్క దాన్నయితేనేం? నా పనులు నాకుండవా?" అన్నది. అంతలోనే మళ్ళీ, "అదీగాక మరో రెండు మూడురోజులుంటే ఇక్కడ అలవాటు పడిపోయి ఇక శాశ్వతంగా ఇక్కడే ఉండిపోదామనిపించే ప్రమాదం ఉంది!" అన్నది.

"అలానే ఉండి పోరాదూ శాశ్వతంగా" అందామనుకున్నాను కానీ అనలేదు. కానీ, "అంత అత్యవసరమైన పనులేమిటో" అని మాత్రం అన్నాను. "అదేమిటి? నీ పనులు నీకున్నట్టు నా పనులు నాకుండవా?" అన్నది. నేనిక ఏమీ మాట్లాడలేదు. నిశ్శబ్దంగా ఆమె ముఖంలోకి చూస్తూ కూర్చున్నాను. పలుచని చంద్రకిరణాలు వరండాలో అందంగా పడుతున్నాయి. ఇందిర పచ్చటి పాదాల మీద ఆ పలుచని వెన్నెల, ఆమె మాట్లాడుతూ తల ఊపినప్పుడల్లా ఆ చెవులకున్న జూకాలు కదులుతూ

తళుకులీనుతున్నాయి. ఆమె ఉన్నట్లుండి పక్కనే టేబిల్ మీద ఉన్న ఫోటో చేతిలోకి తీసుకుని 'అదృష్టవంతురాలు. నీ చేతులలో పసుపు కుంకుమలతో హాయిగా వెళ్ళిపోయింది' అన్నది. నా కళ్ళు చెమర్చాయి. "అన్నట్టు నిన్ను ఇక్కడ ఒంటరిగా కష్టపడుతూ ఎందుకు, తనతో వచ్చి ఉండమన్నదటగా మీ అమ్మాయి. నువ్వెందుకు ఒప్పుకోలేదు?" అని అడిగింది. "నా కిష్టం లేదు. వెల్లనిపించలేదు. ఇక్కడ నాకేమీ బాధలేదు" అన్నాను. "ఒంటరితనం బాధ కదూ" అంది. నేను ఉన్నట్టుండి, "నువ్వు ఉండటం లేదా ఒంటరిగా? నాకైతే ఈ సంవత్సర కాలమే ఒంటరితనం. నీకు జీవితకాలమంతా ఒంటరితనమే కదా? నీకు మాత్రం తోడు అక్కరలేదంటావా?" అన్నాను.

"అక్కరలేదనే అనుకున్నాను. ఇప్పుడేం, నలభై ఏళ్ల నుంచీ ఒంటరినే. ఒంటరితనానికి హాయిగా అలవాటు పడిపోయాను" అన్నది ఆమె చేతిలో ఫోటో బల్ల మీద ఉంచుతూ. 'పద్మ నిన్నన్యాయం చేసి పోయింది' అన్నది. 'అవును' అన్నాను నేను భారంగా.

"అన్ని బరువులూ బాధ్యతలూ ఆమె మీద పడేసి నా ఉద్యోగమూ, నా సాహిత్యమూ, నా పేరు ప్రతిష్ఠలే సర్వస్వమనుకున్నాను. నాకు ఏమి కావాలన్నా ఆమె చూసేది. అందువల్ల నేను ఏమీ నేర్చుకోలేదు. సిలెండర్ ఎటు తిప్పాలో, టీ నీళ్లు ఎలా పెట్టుకోవాలో కూడా నేర్చుకోకుండా ఇంతకాలమూ బతికాను" అన్నాను. బాధతో గొంతు గద్గదికమైంది.

ఆమె కల్పించుకుని "అవన్నీ వదిలేయ్. జీవితంలో కొన్నింటిని బాధాకరమే అయినా ఆమోదించక తప్పదు మరి..." అన్నది. నాకు ఆ సమయంలో ఒకప్పటి ఇందిర గుర్తొచ్చింది. పదహారు పదిహేడేళ్ల బంగారు బొమ్మ. మహా అందంగా ఉండేది. పుస్తకాలు గుండెలకు హత్తుకుని నెమ్మదిగా నడుస్తూ ఉండేది. ఇంటి దగ్గర వంచిన తల మళ్ళీ స్కూలు గుమ్మంలోకి వచ్చాకనే ఎత్తడం. క్లాసులో అయితే పదిమంది ఆడపిల్లల మధ్య రాళ్ళలో రత్నంలాగా, ఇతర ఆడపిల్లలు ఉండే వారు కానీ ఇందిర తీరే వేరు. ఆ వయసులో ఆమెను వెంబడించి నడుస్తూ మెల్లిగా స్కూలుకు వెళ్ళేవాణ్ణి.

ఆమెతో మాట్లాడాలనీ, పలకరించాలనీ ఎన్నడూ అనిపించేది కాదు. ఒక రోజు ఓ జులాయి వెధవ ఆమెనుచూసి ఏదో కుంటి మాట అన్నాడని వాణ్ణి పట్టుకుని

చెంపలు రెండూ వాయించేశాను. దూరంగా నిలబడి చూసిన ఇందిర కేవలం ఒక చిరునవ్వు నవ్వి వెళ్లిపోయింది. మా లెక్కల మేష్టారు సుదర్శనంగారి మరదలు ఆమె. ఆ భయంతో కాబోలు అందరూ ఆమె విషయంలో పరమ జాగ్రత్తగా ఉండేవాళ్ళు. స్కూలు చదువు అయిపోయి కాలేజి చదువు కోసం వేరే చోటికి వెళ్ళి బుద్ధిగా చదువుకుని డిగ్రీతోపాటు మంచి ఉద్యోగమూ సంపాదించుకుని తిరిగి వచ్చేసరికి నా కోసం మావాళ్ళు ఒక అయినవారి సంబంధం కుదిర్చి సిద్ధంగా ఉంచారు. నేను బుద్ధిమంతుడిలాగా అన్నిటికీ తల ఊపాను. తర్వాత తెలిసిందేమిటంటే మా లెక్కల మాస్టారు మరదల్ని నాకిద్దామని సంకల్పించి, ముందుగా ఇందిర అభిప్రాయం తీసుకుని తర్వాత మా పెద్దవాళ్ళను సంప్రదించాడు. కానీ మావాళ్ళు 'వాడికి అయినవాళ్ళ సంబంధం కుదిరే ఉంది. ఏమీ అనుకోవద్దు' అని చెప్పేశారుట. ఇదంతా తెలిసిన తర్వాత నా మనసంతా ఏదోలా అయిపోయింది. తర్వాత ఇందిర తటస్థపడింది రెండు మూడుసార్లు.

కాని ఊరికే పలకరింపుగా ఒక చిరునవ్వు. తర్వాత కుశల ప్రశ్నలు. ఇంత మాత్రమే పరిచయం స్థిరపడింది.

ఇదంతా నా మనసులో పునరావృతం అవుతూ ఉండగా, ఇందిర లేచివెళ్లి లోపలి గదిలో పడుకున్నట్టుంది. చుట్టూ ఏమీ సవ్వడి లేదు. పలుచని వెన్నెల మాత్రం వరండాలో మరింత ముందుకు వచ్చింది.

ప్రహరీ గోడ మీద నిలబడి ఏదో పిట్ట రాగాలు తీస్తోంది. ఈ వాతావరణంలో ఆ తీయని గతాన్నిగుర్తు చేసుకుంటూ ఉంటే బాగుందనిపించింది. తర్వాత కాలం గడిచింది. పద్మతో నా గృహస్థ జీవితం అలా గడిచిపోయింది. ఇందిర బొత్తిగా దూరం కాలేదు. పెళ్ళి మాత్రం మానేసి బోధనా వృత్తిలో స్థిరపడి నాకంటే రెండేళ్ళముందు రిటైరై ఒంటరిగా కాలం గడుపుతోంది. అప్పుడప్పుడు రావడం మా కుటుంబంలో సభ్యురాలిగా చనువుగా ఉండటం అంతా నాకు చిత్రంగా ఉండేది. పద్మ, ఇందిర ఇద్దరూ ఒకరికొకరు బాగా దగ్గరైపోయి అక్కా చెల్లెళ్ళలాగా ఉండేవారు. మా ఆవిడ ముందు తన మనస్సు బయటపెట్టేసింది. ఇద్దరూ చాలా సన్నిహితంగా ఉండేవారు. "ఏ మంచికో ఈ బుద్ధుడితో నాకు ముడిపడలేదు మరి. అందుకోసమే పెళ్లీ పెటాకులూ మానుకుని ఇలా ఉండిపోయాను ఒంటరిగా" అని పద్మతో అనేది.

ఇద్దరూ పడీ పడీ నువ్వుకునేవారు. నన్ను ఆటలు పట్టించి సరదాగా ఉండేవాళ్ళు. ఉన్నట్లుండి కథ ముగిసిపోయింది. అందాల రంగుల కల కరగిపోయింది. మామూలు జ్వరంగా మొదలై పెరిగి పెద్దదై పద్మను కబళించింది. అంత సుఖమూ తుడిచిపెట్టేసినట్టయింది. ఇందిర వచ్చి నాకు బాధలో అండగా నిలిచేది. నా యోగక్షేమాలు విచారించి ఇంకా అవసరమైన జాగ్రత్తలుచెప్పి వెళ్తూ ఉండేది. నేను మాత్రం పరమ జాగ్రత్తగా ఉండేవాణ్ణి. ఆమెను నా క్షేమ సమాచారాలు పట్టించుకునే ఒక ఆత్మీయురాలిగా మాత్రమే చూసేవాణ్ణి.

అలా కుర్చీలో కూర్చుని ఎప్పుడు నిద్ర పోయానో మరి. కళ్ళు తెరిచేసరికి ఎదురుగా ఇందిర. ప్రయాణానికి సిద్ధమై కూర్చుని ఉంది. నన్ను చూసి నవ్వుతూ, "అట్లా పడక కుర్చీలోనే నిద్ర పోయావు రాత్రంతా. కలలు కూడా కన్నావా?" అని అడిగింది నవ్వుతూ. నేను మ్లానంగా నవ్వి, 'లేదులే' అని మాత్రం అన్నాను. "కాఫీ కలిపి ఫ్లాస్కులో ఉంచాను. మొహం కడుక్కుని తాగు" అన్నది.

"రాత్రంతా ఆలోచించాను నేను" అన్నాను.

"ఏమిటి? ఏమాలోచించావు?" అని అడిగింది.

"మనం ఎందుకు పెళ్ళి చేసుకోకూడదు?" అన్నాను హఠాత్తుగా. ఆమె పడీ పడీ నవ్వింది. ఆగకుండా నవ్వింది. తర్వాత లేచి చాలా గంభీరంగా, 'బాగానే ఉంది ప్రపోజల్. కానీ ఒక్క విషయం ఆలోచించు. పెళ్ళి చేసుకుంటే నేను నీకు భార్యనవుతాను. నువ్వు నాకు భర్తవవుతావు. నేను భార్యలాగే నీకు సపర్యలు, ఉపచారాలు చేస్తూ బతకాలి. నువ్వు భర్త పాత్రలో నా మీద అధికారాలు చెలాయిస్తూ బాగా రాణిస్తావు. వద్దు. ఇలాగే ఉందాం ఇద్దరమూ. ఇలాగే బాగుంటుంది కూడా ఇద్దరికీ" అందామె నిశ్చయంగా.

"ప్రయాణానికి రెడీగా ఉన్నాను. సర్దుకునేందుకు ఏమీ లేదు ఈ సంచి తప్ప. నేను జాగ్రత్త పడాల్సిందేమీ లేదు, ఈ శరీరం తప్ప. ఉన్న డబ్బు దస్కమూ ఏం చెయ్యాలో రాసే ఉంచాను. ఈ శరీరం కూడా హాస్పిటల్ వశమైపోతుంది. అదీ రాసి ఉంచాను. జాగ్రత్త. మళ్ళీ త్వరలోనే వస్తాను. అప్పుడప్పుడూ మాట్లాడుతూ ఉండు. బయలుదేరుతానిక. అండ్ గాడ్‌లి విత్ యూ" అన్నది గుమ్మం వైపు నడుస్తూ.

విడిన మబ్బు

'రీడింగ్ రూమ్'లో వున్న అన్ని రకాల దినపత్రికలనూ కూలంకషంగా తిరగవేసి గాఢంగా నిట్టూర్చి నెమ్మదిగా మెట్లుదిగి రోడ్డుమీదికి వచ్చాడు శంకరం.

ఆకాశం నీళ్ళ సంచిలా ఉంది. గచ్చకాయ రంగులో వున్న మేఘాలు దట్టంగా గుమికూడి యుద్ధానికి సన్నద్ధమైన సైన్యంలా వున్నాయి. ఏ క్షణంలోనైనా చల్లనిగాలి మళ్ళవచ్చు. అప్పుడా గాలికి జలార్ద్రమైన మేఘాలు పులకరిస్తాయి. అంతలో కుండలతో కుమ్మరించినట్లు వర్షం మొదలవుతుంది. ఇక రోడ్లన్నీ జలమయం, ఎక్కడ చూసినా నీళ్లూ... బురదా... ఆ బురద నీటిని చిందగొట్టుకుంటూ వేగంగా వెళ్ళిపోతాయి బస్సులూ... లారీలూ...

శంకరం ఒక్కక్షణం ఆగి ఎడమచేత్తో నుదుట పడుతున్న జుట్టును పైకి సర్దుకున్నాడు. తర్వాత నెమ్మదిగా ఈలవేస్తూ ఒక్కక్షణం నిలబడ్డాడు. అతనికి అంతలో తాను ఉదయం నుంచీ చూసిన "వాంటెడ్ కాలమ్స్" గుర్తు వచ్చాయి. ఎన్నో కంపెనీలకు ఎందరో ఉద్యోగులు కావాలి. ఉద్యోగాలకు అప్లయి చేసేందుకు ఎన్నో అర్హతలు కావాలి. తనలాగే ఎందరో ఈ దినపత్రికలను రోజూ కళ్ళలో వత్తులు వేసుకుని పరిశీలించి అప్లయి చేస్తూ వుంటారు. ఎప్పుడో ఎవరినో అదృష్టం వరిస్తుంది. మిగిలిన వారి పని మామూలే.

శంకరం జేబుల్లో చేతులు పెట్టుకుని ముందుకు నడిచాడు. ఒక చోట ఒక బడ్డీ కొట్టుమీద బ్రాకెట్ జోరుగా సాగుతున్నది. ఒకడొక బండిలో మైక్ పట్టుకొని ఒకే ఒక్క రూపాయితో లక్షా పాతికవేలు ఎలా సునాయాసంగా గడించి ధనవంతులు కావచ్చునో చెబుతున్నాడు. "ప్రయత్నించి చూడండి. ఈసారి ఆ చల్లనితల్లి... ఆ లక్ష్మీదేవి... మిమ్మల్నే వరించవచ్చు. టికెట్టు వెల ఒకే ఒక్క రూపాయి..." అని అరుస్తున్నాడు.

అంతలో శంకరం కళ్ళు మెరిశాయి. అదేకారు. అతనికి బాగా గుర్తు... తళతళలాడుతూ, మిలమిల మెరుస్తూ, అప్పుడే దివినుండి దిగివచ్చిన బుల్లి విమానంలా ఉంది. ఆ పెద్ద బట్టలషాపు ముందు ఆగివుంది.

అతడక్కడే నిలబడ్డాడు. కొద్దిసేపట్లో లోపలినుంచి ఒకానొక అప్సరస చూపరుల కళ్ళు మిరుమిట్లు గొలిపే మెరుపు తీగలా, యువకుల హృదయాలపాలిటి చురకత్తిలా, మన్మధుడి అంబులపొదిలా యివతలకి వస్తుంది.

శంకరం మళ్ళీ ఈలవేస్తూ అటూ ఇటూ చూస్తూ నిలబడ్డాడు.

...అంతలో అతనికి తన గది గుర్తు వచ్చింది. ఆ చిన్న సందులో ఒక చిన్నగది. తలుపు తెరిస్తే రోడ్డుమీద వున్నట్టే... నిరంతరం పక్కవాటాల్లోని వారి గొడవలు... పక్కభాగంలో అద్దెకుంటున్న రైల్వే క్లర్కు భార్యకు ఏదో జబ్బు... ఆమె ఇరవై నాలుగ్గంటలూ మంచంలోనే వుంటుంది. ఆయన పెద్ద కూతురు ఫిప్తుఫారం తప్పి ఇంట్లో కూర్చున్నది. ఎప్పుడూ వీధి గుమ్మంలో నిలబడి వచ్చేపోయే వారిని చూస్తూ వుంటుంది. మొన్న ఎవడో పోకిరీ వెధవ వీధిలోపోతూ ఆమె వంక చూసి ఈల వేశాట్ట... దాని మీద పెద్ద రాద్ధాంతం... ఆమె అన్న ఒకడున్నాడు. వాడూ తనలాగేకాలేజిలో చదువుకున్నన్నాళ్ళూ 'బి.ఏ. ప్యాసవడం ఎలాగా?' అని తప్ప మరోటి ఆలోచించలేదు. బుర్ర బద్దలు కొట్టుకుని రాత్రీ పగలూ ప్రతినిమిషమూ ఒకటే చదువు... చివరి పరీక్ష వ్రాసి జ్వరం పడ్డాడు. తర్వాత పరీక్ష ప్యాసై జ్వరం పడ్డాడు. తర్వాత పరీక్ష ప్యాసై కొన్నాళ్ళపాటు సంతోషించాడు. అప్పుడు అసలు కథ ప్రారంభమైంది. సంవత్సరం నుంచీ వాడు ఉద్యోగం కోసం చేసిన ప్రయత్నాలు అన్నీ ఇన్నీ కావు. అడ్డమైన చోట్లకు అప్లయి చేశాడు. రికమెండేషన్లు కోసం అడ్డమైన వారి కాళ్ళూ పట్టుకున్నాడు. ఇంకా ఇప్పటికీ అలా చేస్తూనే వున్నాడు... ఇక ఆ రైల్వే గుమాస్తా సంగతి... అతడు ప్రతిరోజూ రాత్రిపూట బాగా అలసిపోయి తోటకూర కాడలా తూలిపోతూ ఇంటికి వస్తాడు. వచ్చీ రావడంతోనే గొడవ మొదలు... అందరిమీద విసుక్కుంటాడు. "నేనొక్కణ్ణీ రెక్కలు ముక్కలు చేసుకుని కష్టపడుతూ వుంటే ఊరికే కూర్చుని తినేందుకు సిగ్గులేదూ, మీకు?' అంటాడు. అప్పుడు అతని ముసలితల్లి అందుకుంటుంది. పాపం, ఆమెకు జీవితమంతా చాకిరీతోనే సరిపోయింది. ఆమె కొడుకు మాటలు విని గొణుగుతూ "నన్ను గురించే కదురా నువ్వనేది?

అయిపోయింది నాయనా? కాటికి కాళ్ళు చాచుకుని వున్నాను. కొద్దిరోజులాగు. నా పీడ విరగడవుతుంది" అంటూ వుంటుంది. దానితో "నిన్నెవరన్నారమ్మా? వెధవసొద... అక్కడ పగలల్లా గొడ్డు చాకిరీ... ఇంట్లో ఈ గోల..." అంటూ ఆయన కేకలు వెయ్యడం...

విమలాదేవి, ఇంకా ఆ షాపులోనుంచి ఇవతలికి రాదేం చెప్మా! లోపల షాపు అంతటినీ కొంటున్నట్టున్నది. ఏమో! ఇటువంటి మాటలు ఆమె విషయంలో అతిశయోక్తులు కానే కావు. నిజంగానే ఆ షాపు అంతటినీ కొని పారేయగల సమర్థురాలు మరి...

అయిందా? ఇక ఇవతలి వాటా వారి సంగతి... ఆయనను మొదటిసారి చూసి శంకరం "ఎవరో రిటైరయిన బాపతు..." అనుకున్నాడు. కాని ఆయనకు నలభై అయిదేళ్ళు మాత్రమే వయస్సు. ఆ వయసుకే ఆయనకు బట్టతల వచ్చింది. మిగిలిన కాసిని వెంట్రుకలూ తెల్లగా వెండి తీగల్లా వుంటాయి. ఆయన ఏదో ప్రైవేటు కంపెనీలో టైపిస్టు, మామూలు వేళల్లో కూడా నేలమీదనో, కుర్చీమీదనో, బల్లమీదనో టైపు చేస్తున్నట్లుగా వ్రేళ్ళను కదిలిస్తూ వుంటాడు. ఎవరు పలకరించినా తన బాస్‌కు సమాధానం చెప్పినట్టుగా ప్రతిమాటకూ 'చిత్తం చిత్తం' అంటూ వుంటాడు. ఆయన భార్య అయిదుగురు ఆడపిల్లల్ని కని ఆరోపిల్లను కనబోతూ చచ్చిపోయింది. పెద్దపిల్లకు ఇరవై ఏళ్ళుంటాయి. చివరిదానికి ఎనిమిదేళ్ళు. ఆయన మాటి మాటికి అందిరితోనూ 'ఎదిగిన పిల్ల ఇంట్లో వుంటే గుండెలమీద కుంపటి ఉన్నట్టే సుమండీ...' అంటూ వుంటాడు. ఆ పెద్దమ్మాయి పాపం చాలా బుద్ధిమంతురాలు మొన్న ఎప్పుడో పాలకోసం క్యూలో వెళ్ళి నిలబడితే చిల్లర లేదనే మిషతో ఆమెను చివరి వరకూ ఆపి ఎవరూ లేకుండా చూసి గభాలున చెయ్యి పట్టుకున్నాట్ట ఒకడు. ఆమె అంతలో వాడి చెంప చెళ్ళు మనిపించి ఇంటికి వచ్చి ఆరోజుల్లా ఒకటే ఏడుపు.

అమ్మయ్య! అదుగో విమలాదేవి. పచ్చని పాదాలు కనిపించేట్టు చీర కుచ్చెళ్ళు పైకి పట్టుకుని వేరొక చేతిలో నాలుగైదు ప్యాకెట్లతో దుకాణంలో నుంచి ఇవతలికి వొస్తున్నది.

శంకరం ఆ కొట్లోకి వెళ్ళబోతున్న వాడిలా విసురుగా ముందుకు వెళ్ళి ఆమె ముందు ఆగిపోయి 'హల్లో! విమలాదేవిగారూ, లోపల మాకు బట్టలేమైనా మిగిల్చారా? లేకపోతే అన్నీ మీరే కొనేశారా?' అని అడిగాడు నవ్వుతూ.

ఆమె కూడా నవ్వి చేతిలోని ప్యాకెట్లు కారులో ఉంచుతూ "అతిశయోక్తులు మాట్లాడవద్దని లక్షమందితో లక్షసార్లు చెప్పాను. నేను..." అన్నది.

శంకరం జుట్టు పైకి సర్దుకుంటూ నవ్వాడు. "రేపు మా చెల్లెలు పుట్టినరోజు... దానికేదైనా ఒక టెరిలిన్ చీరె కొందామని ఇలా వచ్చాను. అంతలో మీరు కనిపించారు..." అన్నాడు.

ఆమె వెనుదిరిగి 'అయితే పదండి. నేను సెలక్టు చేస్తాను' అన్నది.

అతని గుండెలు ఝల్లుమన్నాయి. అంతలోనే 'ఆహఁ! ఇప్పుడేమీ వొద్దులెండి. రేపు దాన్నే తీసుకొచ్చి కొనిపెడతాను. అన్నట్టు మీరెందాకా వెడుతున్నారు?' అన్నాడు.

ఆమె గలగల నవ్వి "నా టేస్టుమీద మీకు బొత్తిగా నమ్మకం లేదన్నమాట. సరే, కానివ్వండి ఏం చేస్తాం... అన్నట్లు అలా షికారు వెళ్ళి కాస్సేపు గాలి మేసి వద్దాం రారాదూ?" అన్నది.

"ఓ యస్... అలాగే... తప్పకుండానూ..." అంటూ అతడు కారెక్కి కూర్చున్నాడు. ఆమె కారు స్టార్టు చేసి ముందుకు పోనిచ్చింది.

కారు మెత్తగా నిశ్శబ్దంగా ముందుకు సాగిపోతున్నది. అంతలో శంకరం "అబ్బబ్బ! ఈ బాస్‌లున్నారు చూడండి... వీళ్ళతో చెడ్డపేచీ అండీ... వాళ్ళేం చెబుతారో వాళ్ళకే తలియదు. ఈ క్షణంలో ఒక మాట" మనం వెనక్కు తిరగ్గానే మరోమాట. ఉదాహరణకు ఇవాళ మా కంపెనీలో... అరెరె! నెమ్మది నెమ్మది... అమ్మయ్యా! గండం తప్పింది. పాపం! వాడెవడో ఇవాల్టికి బతికిపోయాడు. అదృష్టవంతుడు అన్నాడు ముందుకు చూస్తూ. 'ఆమె నవ్వి మరేం భయపడకండి... మనకారు క్రింద ఎవరూ పడరు... అన్నట్టు చెప్పండి. ఇవాళ ఏం జరిగింది మీ కంపెనీలో?' అని అడిగింది.

'ఒహో! అదా? ఏముంది? నేనివాళ మా ఆఫీసుకు వెళ్ళగానే మా బాస్ నన్ను పిలిచి 'చూడు మిస్టర్ శంకరం! ఆ కలకత్తా పార్టీతో డీల్ క్యాన్సిల్ చెయ్యడం మంచిది. వాళ్ళ వ్యవహారం నాకేమీ నచ్చలేదు' అని చెప్పాడు. నేను సరేనని వచ్చి ఆ టైపిస్టు అమ్మాయిని కూర్చోబెట్టుకుని పక్కా అరగంటసేపు కష్టపడి కష్టపడి లెటర్ డిక్టేట్ చేసి అది ఇవాళే పోస్టులో వెళ్ళిపోవాలని చెప్పి తలనొప్పిగా ఉండటం చేత ఇంటికి వచ్చేశాను. అంతలోనే మా బాస్ ఇంటికి కారు పంపించాడు. అర్జంటుగా

రమ్మంటున్నారని డ్రైవరు తయారు. తొందర తొందరగా బయల్దేరి వచ్చేసరికి మళ్ళీ మార్పు. ఆ ఉత్తరం పోస్టులో వెళ్ళకుండా చూడాలి. ఎలా? అక్కడినుంచీ సరాసరి పెద్ద పోస్టాఫీసుకు వెళ్ళాను. అక్కడ పోస్టుమాస్టరు మనకు తెలిసినవాడై వుండి ఒప్పుకోబట్టి సరిపోయింది. లేకపోతే ఆ ఉత్తరం అడంగుకు చేరిందనుకోండి. అంతా గందరగోళం. కంపెనీకి లక్షలు లక్షలు లాస్!'

విమలాదేవి నవ్వి ఊరుకున్నది. శంకరం మళ్ళీ 'ఈ ఉద్యోగంలో గొప్ప తలనొప్పిగా ఉందండీ. అన్ని బాధ్యతలూ మనవే. ఎక్కడ ఏ పొరపాటు జరిగినా బాస్ బాధపడతాడు. నామీద ఉన్న అభిమానం వల్ల పైకి ఏమీ అనడనుకోండి. అయినా వెధవది... మనకే బాగుండదు చూడండి' అన్నాడు.

కారు నిర్జన ప్రదేశంలో నది ఒడ్డునే ఆగింది. విమలాదేవి తలుపు తీసుకుని దిగి కొంచెం దూరం నడిచి వెళ్ళింది. శంకరం నుదుటిమీద పడుతున్న జుట్టును పైకి నెట్టుకుంటూ ఆమెను అనుసరించాడు. ఇద్దరూ ఒత్తుగా పెరిగిన గడ్డిమీద కూర్చున్నారు. నది గల గలమని శబ్దంచేస్తూ ప్రవహిస్తున్నది. దూర తీరాలనుంచి గాలి వేగంగా వీస్తున్నది.

శంకరం కాస్సేపు కూనిరాగం తీసి 'ఇక్కడ చాలా హాయిగా ఉందండీ. పొద్దగూకులూ ఆ ఆఫీసులో ఎ.సి. రూముల్లో కూర్చోవడం వల్ల మా చెడ్డ తలనొప్పిగా వుంటున్నది. ఏమిటో! ఈ ఉద్యోగాలు చెయ్యక పోతేనేమో రోజులు గడవ్వ' అన్నాడు.

విమలాదేవి నవ్వి 'మీరేమో అలా అంటున్నారు. ఉద్యోగాలు లేక అలమటించి పోయేవారు కోకొల్లలుగా వున్నారు. దేశం నిండా, నెలకు కేవలం ఎనభై, వంద రూపాయలు ఇస్తే ఎటువంటి పని అయినా చేస్తామని ఘోష పెడుతున్నారు' అన్నది.

'మీరు చెప్పింది నిజమే. కాదనను. కాని, యిలా ప్రోస్పెక్టివ్ యంగ్‌మెన్ ఉద్యోగాల కోసం చదవడం, చదువు కాగానే ఉద్యోగాల్లేక బాధపడటం బొత్తిగా బాగులేదు. నిజానికి నెలకు వందరూపాయలతో ఒక గ్రాడ్యుయేట్‌నో, పోస్టు గ్రాడ్యుయేట్‌నో కొని పారేసి ఏ టైపు మెషీను ముందో, ఏ ఫైళ్ళ కట్టలముందో కూర్చొబెట్టి దిగ్బంధనం చేసి అతని జీవిత పర్యంతమూ గానుగెద్దులా తయారుచెయ్యడం చాలా తేలిక ఈ రోజుల్లో ఇక వాడెంత తెలివిగల వాడన్నా కానివ్వండి. సాలెగూట్లో చిక్కుకున్న చిన్న పురుగులాగా తన్నుకు చావవలసిందే అనుకోండి. పైకి రావడం,

తెలివి తేటలుపయోగించడం, పేరు తెచ్చుకోడం అన్నీ బంద్. ఇక వారి ఆలోచనలూ, తెలివితేటలూ అన్నీ అధికారుల మెప్పు సంపాదించడంలోనూ, తోటి వారి పట్ల అధికారుల అభిప్రాయాలను తారుమారు చెయ్యడం లోనూ, ఇంక్రిమెంట్లు సంపాదించుకోడం లోనూ వినియోగిస్తారు. దాంతో జీవితంలో అన్ని వ్యాల్యూస్ మట్టిపాలే యిక.'

విమలాదేవి నెమ్మదిగా 'నిన్న ఉదయం తొమ్మిది గంటలవేళ మా యింటికో కుర్రవాడు వచ్చాడు. మా నాన్నగారిని ఆశ్రయించి ఏదో చిన్న ఉద్యోగం సంపాయిద్దామని వచ్చాడు. నేను మేడమీది గదిలో చదువుకుంటున్నాను. అప్పుడు అంతా పైనుంచే నాకు వినిపించి చాలా జాలివేసింది' అన్నది.

శంకరం ముందుకు వంగి 'ఏం జరిగిందేమిటి? అని అడిగాడు.

'ఏముందీ? మామూలు బాధలే! అతను బి.ఏ. ప్యాసయ్యాట్ట. తండ్రిలేడుట. చిన్నప్పటినుంచీ వారాలు చేసుకుని చదువుకున్నాట్ట. వాళ్ళ వూళ్ళో తల్లీ, పెళ్ళి కావలసిన చెల్లెలూ ఉన్నార్ట. డిగ్రీ తీసుకుని సంవత్సరం గడిచింధట. అప్పటినుంచీ ఎన్నో ఉద్యోగాలకు అప్లయి చేశాట్ట. ఒక్కటీ రాలేదుట.'

"తర్వాత?" అని అడిగాడు శంకరం నేల చూపులు చూస్తూ

"నాకు ఒకచోట నవ్వు కూడా వచ్చింది. పాపం! ఎవరో రెణ్ణెల్ల క్రిందట ఇంటర్వ్యూకు పిలిస్తే పొంగిపోతూ ఖర్చులన్నీ పెట్టుకుని వెళ్ళాట్ట. అక్కడవారు అతన్ని 'మెడగాస్కర్' ఎక్కడ ఉందనీ, భారతదేశం ఆటంబాంబు తయారు చెయ్యాలా అక్కర్లేదా అనీ యిటువంటి ప్రశ్నలు వేశారుట. నిజానికి మామూలు టైపిస్టుగాడికి ఆ వివరాలన్నీ ఎందుకు చెప్పండి?"

శంకరం నుందుట పట్టిన చెమటను తుడుచుకుంటూ "అవునవును టైపిస్టు ఉద్యోగానికి వెళ్ళిన వాణ్ణి ఆ ప్రశ్నలు వెయ్యడం దారుణమే" అన్నాడు కంగారుగా.

ఆమె మళ్ళీ "అంతే కదండీ మరి? అతని పని ఏమిటి? వాళ్ళు చెప్పింది చెప్పినట్లు టైపు చేసి పెట్టడం, వాళ్ళు "భారతదేశం ఆటంబాంబు తయారుచెయ్యక తప్పదు" అని ఉద్ఘాటించారనుకోండి. అతడలాగే టైపు చేస్తాడు అంతేగా?" అన్నది.

శంకరం మళ్ళీ నుదురు తుడుచుకుంటూ "అంతే... అంతే..." అన్నాడు.

విమలాదేవి కళ్ళు పెద్దవి చేసుకుని చూస్తూ "మీకు చెమట పడుతున్నట్టుందే ఒంట్లో బాగాలేదా?" అని అడిగింది.

"అబ్బే యిప్పుడు బాగానే వుందండీ. పొద్దున కొంచెం తలనొప్పితో బాధపడ్డానను కోండి. ఈ సీజన్ అంతేనండీ..." అన్నాడు శంకరం.

ఆమె కొంచెం సేపాగి "సరే, ఇక మా నాన్నగారేమో అంతా విని "నేనేమీ హెల్ప్ చేయలేను నాయనా. నన్ను బాధపెట్టకు" అని పదే పదే చెప్పారు. కాని అతను వినిపించుకుంటేనా? "మీరు న్యాయం చెయ్యకపోతే ఎవరు చేస్తారు సార్! మీ మీద కొండంత ఆశ పెట్టుకుని వచ్చాను సార్, మీ పేరు చెప్పుకుని మా అమ్మా, చెల్లెలూ, నేనూ హాయిగా బతుకుతాం సార్, మీరు చెయ్యకపోతే నాకిక ఆత్మహత్య తప్ప వేరే శరణ్యం లేదు సార్, నన్ను కాపాడండి సార్" అని ఒకటే గొడవ పెట్టేశాడు. మా నాన్నగారికి చివరలో కోపం కూడా వచ్చింది. "చెప్పేది నీక్కాదుటయ్యా! అలా విసిగిస్తావేం? వెళ్ళు వెళ్ళు" అని కసిరికొట్టారు పాపం. నాకు మహా జాలివేసింది చెప్పొద్దూ. క్రిందికి దిగివచ్చి నేను జోక్యం కలిగించుకుని మా నాన్నగారికి రెండు మాటలు చెబుదామనుకున్నాను కూడా. కాని మానాన్న అంటే నాకు భయం బాబూ! ఆయన ముందు ఇటువంటి విషయాలు మాట్లాళ్ళేను... అందువల్ల పైనుంచి అంతా వింటూ ఉండిపోయానంతే..." అన్నది.

శంకరం చొక్కా చేతి మడతలు విప్పి మళ్లీ పెట్టుకుంటూ "మీరప్పుడు దిగివచ్చి ఒక్కమాట చెప్పి ఉండవలసింది. నిజానికి అతనెంత బాధల్లో వున్నాడో పాపం" అన్నాడు.

విమలాదేవి అదొక రకంగా నవ్వింది. "బోలెడంతమందికి బోలెడన్ని బాధలుంటాయి. అందరికి మన మెక్కడ సాయపడగలం చెప్పండి. అతనీసారి మళ్ళీ వస్తాడేమో. పోనీ మీ దగ్గరకి పంపిస్తాను. మీ కంపెనీలో ఏదయినా ఏర్పాటు చేయించండి. మీ బాస్‌కు మీమీద అభిమానం కదా, పైగా మీరు చాలా పెద్ద హోదాలో ఉన్నారు కూడాను..." అన్నది.

శంకరం మళ్ళీ "అలాగేలెండి. ఈసారి అతనువస్తే ఆలాగే ఆలోచిద్దాం. కాని మీరా సమయంలో క్రిందికి దిగిరానేలేదా?" అని అడిగాడు.

ఆమె తలతిప్పుతూ "లేదండీ. నిజం! అస్సలు గదిలోనుంచి యివతలికే రాలేదు. చెప్పానుగా? మా నాన్నగారంటే నాకు మొదటినుంచీ భయం, ఎప్పుడన్నా షాపింగ్‌కు వెళ్ళాలి. అనిపించినప్పుడు యిక నా యిష్టం. అడిగీ అడగ్గానే నవ్వుతూ ఎంత

డబ్బయినా ఇచ్చేస్తారు. కాని యిటువంటి విషయాలు ఆయన ముందు మాట్లాడేందుకే నాకు భయం బాబూ!" అన్నది.

శంకరం తేరుకుని చప్పరించి "మీరేమనుకున్నాసరే, ఆ సమయంలో కిందికి వొచ్చి మీ నాన్నగారితో ఒకమాట అని వుండవలసింది అని నా అభిప్రాయం సుమండీ" అన్నాడు.

ఆమె సర్దుకుని కూర్చుని "సరే! ఇప్పుడీ విషయాలెందుకు లెండి. టాపిక్ మారుద్దాం. అన్నట్టు మీ చెల్లెలు పుట్టినరోజన్నారు. ఏమన్నా హడావిడివుంటుందా?" అని అడిగింది.

'ఆ! పెద్ద హడావిడి ఏమీ వుండదులెండి. దాని స్నేహితురాళ్ళు కొందరు వస్తారు. రోజల్లా మేడమీద పడి కబుర్లతో, ఆటపాటలతో కాలక్షేపం చేస్తారు.

"నన్ను పిలవరా ఏమిటి?"

"మిమ్మల్ని పిలవకపోవటమా? భలేవారే మీరు" అంటూ అతను కాసేపాగి "అయినా ఈ కరువు కాలంలో గవర్నమెంటు వాళ్ళు నెత్తిన నోరు పెట్టుకుని పొదుపు చెయ్యండహో' అని ఘోష పెడుతూ వుంటే మనం పెద్ద ఎత్తున యిటువంటివి చెయ్యటం నాకు బొత్తిగా నచ్చదు సుమండీ. ఎంతవేష్టు... ఎంతవేష్టు... పైగా ఆ కేకులు కొయ్యటం, 'హ్యాపీ బర్త్‌డే' పాటలు యివన్నీ నాకు అసలు గిట్టవు" అన్నాడు.

'సరే, మీరలా అంటున్నారు. ఎవరికి చేతనైనంతలో వారు అటువంటివి చేసుకుంటూ ఉంటారు. నా పుట్టినరోజు వచ్చేనెలలో వస్తుంది. మా నాన్నగారు గొప్ప హడావిడి చేస్తారు. ఊళ్ళో అందర్నీ పిలుస్తారానాడు. ఇక మా బంగళా అంతా రంగు రంగుల లైట్లతో వెలిగి పోతూ వుంటుంది. పెద్ద ఎత్తున పార్టీ వుంటుంది. ఇక రాత్రికి ఏ భరతనాట్యమో, పాటకచేరీయో ఉండి తీరవలసిందే. మీరన్నారే, బర్త్‌డే కేకులూ, పాటలూ అవన్నీ ఉండి తీరవలసిందే. ఎక్కడ లోటు జరిగినా మా నాన్నగారు ఒప్పుకోరు.'

"మీరు కోటీశ్వరులకు నొక్కగా నొక్క కూతురు. కాబట్టి అన్నీ సలక్షణంగా జరుగుతాయి. చిటికెలో పనులు చేసిపెట్టేందుకు నౌకర్లూ చాకర్లూ..."

"మీకు మాత్రం లోటేమిటి? మీ కంపెనీలో ఎవరు మీరు చెప్పిన పనిచెయ్యరు గనుక? హోదా వుంది. పలుకుబడి వుంది. పెద్దజీతం వుంది. పోష్టుమాస్టర్ల దగ్గరనుంచీ స్టేషను మాస్టర్ల వరకూ అందరూ మీ స్నేహితులే కదా? మీకేం తక్కువ?"

"అవుననుకోండి. కాని చెప్పానుగా... ఈ ఆడంబరాలంటే నాకాట్టే ఇష్టం ఉండదని..."

"అలా అంటే నేనొప్పుకోను పుట్టినరోజు పండుగ చేసుకునేందుకు యిష్టం లేకపోవటమేమిటి? ఇప్పుడా కుర్రవాణ్ణే తీసుకోండి. అదే, మానాన్నగారి దగ్గరకు వచ్చి ప్రాధేయపడ్డాడే... అతని చెల్లెలు పుట్టినరోజు అనుకుందాం. పాపం? వాళ్ళేం చెయ్యగలరు చెప్పండి. ఒక చీరముక్క కూడా కొనిపెట్టలేరు అటువంటివాళ్ళు. 'ఓహో! అన్నట్టు మా చెల్లి ఇవాళే పుట్టింది..." అనుకుని ఊరుకుంటారు. కాని మీ విషయం అలా కాదే, ఇవాళే టెరిలిన్ చీరె కొనేందుకు బయల్దేరారు. దానికి వందరూపాయలు ఖర్చుకదా! ఇక యింట్లో ఎంత లేదనుకున్నా పదిపదిహేనుమందికి ఆ పిల్ల స్నేహితురాళ్ళకయినా విందుచేస్తారు. ఎంత చెట్టుకు అంతగాలి, ఏమంటారు?"

శంకరం నవ్వాడు. "మీరలా చెబుతుంటే నేనింకేమనగలను? అవునంటాను" అన్నాడు.

'అలా దారికి రండి, అన్నట్టు మీరు పిలవకపోయినా రేపు నేనూ వొస్తాను మీ యింటికి, మీ చెల్లెల్ని చూడాలి. ఆ అమ్మాయి ఏం చదువుకుందేమిటి?'

శంకరం ఎటోచూస్తూ ఆ ప్రశ్న వినిపించుకోలేదు.

ఆమె మళ్ళీ "ఏమండీ! మిమ్మల్నే... ఏమిటలా ఆలోచనలో పడ్డారు? నేనడిగేది వినిపించిందా?" అని అడిగింది.

అతను ఉలిక్కిపడి "ఏమిటీ? ఏమన్నారూ? మా చెల్లి ఏం చదువుకుందనా? బి.ఏ. చదువుతున్నది ఇంకా... మరో సంవత్సరం గడిస్తే పూర్తి అవుతుంది' అన్నాడు.

ఆమె హఠాత్తుగా "అదుగో... అలా చూడండి... వర్షం కమ్ముకుని వొస్తున్నది. మనం త్వరగా లేవటం మంచిది..." అన్నది లేచి నిలబడుతూ....

శంకరం కూడా లేచాడు. ఇద్దరూ ఉరుకులు పరుగులుగా కారు దగ్గరికి వచ్చేసరికి రాళ్ళతో కొట్టినట్టుగా వర్షం ప్రారంభమైనంది. ఇద్దరూ కారులో ఎక్కి కూర్చున్నారు. ఆమె త్వరత్వరగా కిటికీల అద్దాలనుపైకి ఎత్తుతూ "అన్నట్టు నేను కొన్న చీరెలు చూస్తారా?" అని అడిగింది.

శంకరం నవ్వి చేతి వ్రేళ్ళ పేకెట్టు విప్పిచూపించింది. ఒకటి గులాబిరంగు టెరిలిన్ చీరె ... రెండవది బిన్నీసిల్కుచీరె... మరొకటి కలనేత చీరె... దాని వాలకం

చూస్తే చాలా ఖరీదైనదనిపిస్తుంది. వాటితోపాటు సంచీ మీద వున్న బిల్లును కూడా చూశాడు శంకరం. పదమూడువందల యాభైరూపాయలు... ఆమె "ఎలా వున్నాయ్?" అని అడుగుతూ వాటిని మళ్ళీ సంచీలో సర్దేసింది.

అతడు తలవూపుతూ "చాలా... చాలా... బాగున్నాయి" అన్నాడు.

బయట ఆకాశానికి చిల్లిపడినట్లు రొదచేస్తూ వర్షం... విసురుగా వీస్తున్న చల్లనిగాలి... సమస్యల సాలెగూటిలో చిక్కుకున్న సామాన్య మానవుడి అంతరంగంలా ఆ మేఘాలచాటున గొప్ప అల్లకల్లోలం ఉండి ఉండి ఉరుములూ మెరుపులూ...

కారు అద్దం కింద చక్కని మంచి గంధం ఫ్రేములో చిన్నసైజు ఫోటో ఒకటి ఉంది. ఆ ఫోటోలో ఉన్నవాడు ఒక స్ఫురద్రూపి అయిన యువకుడు. అతనివి పెద్ద పెద్ద కళ్ళు, విశాలమైననుదురు, కళ్ళలో గొప్ప తేజస్సు.

శంకరం "ఈ ఫోటో ఎవరిదండీ, విమలాదేవి గారూ?" అని అడిగాడు ముందుకు వంగి. ఆమె అటు చూసింది. "వివరాలు విన కుతూహలం బయ్యేడిని" అన్నాడు శంకరం నవ్వుతూ

ఆమె ఆ ఫోటో చేతిలోకి తీసుకుని పమిట కొంగుతో దాన్ని తుడిచి అవతల వుంచి "మా బావ. ఇప్పుడమెరికాలో పర్యటన చేస్తున్నాడు. మొన్న మొన్నటిదాకా ఈయన కూడా మీలాగే ఒకపెద్ద కంపెనీలో వుండేవాడు. మిమ్మల్ని మీ బాస్ అభిమానించినట్టుగానే ఆయన్ని ఆయన బాస్ విపరీతంగా అభిమానించేవాడు. ఇప్పుడాయన్ను అమెరికాలో కంపెనీలు పనిచేసే తీరుతెన్నులు పరిశీలించి రావడానికి పంపించారు. వచ్చే డిసెంబర్లో, అంటే యింక ఎన్నాళ్ళుంది చెప్పండి..." అంటూ ఆగి వ్రేళ్ళు మడిచి లెక్క వేసుకుని నిట్టూర్చి "ఇంకా మూడు నెలలు. మూడునెలల్లో వస్తాడన్నమాట. ఇవిగో యింకా ఫోటోలున్నాయి. ఇవి చూడండి. ఆయన నయాగరా ఫాల్స్ దగ్గర నిలబడి తీయించుకున్నది. ఇది వైట్‌హౌస్ ముందు నిలబడి తీయించుకున్నది. ఇదేమో, పెన్సిల్వేనియాలో ఒకపెద్ద ఫరంలో ఎవరితోనో మాట్లాడుతూ తీయించుకున్నది. ఇది ఇంటర్నేషనల్ ఫేర్‌లో, ఇలా చాలా పంపించాడు. ఆయనేమో అలా హాయిగా ఆ కంట్రీ అంతా జల్సారాయుడిలా తిరుగుతున్నాడు. నేనేమో యిక్కడే వున్నాను" అని అంతలోనే దూరంగా జలార్ద్రమైన మేఘాల వంక చూస్తూ కూర్చుండిపోయిందామె.

శంకరం వరుసగా ఆ ఫోటోలన్నీ చూశాడు. తర్వాత వాటిని అక్కడే వుంచి నిట్టూర్చాడు. ఇద్దరూ అలా చాలాసేపు నిశ్శబ్దంగా కూర్చుండిపోయారు. కారు అద్దం మీద నీళ్లను తుడుస్తున్న సాధనం చేసే చిన్న శబ్దం, బయట వర్షం పడుతున్న సవ్వడి, తప్ప మరేమీ వినిపించడంలేదు.

అంతలో ఆమె కారు స్టార్టుచేస్తూ 'ఇక వెళ్ళిపోదాం. లేకపోతే షాపింగ్ యింతసేపా? అని మాన్నాగారు కోప్పడతారు' అన్నది.

శంకరం మెదలకుండా కూర్చున్నారు. అతని కళ్ళముందు నీళ్ళతో నిండిన అద్దంలో కొన్ని దృశ్యాలు కనిపిస్తున్నాయి. తన వూరిలో అన్ని ఆశలూ తన మీదనే పెట్టుకుని దినమొక యుగంగా చాలీ చాలకా, తినీ తినకా కాలం గడుపుతున్న తల్లి నీళ్ళు నిండిన కళ్ళతో చూస్తూ కనిపించింది. పోయిన సంవత్సరం యిదేరోజున సరిగ్గా యిదే రోజున చనిపోయిన చిన్న చెల్లాయి రూపం అస్పష్టంగా కనిపించింది. ఉన్న కాస్త పొలమూ ఒక యేడు పండితే మరుసటి యేడు ఎండుతుంది. బాగా పండిన ఏడు కూడా రైతు సగం ధాన్యం ముందే దాచుకుని మిగిలిన దాన్లో సగం కొలిచిపోసి ఇంకా సణుగుతూనే వుంటాడు. తన వూరి చెరువు ఎప్పుడూ నిండదు. తమ వైపు పొలాలు ఎప్పుడూ బాగుపడవు.

ఆమె కారు ఆపి "ఈ వర్షంలో తడుస్తూ ఎలా వెడతారు? నేను మీ యింటి దగ్గర డ్రాప్ చేస్తాను. చెప్పండి ఎటు వెళ్ళాలో" అన్నది.

శంకరం ఉలిక్కిపడి "ఇప్పుడే ఇంటికి వెళ్ళను లెండి, ఇక్కడ ఒక చిన్న పని వుంది. నేనా పని ముగించుకుని ఏ టాక్సీలోనో వెడతాను లెండి. వుంటాను మరి." అంటూ దిగి ఒక హోటలు గుమ్మం ముందుకు పరుగెత్తిపోయి నిలబడ్డాడు.

ఆమె కారు స్టార్టు చేసి వేగంగా ముందుకు వెళ్ళి పోయింది. ఆమె ఒకసారి వెనుదిరిగి చూసి నవ్వినట్టు నీళ్ళతో నిండిన ఆ అద్దంలో గుండా అతనికి స్పష్టంగా కనిపించింది.

శంకరం అంతలో అకస్మాత్తుగా నీరసపడిపోయాడు. అతి ప్రయత్నంమీద హుషారుగా ఉందామనుకుని ఈలవేస్తూ లోపలికి వెళ్ళి కూర్చుని జేబులు తడుపుకుని సర్వరుతో "ఒక కాఫీ" అని చెప్పి బల్లమీద వ్రేళ్ళతో తబలా వాయిస్తూ పైకి చూస్తూ వుండిపోయాడు.

వేడి వేడి కాఫీ తాగిన తర్వాత కూడా అతనిలో మునుపటి హుషారు రాలేదు. నిన్న ఉదయం తొమ్మిది గంటలవేళ ఆ కోటీశ్వరుడికి యింటికి వెళ్ళి "ఏ చిన్న ఉద్యోగమయినా సరే యిప్పించండి" అని ప్రాధేయపడటం గుర్తుకు వచ్చింది. కాఫీ కప్పు బల్లమీద ఉంచుతూ "ఎంత ప్రమాదం జరిగిపోయింది? ఆయన విమలాదేవి నాన్నగారా?" అనుకున్నాడు.

తర్వాత దాన్ని మరిచిపోయేందుకు చాలాసేపు సన్నగా ఈలవేశాడు. కాస్సేపాగి అక్కడ వరుసగా వున్న సినిమా పోస్టర్లు అన్నీ పేర్లతో సహా చదివేశాడు. చివరకు ఏమీ తోచక బిల్లు చెల్లించి బయటికి వచ్చాడు.

వర్షం జోరు తగ్గింది. కాని యింకా జల్లు సన్నగా పడుతూనే ఉంది. చెయ్యి బైటికి చాపి "ఆఁ! ఈ జల్లు ఒక లెక్కా మనకు" అనుకుని అలాగే నడక సాగించాడు. ఎన్నడూ లేనిది ఒక సిగిరెట్టు కాలుద్దామనిపించింది. హోటలు పక్కనే వున్న కొట్లో ఒకే ఒక్క చార్‌మినార్ సిగరెట్ కొనుక్కొని తాటితో వెలిగించుకున్నాడు. ఘాటైన పొగ గుండెల్లోకి వెళ్ళగానే దగ్గు వచ్చింది. ఒక్కక్షణం ఉక్కిరి బిక్కిరై పోయాడు. తర్వాత సర్దుకుని మళ్ళీ ఈలవేస్తూ పేవ్‌మెంటు మీద ముందుకు సాగిపోయాడు.

లారీ ఒకటి వేగంగా నీళ్ళను చిందగొడుతూ పేవ్‌మెంట్ పక్కగా దూసుకు పోయింది. అతని ఒకేఒక్క మంచి ఫ్యాంటు, కోటు నిండా బురదనీళ్ళు చుక్కలు చుక్కలుగా పడ్డాయి. అతడు నవ్వుకుని "బంగారు తండ్రీ! పిల్లా పాపలతో, బ్యాంక్ ఎకౌంట్లతో వర్ధిల్లుదువు గాక" ఆ లారీవాణ్ణి దీవించి సిగరెట్ పారేసి మరికాస్సేపటికి గదికి చేరుకున్నాడు.

తలుపు తీయగానే ఒక కవరు కనిపించింది. అతడు వంగి చేతులోకి తీసుకుని వొణికే వ్రేళ్ళతో దాన్ని చింపాడు. తర్వాత స్విచ్ వేస్తే లైటు వెలగలేదు. కరెంటు లేదేమో;

అతడా వుత్తరాన్ని వెంటనే చదివేందుకు యిష్టపడక అలాగే కిటికీలో వుంచి రెండు మూడు నిమిషాల సేపు ఏదో నోటికొచ్చిన సినిమా పాట పెద్దగా పాడాడు.

ఎదురింటి వారి అమ్మాయి గుమ్మంలో నిలబడి తనవంకనే చూస్తూ వుండటం గమనించి అంతలో సిగ్గుపడిపోయాడు. తర్వాత కిటికీ తలుపులు మూసి నెమ్మదిగా ఆ వుత్తరం ఆ మందమైన వెలుతురులో చదువుకున్నాడు.

క్షణంలో అతని కళ్ళలో నీళ్ళు తిరిగాయి. నిట్టూర్చి అటూ యిటూ తిరుగుతూ వొణికే కంఠంతో "థాంక్యూ విమలాదేవీ, థాంక్యూ వెరీమచ్. నేను మళ్ళీ నిన్నెప్పుడూ చూడను. మాట్లాడించను. 'నీతో చెప్పినవన్నీ అబద్ధాలు, క్షమించమని అడిగేందుక్కూడా నీ ఎదుట పడను!" అనుకున్నాడు.

అంతలో లైటు వెలిగింది.

అర్జునుడు (పెద్ద కథ)

వీడు కౌంతేయుడు కాదు. మామూలు నరుడే!

'ఎవర్రా అన్నయ్యా అది?' అని అడుగుతున్నది వసంత. బయట – కిటికీ అవతల – సన్నగా వర్షం పడుతున్నది. ఆ పక్కనే పడక కుర్చీలో పడుకుని చదువుకుంటున్న దాశరథికి వరండాలో నుంచి సన్నగా ఒక పిలుపు వినిపించింది కానీ, ముందుగదిలో చదువుకుంటున్న అన్నాచెల్లెళ్లు చూసుకుంటారులే అనిపించి ఆయన లేవలేదు. ప్రభాకరం చెల్లెలితో పెద్దగా 'ఎవడో సైక్లోప్స్. నాన్నగారి కోసం' అనడం వినిపించింది.

మరుక్షణంలో ప్రభాకరం లోపలికి రానే వచ్చాడు. వస్తూనే 'నాన్నా! మీ కోసమే... ఎవరో వచ్చారు' అన్నాడు.

సైక్లోప్స్ అన్నమాట వినగానే ఆలోచనలోపడి దాశరథి కుర్చీలో నుంచి లేచాడు.

లోపలి నుంచి శాంతమ్మ కూడా పమిటకొంగుకు చేతులు తుడుచుకుంటూ 'ఎవరండీ అది'? అంటూ వచ్చింది.

'చూస్తాను' అంటూ దాశరథి లేచి వెళ్ళాడు. వరండాలో లైటు వెలుగుతున్నది. ఆ వ్యక్తి వర్షంలో తడుస్తూ స్తంభం పక్కన నిలబడి వున్నాడు. దాశరథి గొంతు వినగానే తలమీద తుండు తొలగించి ఇవతలికి వచ్చి దాశరథిని చూసి నవ్వాడు.

దాశరథి అతని దగ్గరగా వెళ్లి పరిశీలనగా చూసి గుర్తుపట్టి 'అర్జునుడా?' అన్నాడు పెద్దగా.

'అవును... నేనే. తొందరగానే గుర్తుపట్టావే...' అంటూ అతడు ముందుకు వచ్చాడు.

దాశరథి ఆనందంతో 'అర్జునుడే! ఏమిటబ్బా ఈ రాక? ఎన్నేళ్ళకు... ఎన్నేళ్ళకు...' అంటూ 'రారా... లోపలికి రా...' అని పిలిచాడు.

మనిషి సన్నగా పొడవుగా వున్నాడు. కొద్దిగా మాసిన దుస్తులు... కొంచెం పెరిగిన గడ్డం... కొంచెం నలిగినట్టున్నాడు.

నవ్వుతూ, తడిసిన చెప్పులు తలుపు పక్కన విడిచి కాళ్లు తుడుచుకుని లోపలికి వచ్చాడు.

ముందుగదిలో చదువుకుంటున్న అన్నాచెల్లెళ్ళిద్దరూ తలలెత్తి ఆ కొత్త వ్యక్తి వంకే చూస్తున్నారు.

'తల తుడుచుకో ముందు. పూర్తిగా తడిసిపోయావు' అన్నాడు దాశరథి.

'వసంతా! లోపలికి వెళ్లి టవల్ తెచ్చి ఇవ్వు...'

అప్పుడే కాంతమ్మ ముందు గదిలోకి వచ్చింది.

'చూశావా, ఎవరొచ్చారో; గుర్తు పట్టు చూద్దాం' అన్నాడు దాశరథి.

శాంతమ్మ ఆ వ్యక్తిని పరీక్షగా చూసి 'అర్జునుడు కదూ?' అన్నది.

ఆ తర్వాత తనూ ఆనందంగా 'అబ్బో! ఎన్నేళ్లనాటి మాట! ఇప్పుడు గుర్తువచ్చామా మేము?' అన్నది.

'ఎక్కడమ్మా! నేనేమో వున్న ఊరు కన్నతల్లి అని మా ఊళ్ళోనే వుండి పోయాను. అబ్బాయేమో బాగా చదువుకుని ప్రయోజకుడై పెద్ద ఉద్యోగంలో చేరి బదిలీలు బదిలీలు అంటూ దేశమంతటా తిరుగుతూ వున్నాడాయె. అయినా మీ సంగతులన్నీ తెలుస్తూనే వున్నాయి కదా! మీ పెద్దబ్బాయి పుట్టినప్పుడు వచ్చాను. ఈ అమ్మాయి మీరెక్కడో బెంగాల్‌లో వుండగా పుట్టింది కదా! ఇదే చూడటం. ఎక్కడో ఒకచోట మీరందరూ పిల్లాపాపలతో బాగున్నారని తెలుస్తూనే వుంది. అదే ఆనందం నాకు. ఇంతకుమునుపు పల్లెలో వున్న ఇల్లు, పొలం గుర్తుకొచ్చినప్పుడు అప్పుడప్పుడన్నా సెలవులకు వచ్చేవాళ్ళు. అయిదారేళ్ళ కిందట అన్నీ అమ్మేసి తెగదెంపులు చేసుకుంటిరి...'

ఇలా సాగింది అతని ధోరణి.

దాశరథి ఈ లోపల కొడుకు దగ్గరగా వెళ్ళి నెమ్మదిగానే అయినా, కొంచెం కోపంగా 'నీ స్పెషలింగ్లీషు చదువు ఇలాటి వెధవ తెలివితేటలు చూపించడానికా? అతని సైక్లోప్స్ అంటావా?' అని గొణిగాడు.

అ అబ్బాయి తలవంచుకుని 'సారీ నాన్నా!' అన్నాడు.

అర్జునుడు తనధోరణి ఆపగానే శాంతమ్మ లోపలికి వెళుతూ 'లోపలికొచ్చి కాళ్ళు కడుక్కోండి, భోజనాలు చేద్దురుగాని...' అన్నది.

అర్జునుడు చాపమీద కూర్చున్నవాడల్లా లేచాడు. ఒక అడుగు ముందుకు వేసి చేతివేళ్లు విరుచుకుంటూ అదొక విధంగా ఆందోళన చెందుతున్న వాడిలా కనిపించాడు.

దాశరథి 'ఏమిటి? అదోలా వున్నావు' అని అడిగాడు.

అర్జునుడు దాశరథిని పంచలోకి రమ్మని సైగచేసి అటు అడుగులు వేశాడు. పంచలో కొంతమేర సన్నని చినుకుపడుతున్నది. దాశరథి అతని వెనకాలే వెళ్లాడు.

పంచలో ఒక పక్కకు వెళ్లి నిలబడి అర్జునుడు హఠాత్తుగా దాశరథి చేతులు పట్టుకున్నాడు.

'ఏమిటేమిటి?' అన్నాడు దాశరథి కంగారుపడుతూ.

అర్జునుడి కంటిలో తడి...

దాశరథి గతుక్కుమన్నాడు.

"ఏమిటి అర్జునుడూ! చెప్పు... ఏమిటి సంగతి?" అని అడిగాడు మళ్లీ.

అతని కంఠస్వరం వణికింది. గొంతుసవరించుకుని నెమ్మదిగా అన్నాడు.

"నీమీద కొండంత నమ్మకంతో వచ్చాను. నీ అడ్రసుతో పాత ఇంటికి వెళ్లాను. వాళ్లు చెబితే వెదుక్కుంటూ వచ్చాను. నువ్వున్నావని, నాకు నువ్వు మాత్రమే వున్నావని భరోసాతో వచ్చాను. నన్ను నువ్వు ఆదుకోవాలి. ఇక నా కెవ్వరూ లేరు...'

దాశరథి చలించిపోయాడు. అతనిచేయి అందుకుని నొక్కుతూ 'అంత ఉపోద్ఘాత మెందుకు? చెప్పు... ఏం చెయ్యాలి నేను?' అన్నాడు.

'నేనడిగింది ఏమయినా చేస్తావా?'

'నా వశంలో వున్నదయితే ఏమయినా చేస్తాను' అన్నాడు దృఢంగా దాశరథి.

అర్జునుడు ఒక్కక్షణం ఆగి 'నేను మా అమ్మాయిని కూడా తీసుకొచ్చాను' అన్నాడు.

దాశరథి నివ్వెరపోయాడు.

'మీ అమ్మాయినా? అంటే... నీకు...'

'మా అమ్మాయే... నీకు అదంతా తర్వాత చెబుతాను. దాన్ని నువ్వూ, అమ్మాయీ కొంతకాలం కడుపులో పెట్టుకుని కాపాడాలి. కొండంత ఆశతో వచ్చాను' అన్నాడు.

దాశరథి తన అనుమానాలన్నీ లోపలే దాచుకుని 'సరే... ఏదీ అమ్మాయి?' అని అడిగాడు.

'మీరేమంటారో అని ఇక్కడికి తీసుకురాలేదు. పైగా నాకే మీ ఇల్లు సరిగా తెలియదాయె...'

'ఎక్కడుంది ఇప్పుడు?'

'రైల్వే స్టేషనులో కూర్చోబెట్టి వచ్చాను.'

'అరె, అదేం పని! పిల్లను ఒంటరిగా ఈ వేళప్పుడు స్టేషనులో కూర్చోబెట్టి వచ్చావా? అదేమన్నా బుద్ధివున్న పనేనా?' అన్నాడు దాశరథి.

తర్వాత హడావిడిగా లోపలికి వెళ్లి గొడుగు తీసుకుని 'శాంతా! ఇప్పుడే వస్తాము... మీరు భోజనాలు కానిచ్చేయండి' అంటూ ఇతలికి వచ్చాడు.

పంచ దిగుతూనే గొడుగు విప్పి 'రా... తొందరగా...' అన్నాడు.

అర్జునుడు గొడుగులోకి జరిగి దాశరథి పక్కనే నడుస్తూ 'చిన్నపిల్ల ఏమీ కాదులే పద్దెనిమిది... పందొమ్మిదేళ్ళు... ఎక్కడికీ కదలకుండా నేను చెప్పిన చోటే కూర్చోమన్నాను' అంటున్నాడు.

'నోరు మూసుకో... తెలివితక్కువ పని చేసి ఇంకా మాట్లాడుతున్నావా? ఇదేం మీ ఊరనుకున్నావా? అసలే రోజులు బాగాలేవు. దుర్మార్గం ఎక్కువై పోయింది. ఆ వయసు ఆడపిల్ల విషయంలో ఎంత జాగ్రత్తగా వుండాలి! ఏం పనిచేశావు? నీ లోకజ్ఞానం ఏమైంది?' అని కసురుతూ నడిచాడు దాశరథి.

కనబడిన రిక్షా ఆపి బేరమాడకుండానే ఎక్కి 'స్టేషనుకి...' అని మాత్రం అన్నాడు.

ఇప్పుడు అర్జునుడు కొంచెం కంగారుపడుతున్నట్టు కనిపించాడు.

'అవును... పొరపాటే చేశాను. ముందు మీతో మాట్లాడి, తర్వాత తీసుకు రావచ్చు కదా అనుకున్నాను' అంటున్నాడు.

దాశరథి మరేమీ మాట్లాడలేదు. లోలోపల చాలా ప్రశ్నలు. అర్జునుడు ఇంతకాలం తర్వాత ఇలా రావడమేమిటి? కూతురు అనడమేమిటి? ఇతనికి పెళ్ళెప్పుడయింది? అయితే తనకు తెలియకపోవడమేమిటి? పెళ్లి ఎవరితో అయింది? కాపురం ఎప్పుడు? ఆ తల్లి ఏమయింది? వగైరా ప్రశ్నలతో మనసంతా అప్పటి ఆకాశం వలె చీకాకుగానే తయారైంది.

స్టేషను దగ్గరవుతున్న కొద్దీ అర్జునుడిలో కంగారు ఎక్కువయింది.

వొణుకుతున్న చేతి వ్రేళ్లను – ఆ అద్భుతమైన చేతి వ్రేళ్లను – మాటిమాటికీ విరుచుకుంటూ, తనలో తాను ఏమేమో గొణుక్కుంటూ అలజడి పడిపోయాడు.

రిక్షాలో నుంచి దాదాపు దూకినంత పనిచేశారిద్దరూ. 'ఇక్కడే వుండు' అని రిక్షావాడికి చెప్పి మెట్లెక్కి వెళ్లారు.

అర్జునుడు దాదాపు పరుగెత్తుతూ వెళ్ళాడు. దాశరథి అతన్ని అనుసరించాడు.

ఆ పెద్ద హాలులో ఒకవైపున... అప్పటికే అనుకున్నంతా మొదలయినట్టున్నది... దాశరథి భయపడ్డట్టే జరుగుతున్నది. అయితే అదృష్టవశాత్తు పరిస్థితి చెయ్యి దాటిపోలేదింకా.

గోడనానుకుని ఒక చేతిసంచీ ఒళ్ళో పెట్టుకుని గువ్వలా ముడుచుకుని కూర్చుని వుంది ఆ అమ్మాయి.

ఎదురుగా ముగ్గురు నలుగురు వున్నారు. అంత మర్యాదస్తులలాగా లేరు. ఒకడు మాత్రం ఆ అమ్మాయికి బాగా దగ్గరగా నిలబడి వంగి మాట్లాడుతున్నాడు.

అర్జునుడు వేగంగా వెళ్ళి ఆ మనిషిని మెడ పట్టుకుని లేపి నిలబెట్టాడు. వాడు కంగారు పడుతూ నిలబడ్డాడు.

అర్జునుడు కరుకుగా 'ఏమిటి మాట్లాడుతున్నావు?' అని అడిగాడు.

వాడు నంగినంగిగా 'ఏమిలేదు. ఒంటరిగా వుంటేనూ... తప్పిపోయిందేమో తెలుసుకుని సాయం చేద్దామని...' అంటున్నాడు.

అ అమ్మాయి మాత్రం కళ్లు పెద్దవి చేసుకుని చూస్తున్నదే తప్ప నోరు విప్పి ఏమీ మాట్లాడలేదు. అర్జునుణ్ణి చూడగానే ఆ ముఖం గొప్ప ఆనందంతో వికసించింది. కళ్లు నీళ్ళతో నిండాయి.

'ఓహో! సాయం చేద్దామని దగ్గరికి చేరావా?' అంటూ అర్జునుడు వాడి మెడమీద చెయ్యివేసి 'మంచివాడివే' అని కూడా అంటూ చేతి వ్రేలితో ఏం చమత్కారం చేశాడో తెలియదు. వాడు మాత్రం వున్నట్టుండి క్షణంలో మూలుగుతూ కూలబడిపోయాడు.

వాడి మిత్రులు ముందు అర్జునుడి మీదికి ఏమిటేమిటంటూ రాబోయారు కాని, అర్జునుడి వాలకం చూసి ముందడుగు వెయ్యలేక నిస్సహాయులై తమ మిత్రుణ్ణి లేపి నడిపించుకుంటూ తీసుకెళ్ళబోయారు.

అర్జునుడు 'బాబులూ! ఆగండి... రండి ఇటు... వాణ్ణి ఇటు తీసుకురండి. సరిచేస్తాను. లేకపోతే నాలుగైదు రోజులు లేవలేడు' అన్నాడు.

ఆ తర్వాత వాడు దగ్గరికి రాగానే మళ్లీ తన చేతి వ్రేళ్ళను వాడి మెడచుట్టూ పోనిచ్చి మళ్ళీ ఏం చమత్కారం చేశాడో మరి వాడి బాధ తగ్గి ముఖంలో మామూలు కళ వచ్చింది.

మరునిముషంలో వాళ్లు 'బ్రతుకుజీవుడా' అని వెళ్ళిపోయారు.

దాశరథి ఈ లోపల చాలా ఆనందించాడు. జరగరానిది ఏమీ జరగనందుకు తేలికగా ఊపిరి పీల్చి 'అమ్మయ్య' అనుకున్నాడు.

ఆ అమ్మాయి అప్పటికి తెప్పరిల్లి లేచి చేతిసంచిని గుండెల కదుముకుంటూ నిలబడింది. గుండ్రని అందమైన ముఖం, పలుచని చెక్కిళ్లు... పెద్ద పెద్ద కళ్లు... అర్జునుడు చెప్పినట్టే పద్దెనిమిది, పందొమ్మిదేళ్ళ ప్రాయం.

అర్జునుడు ఆ అమ్మాయి దగ్గరగా వెళ్లి భుజం మీద చెయ్యివేసి దగ్గరికి తీసుకున్నాడు. ఆ అమ్మాయి కళ్లు నీళ్ళతో తళతళలాడుతూ వుండగా అతన్ని ఆనుకుని నిలబడింది.

'ఏం జరిగింది? వాడు ఏమంటున్నాడు?' అని అతడు అడగనూ లేదు. ఆ అమ్మాయి జరిగిందిదీ అని చెప్పనూ లేదు.

'ఊ! పదండి పదండి' అంటూ దాశరథి ఇవతలికి వచ్చాడు.

మెట్లుదిగి వచ్చి వేచివున్న రిక్షాలో వారిద్దరినీ ఎక్కమన్నాడు. తాను మరో రిక్షా ఎక్కాడు.

రిక్షాలు వేగంగా కదిలాయి.

పెద్దవాన ఏమీ కాదుకానీ... జల్లు ఇంకా పడుతూనే వుంది. తనివితీరని మబ్బులు చివరి చినుకులను కురుస్తూనే వున్నాయి. చల్లనిగాలి వీస్తున్నది. దాశరథి మనసులో అనేక ప్రశ్నలు... అనుమానాలు...

ఈ అర్జునుడు...

దాశరథికి బాల్యమిత్రుడు, ఎక్కడో మారుమూల పల్లె... ఊరిచుట్టూ చింత, కుంకుడు చెట్లు... దట్టంగా వెదురుపొదలు... ఒకవైపున పొలాలు... పొలాలంటే సారవంతమైన భూములేవీ కావు. అంతటా నువ్వులు, ఆముదాలు, వేరుశనగ పంటలు...

ఊళ్ళో అతి ముఖ్యమైన గౌరవనీయమైన కుటుంబం దాశరథి వాళ్లది.

దాశరథి తండ్రి ఊరికి పెద్ద... ఊరి మంచీ చెడూ అంతా ఆయనే పట్టించుకునేవాడు. అర్జునుడికి చిన్నతనంలోనే తల్లి పోయింది. తండ్రి అదొక తరహాగా వుండేవాడు. భార్య చావుతో ఆయనలో ఆధ్యాత్మిక చింతన పెరిగింది. అప్పటికే నలభై దాటాయి. అర్జునుడు ఆలస్యంగా కలిగిన సంతానం.

ఆయన నిరంతరం పూజలనీ, పునస్కారాలనీ, క్షేత్రాలనీ, తీర్ధయాత్రలనీ హడావిడిగా వుండేవాడు. అర్జునుడి ఆలనాపాలనా చూసేవారెవరూ లేరు. వాడు జుట్టు పెంచుకుని ఊరిమీదపడి తిరుగుతూ వుండేవాడు. ఎక్కడ ఆకలి అయితే అక్కడ తినడం, ఎక్కడ నిద్రవస్తే అక్కడ పడి నిద్రపోవడం... తల్లిలేనివాడు కావడం వల్లను, పిన్నవాడు కావడంవల్లను ఊళ్ళో అందరూ కులమత భేదాలు లేకుండా వాణ్ణి ఆదరించేవారు.

వాడు, దాశరథి, కరీముల్లా కలిసి తిరుగుతూ వుండేవారు. కరీముల్లా బలంగా వుండేవాడు. వాడూ అర్జునుడూ అన్ని విషయాల్లోనూ సమవుజ్జీలు. ఆ ఇద్దరూ - అర్భకుడు కావడంవల్ల దాశరథిని ఎంతో ప్రేమగా చూసుకునేవారు.

దాశరథికి బాగా గుర్తు... ఒక వేసవిలో ఎక్కడినుంచో వచ్చిన ఆటగాళ్ల తండాలో ఒకడు దాశరథిని లోకువ చేసి కొట్టాడు. దాశరథి ఏడుస్తూ వెళ్ళి తన మిత్రులిద్దరికీ జరిగిన అవమానాన్ని చెప్పాడు. అప్పటికి దాశరథికి పదేళ్ళు వుంటాయేమో!

మిత్రులిద్దరూ దాశరథి కంటే ఏ రెండు మూడేళ్ళో పెద్దవాళ్లు. దాశరథి చెప్పింది విని ఇద్దరూ వెళ్లి ఊరి బయట డేరాలో వున్నవాణ్ణి పిలిచి సవాల్ చేశారు. వాడు వీళ్లకంటె పెద్దవాడూ బలశాలి కూడా. వాడు పొగరుగా వచ్చాడు. వాడు ఈ ఇద్దరినీ ఎదుర్కొన్నాడు. ముందు మాత్రం వాడిదే పై చేయి అనిపించింది. కానీ క్రమంగా వీళ్లిద్దరూ విజృంభించి వాణ్ణి చెరోవైపు నుంచి చావగొట్టి వదిలి పెట్టారు.

తర్వాత దాశరథి తండ్రి పోవడం... అతని తల్లి, కొడుకునూ కూతుర్నీ తీసుకుని తన తమ్ముడి దగ్గరికి పట్నం చేరడం జరిగాయి. ఆ విధంగా దాశరథి మిత్రులకు దూరమైనాడు. ఇక అతడు బలవంతంగా తప్పనిసరిగా చదువులో పడ్డాడు. హైస్కూలు చదువు పూర్తికాగానే కాలేజీలో చేరాడు. తర్వాత అతని తల్లి కూడా పోయింది. అక్క

పెళ్లి అయి భర్తతో విశాఖపట్నం వెళ్ళిపోయింది. అంత కాలమూ అతని మేనమామే పల్లెలోని ఇల్లూపొలమూ వాటి మీద ఆదాయ వ్యయాలు చూసేవాడు.

తర్వాత దాశరథి చదువు పూర్తి అయి అదృష్టవశాత్తు మంచి ఉద్యోగం దొరకడం, పెళ్ళి అయి సంసారి కావడమూ జరిగాయి. ఆ తర్వాత అర్జునుడు వీరెక్కడ వుంటే అక్కడికి వచ్చి వేరుశనగ పంట తాలూకు లెక్క అప్పజెప్పేవాడు. ఆ పొలం సాగు వ్యవహారం అంతా అతనే చూసేవాడు. వచ్చినప్పుడల్లా ఒకటి రెండు రోజులపాటు వుండిపోయేవాడు.

రిక్షా మలుపు తిరుగుతున్నది. జల్లు ఇంకా తగ్గలేదు. దాశరథి మనసులో ఎక్కడో కలుక్కుమన్నది.

తన కొడుకు అర్జునుణ్ణి చూస్తూనే సైక్లోప్స్ అన్నాడు.

ఆ విషయం గుర్తుకొచ్చేసరికి దాశరథి మనసంతా అతలాకుతలం అయిపోతుంది.

అవును, తనవల్ల అర్జునుడికి జరిగిన హాని అలాంటిది. ఆ పాపం తను చేసినదే. అది చిన్నప్పటి సంగతి.

తాము ఆ ఊరు విడిచి రాకముందు... తన తండ్రి చనిపోయిన కొద్ది కాలానికి... ఒకనాటి సాయంకాలం అతనికి బాగా గుర్తు. నీచమైన సాయంకాలం... క్రూరమైన సాయంకాలం... జుట్టు వికృతంగా విరబోసుకున్న భయంకర రాక్షసి లాంటి చింతచెట్టు కింద ఆడుకుంటున్నారు. అఁయిదుగురో, ఆరుగురో కర్రా బిళ్లా. పట్టుదలలు పెరిగే ఉన్నాయి. ఎవరికివారు తామే గెలవాలని పట్టుదలతో కసిగా ఆడుతున్నారు.

దాశరథి ఉన్నట్టుండి బిళ్లను లేపి బలంగా, కసిగా కొట్టాడు. బిళ్ల విపరీతమైన వేగంతో ఎగిరి ఏం జరిగిందో తెలిసే లోపల అర్జునుడు ముఖం చేతులతో కప్పుకుని మూలుగుతూ కూలబడిపోయాడు. తర్వాత చూస్తే ఏముంది? వాడి ముఖం నిండా నెత్తురు. ఆ విధంగా వాడి ఎడమ కన్ను పోయింది.

అయితే తర్వాత తర్వాత అర్జునుణ్ణి గురించి తెలుసుకుని దాశరథి ఆశ్చర్యపోయాడు. విలువిద్యలో అర్జునుడు అర్జునుడే... ఊళ్లో పనిలేనప్పుడు ఊళ్ళ

తిరుగుతూ స్కూళ్లలో కాలేజీలలో, పెద్దపెద్ద ఆఫీసులలోనూ విలువిద్యా ప్రదర్శనలు ఇస్తూ వుండేవాడు.

పత్రికలలో పెద్ద ఎత్తున ప్రచారం కానీ, అట్టహాసంగా పొగడ్తలుకానీ ఏమీలేవు. అతడు ప్రచారం కోసం తాపత్రయ పడిందీలేదు. తన ఒక్కడి పొట్టకోసం అన్నట్టు కాలం గడిపేవాడు. ఇప్పటిలాగా ప్రతి అంగుష్ఠ మాత్రుడికీ ప్రచారం చేసి పెట్టే తైనాతీలూ లేరు. అలా మరుగునపడిన మాణిక్యంలాగా ఉండిపోయాడు. అంత గొప్ప ధనుర్విద్య కేవలం పొట్టపోసుకోడానికే అన్నట్టు అయింది అతని విషయంలో ఇప్పుడు...

ఇన్నేళ్ల తర్వాత...

ఇలా ఊడిపడ్డాడు.

వెంట వయసులో ఉన్న ఒక అందమైన అమ్మాయి!

రిక్షాలు ఆపి వాళ్లకు డబ్బులిచ్చి పంపేసి గేటు తీసుకుని లోపలికి వెళ్లారు.

శాంతమ్మ మాత్రం పంచలో గడప ఇవతలే నిలబడివుండి ఎదురు చూస్తున్నట్టున్నది. వీరిని చూడగానే శాంతమ్మ హడావిడిగా 'ఏమీ చెప్పా పెట్టకుండా ఎక్కడికి వెళ్ళారు? ఏం జరిగిందో అని భయపడి ఛస్తున్నాను' అన్నది.

'ఏమిలేదులే' అంటూ దాశరథి ముందు మెట్లెక్కి పంచలోకి వెళ్లి – 'ఆ అమ్మాయిని లోపలికి తీసుకువెళ్ళు' అన్నాడు నెమ్మదిగా.

'ఎవరా అమ్మాయి?' అని అడిగిందావిడ ఆశ్చర్యంగా.

ఈ లోపల అర్జునుడూ కూతురూ పంచలోకి వచ్చారు.

దాశరథి నవ్వుతూ 'ఎవ్వరా? మన అర్జునుడి కూతురు. ఇంతనెంత ఘనకార్యం చేశాడో చూడు. రైలుదిగి ఆ అమ్మాయిని స్టేషన్లో కూర్చోబెట్టి ఒక్కడూ ఈ వర్షంలో మన ఇల్లు వెతుక్కుంటూ వచ్చాడు. అదేమని అడిగితే తన కూతుర్ని మన ఇంట్లోకి రానిస్తామో లేదో కనుక్కుని మనం అవునంటే వెళ్లి తీసుకొద్దామని అనుకున్నానంటున్నాడు' అన్నాడు.

శాంతమ్మ నివ్వెరపోయి చూసింది. తర్వాత ఆ అమ్మాయి ఆపాదమస్తకం చూసి ప్రసన్న కంఠస్వరంతో "బాగానేవుంది సంబడం... ఇంట్లోకి రానిస్తామో లేదో అని అనుమానం వచ్చిందా? అందుకని పిల్లను ఒంటరిగా స్టేషనులో కూర్చోబెట్టి

వస్తావా? రోజులెట్టా ఉన్నాయి? ఇంకా నయం... ఏ దుర్మార్గులో మందో మాకో పెట్టి ఎత్తుకు పోలేదు' అన్నది.

'అంత పనీ జరిగేదే... సరిగ్గా సమయానికి వెళ్ళాం కాబట్టి సరిపోయింది. లేకపోతే ఈ పిల్ల చెయ్యిదాటి పోయేదే' అన్నాడు దాశరథి.

లోపల గదిలో నుంచి వచ్చిన అన్నా చెల్లెళ్ళిద్దరూ వింతగా చూస్తున్నారు.

దాశరథి వారితో – 'ఈ అమ్మాయి మన అర్జునుడి కూతురు. అర్జునుడు మనకు ముఖ్యంగా, నాకు, ఆరో ప్రాణం' అన్నాడు దాశరథి.

శాంతమ్మ అమ్మాయి భుజం మీద చెయ్యివేసి 'నీ పేరేమిటమ్మాయీ;' అని అడిగింది.

అర్జునుడే – 'భాను... భానుమతి' అని చెప్పాడు.

'అదీ నువ్వే చెప్పాలా? ఆ అమ్మాయి చెప్పలేదూ? లేకపోతే నోరు విప్పితే ముత్యాలు రాలిపోతాయా? పోన్లే... తర్వాత తీరికగా అవన్నీ చెబుదువుగాని, ముందు లోపలికి వచ్చి స్నానం చెయ్యి. ఆ పైన నాలుగు మెతుకులు తిను. ఎప్పుడు తిన్నావో ఏమో! తొమ్మిది దాటింది' అంటూ, శాంతమ్మ వసంతవైపు తిరిగి – 'లోపలకు తీసుకు వెళ్ళవే' అంటూ తాను కూడా లోపలికి వెళ్ళింది.

బయట వరండాలో లైటు ఆర్పాడు దాశరథి. తర్వాత కదలకుండా ప్రతిమలా నిలబడి వున్న అర్జునుడి భుజం మీద చెయ్యివేసి – 'రా... లోపలికి రా...' అన్నాడు. అర్జునుడొక్కసారిగా దాశరథి చేతులుపట్టుకుని నుదుటికి అద్దుకున్నాడు. దాశరథి 'వెర్రివాడా... జరిగిందంతా అదృష్టమే అనుకో' అన్నాడు.

ఆ రాత్రి భోజనాలయ్యాక అంతా ప్రశాంతంగా ఉన్నవేళ.

ముందుగదిలో చాపమీద పడుకున్నాడు అర్జునుడు. భాను ఆ పక్కనే ఒక దుప్పటి పరుచుకుని పడుకుంది.

దాశరథికి తొందరగా నిద్రపట్టలేదు. బయట వర్షపుజోరు తగ్గి కిటికీలో నుంచి చల్లని గాలి మాత్రం వీస్తున్నది.

అర్జునుడు చాలాసేపు మాట్లాడుతూ ఉండిపోయినట్టు తెలుస్తున్నది. ఏం చెబుతున్నాడో తెలియదు. బహుశా కొత్తచోట ఎలా మెలగాలో వగైరా బుద్ధులు చెబుతున్నాడేమో అనిపించింది దాశరథికి.

తెల్లగా తెల్లవారాక బద్ధకంగా లేచాడు.

కిటికీలో నుంచి చూస్తే ఆవరణలో మొక్కలు, పరిసరాలు అన్నీ శుభ్రంగా కడిగినట్టు తళతళలాడుగూ కనిపించాయి. కాలం చెల్లిపోయిన ఒక వృద్ధ కోయిల మాత్రం పక్క ఇంటి మావి గుబురులలో దాగి విసుగులేకుండా కూస్తున్నది.

కప్పుకున్న దుప్పటి తొలగించి లేచిన దాశరథికి అప్పుడే లోపలికి వస్తున్న శాంతమ్మ నవ్వు ముఖంతో కనిపించింది.

'సెలవులు కదా అని బద్ధకించి పడుకున్నట్టున్నారు. లేపడం ఎందుకని ఊరుకున్నాను. అన్నట్టు అర్జునుడు చీకటితోనే లేచి వెళ్లిపోయాడు.'

దాశరథి ఉలిక్కిపడ్డాడు.

'అదేమిటి? ఎందుకు వెళ్లిపోయాడు?' అని అడిగాడు.

'ఏమో! నాకు మాత్రం తెలుసా? అందరూ నిద్రలో ఉన్నారు. నేను లేచి ముందు గదిలోకి వెళ్లేసరికి ఆ పిల్ల ఒక్కతే గోడకానుకుని కూర్చుని వుంది. అర్జునుడేడి? అని అడిగితే దిగులుగా వెళ్ళిపోయాడని సైగ చేసింది. చూడబోతే ఈ పిల్ల మూగదిలా వుంది. మాటా పలుకూ లేదు. లేచింది. తలారాస్నానం చేసింది. వాకిలి, పంచ శుభ్రంగా చిమ్మింది. వాకిట్లో నీళ్లు చల్లి ముగ్గు వేసింది. పనిమంతురాలే' అలా శాంతమ్మ మాట్లాడుతూ ఉన్నప్పటికీ దాశరథికి మాత్రం కోపం వచ్చింది.

'అర్జునుడిలా ఏమీ చెప్పకుండా వెళ్ళిపోవడం ఏమిటి? అంత కొంప మునిగే రాచకార్యాలేమున్నాయి గనక?' అనుకుని రుసరుసలాడాడు.

అన్నాచెల్లెళ్ళిద్దరూ ఆనాటినుంచే సెలవలు మొదలు కావడంవల్ల హుషారుగా ఉన్నారు. కాలాలన్నీ తీర్చుకుని శుభ్రంగా తయార్రై ఇద్దరూ చెరోవైపునా చేరి ఆ అమ్మాయితో మాటలు పెట్టుకున్నారు. ప్రశ్నల వర్షం కురిపించారు.

'నీ పేరు భానుమతి కదూ?' అని వసంత.

'అవున'ని తల ఊపడమే సమాధానం.

'అర్జనుడు మీ నాన్నగారా?' అని ప్రభాకరం. మళ్ళీ అదే సమాధానం.

వసంత 'అర్జనుడు కాదురా అన్నయ్యా! అర్జునుడు అనాలి' అన్నది.

'పోదూ, మరీను, అర్జనుడంటేనే బాగుంది. ఫొనెటికల్‌గా కరెక్టు. అర్జునుడంటే బాగులేదు' అని ప్రభాకరం.

'అదంతా నాకు తెలీదు. అర్జునుడే కరెక్టు' వసంత. 'నీకు తెలుసేమిటి మహా.' భాను చక్కగా నవ్వింది. వసంతవైపు చేయి చూపించింది.

మొత్తానికి పిల్లలు కలిసిపోయారు. దాశరథి వారిని చూసి ఆనందించాడు.

'కానివ్వు... చూద్దాం. ఎన్నాళ్ళు గడిస్తే అన్నాళ్లు. పిల్ల మాత్రం బుద్ధిమంతురాలులాగే వుంది' అనుకున్నాడు తృప్తిగా.

ఆ మధ్యాహ్నం శాంతమ్మ భర్తకు మంచినీళ్లు అందిస్తూ 'చిత్రంగా లేదూ'? అన్నది.

'ఏమిటి చిత్రం?'

'అదే, అర్జునుడికి పెళ్ళెప్పుడయింది? కూతురెప్పుడు పుట్టింది? ఇన్నాళ్లు ఎలా ఉంది మనకు ఈ విషయం తెలియకుండా? ఆ పిల్ల తల్లి ఏమయింది? ఇదంతా తమాషాగా లేదూ?'

'వాడి స్వభావమే అంత. మహా గుంభన మనిషి. అదేమో చిన్న ఊరు. వీడా పెరిగి పెద్దవాడైనాడు. బుద్ధిమంతుడు కూడాను. బొత్తిగా ఏమీ లేని పేదవాడూకాదు. కొంచెం పొలం ఉంది. చేతిలో విద్య వుంది. ఎవరోనడుం కట్టుకుని గంతకు తగ్గ బొంత అని చేసి ఉంటారు.'

అంతవరకూ బాగానే వుంది. 'ఆ తర్వాత...?' దాశరథి ఆ తర్వాత ఊహించ లేకపోయాడు. ఏమో! ఏం జరిగిందో తనంతట తాను చెబితే కాని తెలియదు కదా! అని ఊరుకున్నాడు.

శాంతమ్మ మనసులో ఒక దురూహ మెదిలింది. అంతలోనే అర్జునుణ్ణి గురించి అలాటి ఆలోచన వచ్చినందుకు తనను తానే మందలించుకుంది. 'ఏమిటి ఆలోచిస్తున్నావు?' అని అడిగాడు దాశరథి.

'ఏమీలేదు.'

'కాదులే. ఏదో వుంది. ఉన్నట్టుండి ఏదో పిచ్చి ఆలోచన వచ్చింది. తెలివి తక్కువ ఆలోచన.'

'అన్నట్టు అర్జునుడికి వయస్సెంత ఉంటుంది?'

దాశరథి ఉలిక్కిపడ్డాడు. అంతలోనే సంబాళించుకున్నాడు.

'నాకన్నా ఏ రెండు మూడేళ్ళో పెద్దవాడు. నాకే నలభై అయిదు వెళ్ళాయి' అని –

మళ్ళీ నవ్వుతూ... 'నీ మనసులోకి ఏ దయ్యమో ప్రవేశించింది. నువ్వేమనుకున్నావో నాకు తెలుసులే. అర్జునుడు అంత పనికిమాలిన పనులు చేసే నీచుడు కాడు. పైగా ఆ పిల్లకూ అతనికీ ఎంత అంతరం వుంది? ఆ ఊహ రావడమే తప్పు. అసలు కథ ఏదో వేరే వుంది. అతనేమో ఏమీ చెప్పకుండా ఉడాయించాడు' అన్నాడు.

'ఈ పిల్ల చూద్దామా మూగ మొద్దులాగున్నది. ఒక మాటా పలుకూ ఏమీలేదు. సైగలు తప్ప. చెప్పింది మాత్రం వినిపించుకుంటుంది. చూస్తున్నాను కదా! అమితమైన శుభ్రత... అణకువగల పిల్ల. పనులన్నీ శుభ్రంగా వచ్చు' అన్నదామె.

'వంట ఇంట్లో చేర్చావా?'

'తనే వచ్చింది. చక్కగా పై పనులన్నీ చెయ్యడమేకాక ఎంతో సాయంగా వుంది.'

ఇంతలో వసంతా ప్రభాకరం ఇద్దరూ బిలబిలలాడుతూ వచ్చారు లోపలికి.

'నాన్నా! భానుకు చదువురాదు. అక్షరాలు కూడా రావు. ఇంగ్లీషు సరేసరి. తెలుగక్షరాలు కూడా కూడబలుక్కుంటూ రాస్తుంది. తెలుగులో అక్షరాలు మాత్రం వచ్చు, అంతే. తన పేరు చూడు ఎలా రాసిందో!'

దాశరథి అదిరిపడ్డాడు. తీరా పుస్తకం అందుకుని చూస్తే అందులో వంకర టింకర అక్షరాలు... బనుమతి అని రాసి వుంది.

ప్రభాకరం మరింత విడ్డూరంగా 'టైము చూడ్డం కూడ రాదునాన్నా' అన్నాడు. దంపతులిద్దరూ ఆశ్చర్యంతో తలమునకలైనారు.

శాంతమ్మ భాను దగ్గరికి వెళ్లి అనునయంగానే 'ఏమీ చదువుకోలేదా అమ్మాయీ నువ్వు?' అని అడిగింది.

సమాధానం మామూలే.

'సినిమాలేమన్నా చూశావా?' అని అడిగింది వసంత.

మళ్ళీ అదే సమాధానం.

'ఒక్క సినిమా కూడా చూడలేదా పుట్టినప్పటి నుంచీ?' అని ఆశ్చర్యపోవడం వసంత వంతయింది. దాశరథి భార్యతో విడిగా ఉన్నప్పుడన్నాడు 'ఇలాంటి అయోమయపు పిల్లను అతి జాగ్రత్తగా కనిపెట్టి ఉండాలి!'

శాంతమ్మ తల ఊపింది.

ఆ మరునాటి నుంచీ ఇంట్లో అన్నాచెల్లెళ్లిద్దరికీ సెలవులు కావడంతో చేతినిండా పని తగిలినట్టయింది. ప్రారంభమైంది కోలాహలం.

పలకా, బలపమూ తెప్పించారు. ఇద్దరూ చెరొక వైపునా కూర్చుని మాటలు వ్రాయించడం, తప్పులు దిద్దడం. దీంతో వారికి కొత్తగా, ఆనందంగా కాలక్షేపం అవుతున్నది.

* * *

అర్జునుడు మండుటెండలో నడుస్తున్నాడు. భుజాన పొడవాటి తోలు సంచీ మోకాళ్ళు దాటి వేలాడుతున్నది. కాళ్ళకున్న చెప్పులు సగం అరిగిపోయి ఆకుల్లాగున్నాయి బలహీనంగా.

ఆకాశంలో సూర్యుడు మండిపడుతూ నిప్పులు కురిపిస్తున్నాడు.

అర్జునుడి ముఖం నిండా చెమట. ఒకచోట ఆగి ముఖమంతా పై తుండుతో తుడుచుకున్నాడు. తర్వాత ఎదురుగా ఉన్న టీ స్టాలు వంక నడిచాడు. అక్కడ బల్లమీద కూలబడి పైజేబులో డబ్బులు తీసి లెక్క పెట్టుకున్నాడు.

'ఒక టీ' అన్నాడు.

ఆ తర్వాత తీరికగా టీ చప్పరిస్తూ కూర్చున్నాడు. ఎదురుగా పెద్ద ఆవరణ. లోపల హైస్కూలు. విశాలమైన వరండాలు. పెద్ద పెద్ద గదులు. ఆవరణలో వరుసలు వరుసలుగా నేరేడు చెట్లు.

టీ తాగిన తర్వాత జేబులో నుంచి ఒక కవరు ఇవతలికి తీశాడు. దానిమీద 'రవీంద్ర, ఎం.ఏ. సీనియర్ టీచర్, జడ్.పి. హైస్కూలు' అని వుంది.

దాన్ని మళ్లీ పైజేబులో ఉంచుకుని టీ స్టాలులో చిల్లర ఇచ్చి భుజం మీద బరువు సర్దుకుంటూ గేటు దాటి స్కూలులోకి నడిచాడు.

లోపల వరండాలో ఎదురైన వ్యక్తిని సమీపించి నమస్కారం చేసి జేబులోని కవరు తీసి ఇచ్చాడు.

ఆ వ్యక్తి పైన అడ్రసు చూసి చెయ్యి జాపి – 'అటు వెళ్ళి కుడివైపు తిరిగితే మొదటి గది. ఆయన అక్కడే వున్నాడు. ఖాళీగా ఉన్నాడు కూడా' అని అంటూ మంచిగా అవసరమైన సమాచారం అందించి వెళ్ళిపోయాడు.

అర్జునుడు ఆ గది ముందుకు వెళ్లి నిలబడ్డాడు. భుజం మీద బరువు బయటే దింపుకుని గోడకానించి ఉంచాడు. లోపల ఇద్దరు ముగ్గురున్నారు. ఒకాయన అర్జునుడి దగ్గరి నుంచి కవరు అందుకుని చూసి 'నీ కోసమేనయ్యా' అన్నాడు మరొకాయనతో.

రవీంద్ర అనబడే ఆయన మధ్యవయసువాడు. ఆయన అర్జునుడి వంక విచిత్రంగా చూస్తూ కవరు అందుకుని చదువుకున్నాడు.

'ఈ మనిషి పేరు అర్జునుడు. నాకు ముందు ఏ మాత్రమూ పరిచయం లేదు. ఒక మిత్రుడు ఉత్తరం రాసి పంపించాడు. నేనూ అలాగే నీ దగ్గరికి పంపుతున్నాను. విలువిద్యలో ప్రవీణుడు. స్కూల్లో విద్యా ప్రదర్శన ఏర్పాటు చేయించాను

ముందు ఆ ఒంటికన్ను, ఆ వాలకం చూసి భయపడ్డాను. తర్వాత కొద్దిగా పరీక్షించాను. స్కూలు ఆవరణలో అతని విద్యా ప్రదర్శన ఏర్పాటు చేశాను. అతని విద్యా నైపుణి అద్భుతం అని చెప్పాలి.

పేదవాడు. పిల్లలు, పెద్దలు తన విద్య చూసి ఎంత ఇస్తే అంత పుచ్చుకుని వెళ్ళిపోతాడు. నిజంగా ఆదరించదగిన వ్యక్తి. తెలిసిన మరొకరికి పరిచయం చెయ్యమని కోరాడు. నీకు రాస్తున్నాను. వీలైన సాయం చేయమని కోరుతున్నాను.'

రవీంద్ర ఉత్తరం చదవడం ముగించి అర్జునుడి వంక చూసి 'కూర్చోండి' అన్నాడు.

అర్జునుడు కూర్చోలేదు. తల ఊపి – 'ఫరవాలేదు లెండి' అన్నాడు.

రవీంద్ర – ఇప్పుడే వస్తానని బైటికి వెళ్లాడు.

కొద్ది నిముషాలలో గది బయట నలుగురైదుగురు చేరారు. వారిలో వారు ఏదేదో మాట్లాడుకున్నారు. తర్వాత అందరూ కలసి హెడ్మాస్టరు దగ్గరికి వెళ్ళారు.

మెడ్మాస్టరు మంచివాడు.

వారు చెప్పింది సావధానంగా విన్నాడు. ఉత్తరం చదివాడు. తర్వాత కళ్ళజోడు తీసి బల్లమీద ఉంచి కాసేపు ఆలోచించాడు. ఏమనుకున్నాడో ఏమో 'సరే' అన్నాడు ముందు.

ఆ తర్వాత 'ఈ ఉత్తరం నమ్మాలి కదా మనం. కానివ్వండి' అన్నాడు.

ఆ వెంటనే నోటీసు తయారైంది.

చివరి పీరియడ్ రద్దు. స్కూలుకు ఒక విలువిద్యా ప్రవీణుడు వచ్చాడు. తన విద్య ప్రదర్శిస్తాడు.

రవీంద్ర టీచర్లందరినీ కలుసుకున్నాడు. వారికి చెప్పవలసింది చెప్పాడు. మొత్తానికి విద్యా ప్రదర్శనకు రంగం సిద్ధం అయింది.

అర్జునుడు తన సరంజామా గదిలోకి చేరవేశాడు. తర్వాత ఒక మూల బాసిపట్టు వేసుకుని కన్ను మూసుకుని కూర్చున్నాడు.

గదిలో ఎవరూ లేరు. కిటికీలో నుంచి శుభ్ర వాయువు వీస్తున్నది. గుండెల నిండా శ్వాసపీల్చి నిలిపి ఉంచాడు. అర నిముషం... ఒక్క నిముషం... రెండు నిముసాలు. అతని శరీరం ఉక్కు కడ్డీలా తయారైంది. మూడు నిముషాల తర్వాత శ్వాస వదలి శరీరాన్ని విదిలించి లేచి నిలుచున్నాడు.

అంతలో అతనికి ఆకలి అనిపించింది. ఎప్పుడో ఏదో బస్టాండులో ఉదయం తిన్న రెండు ఇడ్లీలు... ఇందాకటి టీ... ఇప్పుడు మూడు గంటలు కావస్తున్నది.

అతడు గదిలోకి వచ్చిన ఒక టీచరును సమీపించి – 'అయ్యా! దగ్గరలో తినడానికేమయినా దొరుకుతుందా? పొద్దుటి నుంచీ పస్తున్నాను' అన్నాడు. అర్జునుడు అడిగిన తీరుకు ఆ వ్యక్తి చలించిపోయాడు.

'మీరు కూర్చోండి. నేను తెప్పిస్తాను' అంటూ ఆయన ప్యూన్‌ను పిలిచి అయిదు నిమిషాలలో తినేందుకు ఏదో తెప్పించాడు.

అర్జునుడు ఆవురావురుమంటూ తినేసి కడుపు నిండా నీళ్లు తాగి ఆ వ్యక్తి వంక తిరిగి నమస్కరించాడు. కళ్లల్లో నీళ్లు తిరుగుతుండగా 'లోకంలో మంచితనం ఇంకా బతికే వుంది' అని గొణుక్కున్నాడు.

మూడు గంటల పదిహేను నిముషాలకు స్కూలు ఆవరణలో వేదిక ముందు అన్ని క్లాసుల విద్యార్థులూ బిలబిలలాడుతూ సమావేశమైనారు. అంతా కోలాహలంగా వుంది. ముందు వరుసలో టీచర్లు ఆసీనులైనారు. ఈ లోపల హెడ్మాస్టరు చేసిన హడావిడి ఇంతా అంతా కాదు.

ఈ ఒంటికంటివాడు ఏం చూపించబోతున్నాడు? తాను రవీంద్ర మాట నమ్మి పొరపాటు చేయలేదు కదా అని మథన పడ్డాడు. ఆ మాటపైకి అనేశాడు కూడా. దాంతో రవీంద్రకు కూడా అనుమానం కలిగింది.

'కానీ నా స్నేహితుడు అంత గట్టిగా రాస్తే నమ్మక చేసేదేముంది? నమ్మి మనం చేయగలిగింది చేస్తున్నాం. ఆపైన అటూ ఇటూ అయితే మన ఖర్మ' అనుకున్నాడు.

ప్రదర్శన ప్రారంభం అయింది. హెడ్మాస్టరు క్లుప్తంగా మాట్లాడి పిల్లలను నిశ్శబ్దంగా వుండమని కోరాడు.

రెండు నిముషాల నిశ్శబ్దం... తర్వాత అర్జునుడు రంగ ప్రవేశం చేశాడు. సన్నగా, పొడవుగా, చువ్వలాగున్నాడు. జుట్టునడినెత్తికి చేర్చి ముడివేసుకున్నాడు. వల్లెవాటు ధరించాడు. చేతిలో దృఢమైన విల్లు ధరించాడు. పది పదిహేను బాణాలు బల్లమీద పేర్చివుంచాడు. మైకు ముందుకు వచ్చి మాట్లాడడం ప్రారంభించాడు.

'నేను పేదవాణ్ణి, ఒంటరివాణ్ణి. ఈ ప్రపంచంలో నాది అనుకోదగిన ప్రాణి ఒక్కటి తప్ప ఏమీలేని వాణ్ణి.చదువు పెద్దగా లేదు. ఈ చేతిలో విల్లువుంది. ఈ బాణాలున్నాయి. ఇవే నా ఆస్తి, నా సర్వస్వం. వీటితోటే బతుకుతున్నాను.

నా బాణం గురి తప్పదు. నా కొక కన్నులేదు. మీరు చూస్తూనే వున్నారు. నేనెన్నడూ ఎవరినీ యాచించలేదు. ఎవరి ముందూ దేహి అని చెయ్యిజాపలేదు.

నా తండ్రి నియమనిష్ఠలతో బతికిన ధర్మాత్ముడు. ఆయన నాకేమీ ఇచ్చి పోలేదు. గొప్ప భక్తుడు. దైవ ధ్యానం చేస్తూనే ప్రాణం విడిచిన పుణ్యాత్ముడు. మన పెద్దలు మనిషి ఎట్లా బతకాలో ఎట్లా చావాలో కూడా చెప్పారు. అనాయాసేన మరణం - అన్నారు. వినాదైన్యేన జీవనం - అన్నారు. అట్లాగే బతికాను నేను.

నా ఒక్క పొట్టకోసం అయితే ఇంత తాపత్రయ పడను. కూలినాలి చేసుకుని అయినా బతికే వాణ్ణి. కానీ ఒక్క చిన్న బంధం మిగిలింది. విచిత్రమైన బంధం. నాకిక ఎంతో కాలం బతకాలని లేదు. బతకనని తెలుసుకూడా. ఇంతవరకు నా కర్తవ్యం నేను సజావుగానే నెరవేర్చాను.'

ఇలా మాట్లాడి ఉన్నట్టుండి వింటినారి మోగించాడు. మైకులో ఆ శబ్దం ఉరుములాగా వినబడి నలువైపుల ప్రతిధ్వనించింది.

అందరూ ఉత్కంఠతో చూస్తున్నారు.

ఇక అర్జునుడి విజృంభణ ప్రారంభమైంది. చిత్ర విచిత్ర విన్యాసాలు, ధనుర్బాణాలతో అద్భుతాలు చేశాడు. బాల ప్రేక్షకులు కేరింతలు కొట్టారు. పెద్దలు అబ్బురపడ్డారు.

ఇంతటి నైపుణ్యంకల వ్యక్తి నివురుగప్పిన నిప్పులాగా, మరుగున పడిన మాణిక్యంలాగా అనామకంగా వుండిపోవడమేమిటని బాధపడ్డారు.

హెడ్మాస్టరు అద్భుతరసంలో మునకలు వేసి ప్రదర్శన పూర్తి అయిన తర్వాత విద్యార్థులనుద్దేశించి మరునాడుస్కూలుకు వచ్చేటప్పుడు ఎవరికి తోచిన విరాళాలువారు తీసుకు వచ్చి ఇవ్వండని ప్రకటించాడు.

ప్రదర్శన నలభై నిముషాలు పైగా సాగింది. అంతా అయిపోయాక అర్జునుడు అందరికీ నమస్కరించి వేదిక దిగి వెనుకకు వెళ్లి ఒక్క నిముషం సేపు గోడనుకుని విగ్రహంలాగా నిలబడి పోయాడు ఆయాసంతో ఒగర్చుతూ. ఉన్నట్టుండి నోరంతా చేదుగా, వగరుగా అయిపోయింది. తుండు అడ్డం పెట్టుకుని దగ్గును ఆపుకునేందుకు ప్రయత్నించాడు. ఆ మేరకు తెల్లని తుండు ఎర్రగా రక్తసిక్తమైంది.

ఇవతల రవీంద్ర ఎంతో సంబరపడిపోతున్నాడు. తోటివారు చుట్టూచేరి తనను అభినందించడంతో అతడు పొంగిపోయాడు. మొదట్లో తన మిత్రుడి ఉత్తరం చూసి నమ్మకంతో తన ప్రయత్నం తాను చేసినా తర్వాత హెడ్మాస్టరు వాలకం, ఆయన సణుగుడు చూసి అతడు భయపడిన మాట వాస్తవం.

ముక్కు మొహం తెలియని ఈ ఒంటికంటి మనిషిని నమ్మామే. అతడు వట్టి ప్రగల్భాల మనిషి కాదుగదా? అని అనుమానించినదీ వాస్తవమే.

లోకంలో ఉత్తుత్తి గొప్పలు చెప్పుకునే వారి సంఖ్య తక్కువేమీ కాదు. కొండను తీసుకు వెళ్ళి అవతల పడేసి వస్తానని వెనకటికి ఎవడో అన్నట్లు బొత్తిగా పనికిమాలిన వ్యర్థులు కూడా గొప్పలు చెప్పుకుని బ్రతికే రోజులివి. కానీ ప్రదర్శన పూర్తయ్యాక మాత్రం రవీంద్రకు మహానందం కలిగింది. ఈ వ్యక్తి నిజంగా అసాధారణుడని నమ్మకం కలిగింది. తాను అతనికి చేయవలసిన సాయం మరింత చేయాలని కూడా అనుకున్నాడతడు.

అందర్నీ తప్పించుకుని రవీంద్ర అర్జునుడి కోసం వెతికాడు. వెనక ఎక్కడో మారుమూల గోడకానుకుని నిలబడి గట్టిగా శ్వాస విడుస్తున్న అర్జునుణ్ణి వెదికి పట్టుకుని 'ఇక్కడున్నారా మీరు?' అంటూ వచ్చాడు. అర్జునుడు నవ్వాడు.

'ఈ పూటకు మా ఇంట్లో వుండాలి మీరు. భోజనం చేసి పడుకోండి. ఉదయమే స్కూలుకు బయల్దేరి వద్దాం ఇద్దరమూ' అన్నాడు.

అర్జునుడు నెమ్మదిగా 'మీకెందుకు శ్రమ? ఒక్క పూటకు ఎక్కడ నడుం వాల్చినా సరిపోతుంది' అన్నాడు.

రవీంద్ర వినిపించుకోలేదు. పట్టుబట్టి అర్జునుణ్ణి సరంజామాతో సహా తన ఇంటికి తీసుకు వెళ్ళాడు... చిన్నదే అయినా ముచ్చటైన ఇల్లు. ముందు కొంచెం ఖాళీ స్థలం. పూలమొక్కలు... చిన్న వరండా. టీపాయ్ చుట్టూ నాలుగైదు కుర్చీలు. చిన్నవే అయినా నాలుగు గదులు. వీరిద్దరూ లోపలికి వెళుతుండగానే 'నాన్నా' అంటూ అయిదారేళ్ల పసిపిల్ల ఎదురు వచ్చింది.

రవీంద్ర ఆ పిల్ల నెత్తుకుని లోపలికి వెళ్ళాడు. లోపలి గదిలోకి వెళ్ళగానే అర్జునుడు తన పెద్ద తోలు సంచిని గోడకానించి వుంచి ఒక పక్క అణకువగా నిలబడ్డాడు. అతని చూపు ఆ పసిపిల్లమీద నిలిచింది. ఆ పిల్ల అర్జునుణ్ణే కళ్లార్పకుండా చూస్తూ నిలబడింది. ఉన్నట్టుండి నవ్వింది. అర్జునుడు మురిసిపోయాడు. చేతులు చాపాడు.

ఒక్క అడుగు ముందుకు వేసి ఆగిపోయింది. అర్జునుడు 'రా... రా... నీ పేరేమిటమ్మాయి?' అని అడిగాడు.

'సుమతి' అని సమాధానం.

అర్జునుడు ఆ పిల్ల దగ్గరగా వచ్చి నేలమీద కూర్చుని 'చిన్నప్పుడు మా అమ్మాయి కూడా అచ్చు నీలాగే వుండేది' అన్నాడు.

'నాలాగానా?' అన్నదా పిల్ల కళ్లు పెద్దవిచేసి.

'అవును. అచ్చుగుద్దినట్టు నీలాగే వుండేది.'

'ఇప్పుడెక్కడుంది?'

'ఉంది... దూరంగా ఎక్కడో.'

రవీంద్ర భార్యతో వచ్చాడు.

'కింద కూర్చున్నారేమిటి?' అన్నదామె నెమ్మదిగా. అర్జునుడు లేచాడు.

రవీంద్ర తన భార్యను చూపించి 'మా ఆవిడ' అని పరిచయం చేశాడు. తర్వాత 'మా అమ్మాయి ఉత్త అల్లరి పిల్ల. ఒక్కతే కదా అందువల్ల గారాబం. ఏమంటున్నదేమిటి?' అన్నాడు.

సుమతి 'నాన్నా! వీళ్ల అమ్మాయి చిన్నప్పుడు నాలానే వుండేదిట' అన్నది.

'ఇప్పుడెన్నేళ్లు ఆ పిల్లకు?' అని అడిగాడు రవీంద్ర.

'పందొమ్మిది అనుకుంటాను.

'ఎక్కడుంది? మీ ఊళ్ళోనా?'

అర్జునుడు నిట్టూర్చాడు. 'నా ఊరేదీ ఇప్పుడు లేదు. ఊరు వదిలేసినట్టే. ఏదో పాత కొంప మాత్రం వుంది. ఊళ్లమీద పడి బతుకుతున్నాను.'

ఇంతలో ఆ ఇల్లాలు టీ తెచ్చి ఇచ్చింది ఇద్దరికీ.

అర్జునుడు టీ తాగుతూ వుండి వుండి మాట్లాడాడు. 'ఊరు ఒదిలేసి చాలా కాలమైంది. ఎప్పుడో బుద్ధి మళ్లినప్పుడు వెళ్లడమే. ఒక్క పసిపిల్ల కోసం బతికాను. దానికొక తోవ చూపించడం కోసం బతికాను' అన్నాడు.

తర్వాత కాస్సేపాగి 'ఇప్పుడా దిగులూ తీరింది. నిశ్చింతగా వున్నాను' అన్నాడు.

ఆనాడు రాత్రి ముందు గదిలో చాపమీద పడుకుని నిద్రపోయాడు.

కాసేపు బాగానే నిద్రపట్టింది కానీ అర్ధరాత్రివేళ నిద్ర చెదిరింది.

నిద్రలో కల.

కలలో కాస్సేపు యుద్ధరంగం. ప్రేలుళ్లూ, మోతలూ, విమానాల హోరులతో చెవులు చిల్లులు పడిపోతున్నాయి. అంతలో ఒక వ్యక్తి కేవలం నీడలాగున్నవాడు చేతిలో తుపాకీతో పరుగెత్తుతున్నాడు. ఎత్తయిన ఇసుక దిబ్బ వున్నట్టుంది. ఆ నీడ ఒక చేత్తో గుండెపట్టుకుని నెమ్మది నెమ్మదిగా నేల మీదికి ఒరిగిపోయింది. తర్వాత హోరుగాలి వీచింది. ఆ నీడ ఇసుకలో కూరుకుపోయింది.

అర్జునుడు ఉలిక్కిపడి లేచాడు. మొహం అంతా చెమటపట్టింది.

గొంతు ఎండుకు పోయినట్టనిపించింది. మొహం తుడుచుకుంటూ కిటికీలోని నీళ్ళు అందుకుని గ్లాసులో పోసుకుని గటగట తాగాడు.

బయట అంతా నిశ్శబ్దంగా వుంది. అతడు మళ్లీ మొహం తుడుచుకుని మళ్లీ కాస్సేపటికి కలత నిద్రలో కల.

ఒక గది. లోపల మసక వెలుతురు. కిటికీ ఒకటి అయితే వున్నది కానీ అది చాలా ఎత్తున వుంది. కిటికీ అవతల ఎక్కడో సూర్యుడస్తమిస్తున్నాడు. ఆ వైపు ఆకాశం అంతా ఎర్రగా రక్తసిక్తమైన వస్త్రం వలె వుంది.

గదిలో గోడపక్కన మంచం మీద ఒక నీడ. ఆ పక్కనే మరో చిన్న నీడ. అంతలో ఆ గదిలోకి మరో చిన్న నీడ వచ్చింది నెమ్మదిగా. అది తానే. తాను వెళ్ళి

మంచం పక్కనే మోకాళ్ల మీద కూర్చున్నాడు. మంచంలోని నీడ ఏదో మాట్లాడింది. తర్వాత ఏడ్చింది. చిన్న నీడను తనకు అందించింది. తర్వాత చచ్చిపోయింది.

అతడంతలో మేలుకున్నాడు. మనసంతా వికలమైంది. లేచి కూర్చున్నాడు కాస్సేపు. అంతలో తెల్లవారింది.

రవీంద్ర తొమ్మిది గంటలకల్లా తయారై వచ్చి 'వెళ్దామా?' అన్నాడు.

అర్జునుడు తల ఊపి లేచాడు. గుమ్మంలో నిలబడి వున్న ఆమెకు నమస్కరించాడు.

'వెళ్ళొస్తానమ్మా' అన్నాడు.

'చల్లని తల్లి. అన్నం పెట్టి ఆదరించింది' అనుకున్నాడు.

ఇద్దరూ స్కూలుకు వెళ్ళేసరికి మొదటి గంట కొట్టారు. హెడ్మాస్టరు గదిలో కాస్సేపు కూర్చున్నారు. ఆయన ఎంతో హుషారుగా ఆనందంగా మాట్లాడాడు. తాను మరొకరికి అర్జునుణ్ణి, అతని ప్రతిభను పరిచయం చేస్తూ ప్రోత్సహించవలసిందని అర్థిస్తూ రాసిన ఉత్తరాన్ని అందించాడు. అప్పటికే ఉపాధ్యాయులు విరాళంగా ఇచ్చిన మొత్తం ఒక కవరులో అక్కడ వుంది.

తర్వాత హెడ్మాస్టరు అర్జునుణ్ణి ఒక ప్యూన్‌ను వెంటబెట్టుకుని స్వయంగా అన్ని క్లాసులకు వెళ్ళాడు. ప్యూను సంచి పట్టుకుని నడిచాడు. పిల్లలు అప్పటికప్పుడు ఆ సంచిలో డబ్బు వేశారు.

ఆ కార్యక్రమం ముగిశాక మళ్లీ హెడ్మాస్టరు గదికి వెళ్లారు. ప్యూను మొత్తం డబ్బు తీసి లెక్క పెట్టి ఒకచోట చేర్చాడు. అది అంతా హెడ్మాష్టరు అర్జునుడి చేతికి అందించాడు.

అర్జునుడు వినయంగా దాన్ని అందుకుని ఆయనకు నమస్కరించాడు.

స్కూలు ఆవరణ దాటి వచ్చే వరకు రవీంద్ర వెంట వచ్చాడు.

ఆ తర్వాత ఆగి తానొక కవరు అర్జునుడికి అందించి 'ఈ అడ్రసుకు వెళ్ళండి. అది పెద్ద ఆఫీసు. మా స్నేహితుడికి ఇవ్వండి. మిగిలిన ఏర్పాట్లు అతనే చూస్తాడు' అన్నాడు.

అర్జునుడికి కళ్లనీళ్ల పర్యంతం అయింది. రవీంద్ర చేతులుపట్టుకుని ఒక్కక్షణం ఆగి నమస్కరించాడు.

'మీ మేలు మరిచిపోను' అన్నాడు.

తర్వాత పెద్ద పెద్ద అంగలు వేస్తూ నడిచిపోయాడు. అరగంట తర్వాత దక్షిణంవైపు వెళ్లే రైలులో వున్నాడు.

* * *

'ఎవరదీ?' అంటూ తలుపు తీశాడు దాశరథి. పూర్తిగా తెల్లవారలేదు. పక్షుల కిలకిలరావాలు మాత్రం మొదలైనాయి.

ఎదురుగా పంచలోని వ్యక్తిని గుర్తు పట్టలేక 'ఎవరిదీ?' అన్నాడు దాశరథి మళ్లీ.

'నేను బావా శంతన్‌ను' అన్నాడతడు. బరువైన సూట్‌కేసు కింద ఉంచి, భుజాన వున్న తోలు సంచి కూడా దింపి నవ్వుతూ. 'గుర్తు పట్టలేదా బావా నన్ను?' అన్నాడు. శాంతమ్మ లోపలి నుంచి వచ్చింది.

'చూడక్కా! బావ నన్ను గుర్తుపట్టలేకపోతున్నాడు' అంటూ అతడు లోపలికి వచ్చాడు.

శాంతమ్మ అతన్ని గుర్తించి 'ఎక్కడి నుంచి? ఏమిటి కథ? ఉత్తరం పత్తరం లేకుండా దిగావే?' అని భర్త వైపు తిరిగి 'మా తమ్ముడండీ శంతన్... శంతన్ కుమార్. అయినా మీరు వాణ్ణి నింపాదిగా చూసిందెప్పుడు లెండి. ఇటీవల రాకపోకలే లేవు. ఒక కడుపున పుట్టిన వారమైతే దాని దారి వేరు. వీడు మా పిన్నమ్మ కొడుకు' అని చెప్పింది.

దాశరథికి గుర్తు వచ్చింది. ఇతను చాలా చిన్నవాడప్పటికి. శాంతమ్మ తల్లి పోయిన తర్వాత ఆమె తండ్రి వేరే వివాహం చేసుకున్నాడు. ఆ తర్వాత కొద్ది సంవత్సరాలకు తమ పెళ్లి అయింది. ఆ పైన ఎప్పుడో ముసలాయన, ముసలమ్మలు పోయినప్పుడు తప్ప అంతగా రాకపోకలు లేవు.

దాశరథి లోపలికి వచ్చాడు. అప్పటికే భాను ఎప్పుడు నిద్రలేచిందో, ఎప్పుడు స్నానాదికాలు పూర్తి చేసుకుందో నీళ్ల బకెట్ తీసుకుని వాకిలి పనిచేసేందుకు వెళుతున్నది.

శంతన్ తీరికగా అక్కగారి ముందు కూర్చుని మాట్లాడుతున్నాడు.

దాశరథి వింటూ కూర్చుండిపోయాడు. ఈ శంతన్ కుమార్ మంచి వయసులో వున్నాడు. దర్జాగా వున్నాడు. గలగల మాట్లాడుతున్నాడు. శాంతమ్మ ఉన్నట్టుండి 'ఇప్పుడేం చేస్తున్నావురా?' అని అడిగింది.

అతడేదో చెప్పాడు. ఊళ్లు తిరిగే రహస్యమైన, ఇతరులకు చెప్పరాని ఉద్యోగం. బహుశా రహస్య పోలీసు శాఖలో. తల్లి, తండ్రి పోయాక అతని మేనమామలు చేరదీశారు.

డిగ్రీ చివరి సంవత్సరం వారి అండదండలతోనే వెళ్లదీశాడు. తర్వాత కొంతకాలం పాటు చిన్నచిన్న ఉద్యోగాలు చేశాడు. తర్వాత కల్పవృక్షంలాటి ఈ ఉద్యోగం దొరికింది. మంచి జీతం, పై రాబడి, చేతి నిండా డబ్బు.

దాశరథి అతన్ని అంచనా వేస్తున్నాడు. వసపోసిన పిట్టలాగున తెగవాగుతున్న ఆ యువకుణ్ణి గురించి ఆలోచిస్తున్నాడు. అతని దాబుసరి మాటలను శ్రద్ధగానే వింటున్నాడు.

పిల్లలు అక్కడికి రాగానే శంతన్ 'రండర్రా ఇటు. కమాన్' అన్నాడు.

సంచిలో నుంచి ఏవేవో తీసి వారికిచ్చాడు.

'అక్కా! ఇది నీకు' అంటూ ఒక ఖరీదైన చీరతీసి శాంతమ్మకిచ్చాడు.

ఆమె 'ఇప్పుడివన్నీ ఎందుకురా?' అంటూనే అందుకుంది. ఆనందించినట్టు కనిపించింది కూడా.

'బావగారికి' అంటూ అతడొక వాచీ తీసి దాశరథి దగ్గరగా వచ్చి బలవంతంగా అతని ముంజేయి అందుకుని తొడిగాడు.

దాశరథి ఏదో నసిగాడే కానీ ఏమీ అనలేకపోయాడు.

అంతలో భాను వాకిలిపని ముగించుకుని లోపలికి వచ్చింది.

శంతన్ ఆ అమ్మాయిని వింతగా చూస్తూ 'ఇదెవరు?' అన్నాడు ముందు. తర్వాత మళ్ళీ సర్దుకుని 'ఈ అమ్మాయి ఎవరు?' అని అడిగాడు.

'మీ బావగారికి బాగా ముఖ్యులైన ఒక ఫ్రెండు కూతురు' అని చెప్పింది శాంతమ్మ.

శంతన్ అదొక రకంగా నవ్వి 'ఓహో' అని మాత్రం అన్నాడు.

ఆనాటి నుంచీ ఇంట్లో శంతన్‌దే హడావిడి.

ఉదయమే లేచి గలగల మాట్లాడుతూ ఇల్లంతా తానే అయి తిరిగేవాడు. పిల్లలను సాయంకాలం పూట వెంట వేసుకుని ఊరంతా తిప్పేవాడు. వాళ్లకు రకరకాల వస్తువులు కొని పెట్టేవాడు. డబ్బు మంచి నీళ్లలా ఖర్చు పెట్టేవాడు. వాళ్లు కూడా మామయ్య మామయ్య అంటూ అతనికి బాగా చేరువైపోయారు.

భాను మాత్రం మౌనంగా తన పనులు తను చేసుకునేది. శంతన్ ఎదురు పడితే తప్పించుకు తిరిగేది.

అతను అప్పుడప్పుడు భానును మాటల్లోకి దింపడానికి ప్రయత్నించే వాడు.

అప్పుడు ఒకసారి శాంతమ్మే కలగజేసుకుని 'ఆ అమ్మాయి మాట్లాడదు నాయనా! మూగది' అని చెప్పింది.

అప్పుడు మాత్రం శంతన్ ఆశ్చర్యపోయాడు. కానీ లోలోపల ఏమనుకున్నాడో కానీ తర్వాత మాటిమాటికీ ఆమెను పూసుకుని తిరగడం, తనకేమి కావలసి వచ్చినా భానూ భానూ అంటూ పిలవడం సాగించాడు.

దాశరథి అంతా గమనిస్తూనే వున్నాడు. కొంచెం చిరాకుగానే వున్నా పైకి ఏమనడానికీ వీలులేక ఊరుకుండి పోయాడు.

ఒకనాడు పిల్లలింట్లోలేని మధ్యాహ్న వేళ... దాశరథి ఆఫీసులో పనిలో మునిగి వున్నవేళ, శాంతమ్మ ఏదో పనిమీద ఎక్కడికో వెళ్ళిన వేళ నిద్రలేచాడు. ఎవరూ లేకపోవడం గ్రహించి వంటగదిలోకి వచ్చాడు.

భాను అప్పటికి కాఫీ ప్రయత్నంలో వుంది.

అతడు వెళ్లి చొరవగా ఆమె భుజం మీద చేయి వేశాడు.

ఆమె ఉలిక్కిపడి వెనుదిరిగింది. 'కాఫీ... కాఫీ...' అన్నాడు.

ఆమె మాట్లాడకుండా అదే ప్రయత్నంలో వున్నానన్నట్టు సైగ చేసింది. అతడు హఠాత్తుగా ఆమె చేయి పట్టుకున్నాడు.

అలా పట్టుకుంటాడని తెలిసినదానివలె భాను అతని చేతిని విదిలించి కొట్టింది. ఆమె విసురుకు చేతి మణికట్టు విరిగినంత బాధ కలిగింది. అతనికి మతి చెడినట్టయింది.

ఏమీ మాట్లాడకుండా ముందు గదిలోకి వెళ్లిపోయాడు.

కొన్ని నిముషాలలో భాను కాఫీ తీసుకు వచ్చి మంచం పక్కనే వున్న స్టూలుమీద వుంచి వెళ్లిపోయింది.

అతడు కాఫీ తాగుతూ ఆలోచనలో పడ్డాడు. మణికట్టు దగ్గర మండుతున్నంత బాధ...

ఇన్నాళ్లుగా అతనికి తెలిసిన వివరాల ప్రకారం ఈ పిల్ల దిక్కులేనిది. ఒంటరిది... తండ్రి వున్నాడు. కానీ లేనివాడికిందనే లెక్క. ఇక్కడే వదిలి వెళ్లిపోయాడు.

ఎక్కడున్నాడో, అసలున్నాడో లేదో కూడా తెలియదు. చందువు సంధ్యలు పూజ్యం... పిల్లలు చెప్పిన వివరాలను బట్టి చదువు మీద ధ్యాస కూడా లేదు. కనీసం గడియారం చూసి టైము కనుక్కోడం అయినా ఎన్నిసార్లు వివరించినా పట్టుబడలేదు. బుట్టలోపడకపోతుందా? అనుకున్నాడు.

ఈనాడు తనను విసిరికొట్టింది. అయినా అదేమి విసురు! మణికట్టు విరిగినంతపని అయింది అనుకున్నాడు.

ఏం చూసుకుని ఈ దరిద్రురాలికింత మిడిసిపాటు? అని కూడా అనుకున్నాడు.

తర్వాత అతని తీరు మారింది.

క్రమక్రమంగా ఇతరుల ముందు ఆమెను గురించి వ్యాఖ్యలు చేయడం, ఎగతాళిగా మాట్లాడటం సాగించాడు. చదువులేని మొద్దు... కదలలేని ఎద్దు అనేవాడు. ఎర్రగా బుర్రగా అందంగా వుంటే సరా... చదువు లేకపోతే జన్మ వృథా అనేవాడు.

శాంతమ్మ మొదట్లో చిరాకుపడేది. తర్వాత నెమ్మది నెమ్మదిగా మందలించింది కూడా. దాశరథి పైకి ఏమీ అనలేక కోపాన్ని లోలోపలే అణుచుకునేవాడు.

ఆనాడు...

వసంత, భాను ఇద్దరూ రోడ్డుకు పక్కగా నడుస్తున్నారు. భాను చేతిలో సంచి... అందులో ఏవో వస్తువులున్నాయి.

మ్యాటనీ సినిమాలు వదిలినవేళ... ఆఫీసు బందిఖానాలో నుంచి ఉద్యోగి ప్రాణులు అలసి సొలసి బయటపడుతున్నవేళ...

రోడ్డు రద్దీగా వుంది.

వీరి వెనకనే ముగ్గురబ్బాయిలు నడుస్తున్నారు. కావాలని వీరి అడుగులలో అడుగులు వేస్తూ నడుస్తున్నారు.

ఒకసారి ఒకడి కాలు వసంతకు తగిలింది కూడా. ఆమె వెనుదిరిగి ఒకసారి చూసి వేగంగా అడుగులు వేసింది.

వెనకనుంచి మాటలు వచ్చి తగులుతున్నాయి.

'బాగుందిరా' ఒకడు.

'ఏం బాగుందిరా?' మరొకడు.

'ఏం బాగుందీ?' మూడోవాడి దీర్ఘం.

'చిన్నపిట్ట బాగుంది. పెద్ద పిట్టకూడా బాగుంది. పిటపిటలాడుతున్నది.'

ఒకడు ఏదో పనికిమాలిన సినిమా పాట లంకించుకున్నాడు.

భాను ఒక్కసారి ఆగి వెనుదిరిగి చూసింది. వసంత భుజం మీద చెయ్యి వేసి దగ్గరగా తీసుకుని నడవటం సాగించింది.

వాళ్ళలో ఒకడు సన్నగా ఈలవేశాడు.

భాను ఆగి వెనుదిరిగింది. కుడి చేతిలోని సంచి ఎడమ చేతిలోకి మార్చుకుంది.

వసంతకు అంతవరకే తెలుసు.

క్షణంలో కళ్లముందు ఒక వింత జరిగినట్టయింది. ఆమె కళ్లు చెదిరిపోయాయి.

'ఏం జరిగింది?' అనుకునే లోపల క్షణంలో సగంలో అంతా జరిగిపోయింది.

ఈల వేసినవాడు ముఖం కప్పుకుని కూలబడి పోతున్నాడు. బాధగా అరుస్తున్నాడు. మిగిలిన ఇద్దరూ స్థాణువుల్లా నిలబడి పోయారు. వాళ్లకూ జరిగిందేమిటో అర్థం కాలేదు.

క్షణాలలో చుట్టూ జనం మాత్రం పోగయినారు.

భాను అలాగే నిలబడింది, తొణక్కుండా. వాడు మొహం కప్పుకుని విలవిలలాడి పోతున్నాడు. జనంలో ఒకాయన వాడి చేతులు తప్పించాడు. వాడి ముక్కు బద్దలైపోయి రక్తం ప్రవాహంగా కారుతున్నది.

అక్కడ చేరినవారికి పరిస్థితి అర్థమైంది. వారిలో ఒకాయన నవ్వుతూ 'బాగుంది... బాగుంది...' అన్నాడు.

తర్వాత మిగిలిన ఇద్దరినీ చూసి 'అట్లా నిలబడతారేమయ్యా! ఇతని స్నేహితులేగా మీరు? లేవదీసి ఏ డాక్టరు దగ్గరకయినా తీసుకుపొండి... ఆలస్యం చేస్తే ప్రమాదం... కాస్సేపు వుంటే ఏ పోలీసులో వస్తారు... అప్పుడు మీ కథ ముదిరి పాకాన పడుతుంది' అన్నాడు.

వాళ్ళిద్దరూ బిక్కమొహాలు వేసుకుని తమ మిత్రుణ్ణి లేవదీశారు చెరో రెక్కా పట్టుకుని. అతడు అతికష్టం మీద నిలబడి రుమాలు ముక్కు కద్దుకుని ఏడుస్తూ వారివెంట నడిచాడు.

ఆయన భాను వంక మెచ్చుకోలుగా చూస్తూ తనూ తన దారిన వెళ్లిపోయాడు.

భాను ముందుకు కదిలింది.

వసంత 'ఏం చేశావు?' అని అడిగింది వొణుకుతున్న కంఠంతో.

భాను కుడిచేయి పిడికిలి బిగించి చూపించింది. అంతే...

ఆ రాత్రి... వసంతలో ఉద్వేగం తగ్గలేదు.

కేవలం తల్లి మాత్రమే వినేట్టుగా లోగొంతుకతో జరిగిందంతా చెప్పింది.

శాంతమ్మ బుగ్గలు నొక్కుకుని 'ఈ పిల్ల అంత పనిచేసిందా?' అని మాత్రం అన్నది.

అర్జునుడు బస్టాండ్‌లో సిమెంట్ బల్లమీద పడుకుని వున్నాడు.

పైన రేకుల మీద చప్పుడు చేస్తూ వర్షం పడుతున్నది.

అర్ధరాత్రివేళ అయినా లైట్ల వెలుతురు... బస్సుల రద్దీ లేకపోవడంతో పైనుంచి వచ్చీ పోయే బస్సులు కాస్సేపు ఆగి వెళ్ళిపోవడం తప్ప ఏం అలజడి లేదు.

అర్జునుడు కలగంటున్నాడు.

అంతా చిమ్మచీకటి... ఒకమూల ఎక్కడో కాస్త వెలుతురు... కనుచూపు మేర అంతటా ఒక మహార్ణవం... అలలు ఉధృతంగా పైకి లేస్తున్నాయి. ఆకాశంలో లోహ విహంగాల హోరు... కర్ణపుటాలు బద్దలు చేసే రొద... తలకు కొమ్మలూ రెమ్మలూ వున్న వుక్కు శిరస్త్రణాలు ధరించిన వారి పరుగులు... నేపథ్యంలో ఏడుపులు... మూలుగులు...

ఉన్నట్టుండి ఒక నీడ గుండె పట్టుకుని నీళ్ళలోకి ఒరిగి పోతున్నది. క్షణాల్లో ఆ నీడను భయంకరమైన సుడిగుండం తన గుండెలలోకి లాక్కుపోయింది.

అర్జునుడు నిద్రలోనే మరోవైపు తిరిగి పడుకున్నాడు.

ఈసారి ఒక గది... మందపాటి వెలుతురు... గోడపక్కన కుక్కి మంచంలో ఒక అస్థిపంజరం నీడ... ఆ పక్కన ఒక మూట... అస్థిపంజరం మరణిస్తున్నది. మూటను తన చేతికి అందిస్తున్నది.

అర్జునుడు ఉలిక్కిపడి లేచాడు.

కూర్చుని కళ్ళు నులుముకున్నాడు. పక్కనే వున్న తన పొడవాటి తోలుసంచిని పక్కకు జరుపుకున్నాడు. చుట్టూ ఎవరూ లేరు.

తానెక్కవలసిన బస్సు ఉదయం ఆరుగంటలు దాటిన తర్వాత కానీ రాదు. ఈ లోపల ఇలా వేచి వుండక తప్పదు.

అతనికి అంతలో ఒక ముఖం గుర్తు వచ్చింది. నిజానికి ఆ ముఖాన్ని తాను మరిచిపోయినదెన్నడు? ఎర్రని ఛాయ... చిరునవ్వులు చిందే ముఖం... సన్నని మీసం... కండలు తిరిగిన శరీరం... ఆ తర్వాత సహజంగానే మరో ముఖం... స్త్రీ

సౌందర్యం అంతా పోతపోసినట్టున్న లేత తీగవంటి శరీరం... వెలుగులు చిమ్మే పెద్ద పెద్ద కళ్ళు... నవ్వితే సొట్టలు పడే బుగ్గలు... పేదరికాన్ని పరమానందంగా భగవంతుడిచ్చిన వరంగా భావించి వున్నంతలో తృప్తిగా బ్రతికిన జీవి ముఖం...

ఆ తర్వాత అతనికి భాను గుర్తుకు వచ్చింది. చిన్నప్పటి నుంచి తన గుండెలమీద పెరిగిన పిల్ల... తన ఆరవ ప్రాణం... లేత కాళ్ళతో తన గుండెల మీద చిందులు వేసింది. తన చేతులు పట్టుకుని నడక నేర్చుకున్నది. తన మాటలు పాటలు విన్నది.

ఆ చిన్న ఊళ్ళో చుట్టుపక్కలవారు ఆశ్చర్యపోయేవారు. కన్న తల్లి వుండివున్నా ఇంత చక్కగా పెంచదు! అనుకుని మురిసిపోయేవారు. తాను ఒక్కక్షణం కనబడకపోతే గుక్కపట్టి ఏడ్చేది. కొంచెం పెద్దయ్యాక తన కోసం కాలుగాలిన పిల్లిలా ఇంట్లోకి వాకిట్లోకి తిరిగేది. ఆ తర్వాత తాను గుండె దిటవు పరచుకుని బాధ్యత తెలిసి ప్రవర్తించాడు. ఎక్కడా ఏ లోపమూ చేయలేదు. అదే తనకు మిగిలిన తృప్తి.

'ఇప్పుడేం చేస్తున్నదో' అనుకున్నాడు ఆవులించి చిటికె వేసి.

అంతలోనే మళ్ళీ ధైర్యంగా 'దాశరథి మంచివాడు... నేనంటే ప్రాణం... దేవుడు లాటివాడు... ఆమెకూడా మంచి ఇల్లాలు... ఆ దంపతులకు చిట్టి తల్లిని అప్పగించి జీవితంలోకెల్లా మంచిపని చేశాను' అనుకున్నాడు.

అంతలో అతనికి దగ్గు వచ్చింది. ఆగకుండా దగ్గాడు. రెండు నిముసాలపాటు ఉక్కిరిబిక్కిరి అయినాడు. తర్వాత ఆయాసంతో వగర్చుతూ వుండిపోయాడు.

తర్వాత లేచివెళ్లి కాసిని మంచినీళ్లు తాగి వచ్చి ఆ బల్లమీదనే, తన సంచి పక్కనే కూర్చున్నాడు.

చల్లగాలి వీస్తుంది. వర్షపు జల్లు కొంచెం తగ్గింది.

'ఇక ఇంతటితో కథ కంచికి' అనుకున్నాడు హఠాత్తుగా.

సాయంకాలం ఇవ్వబోయే ప్రదర్శన బహుశా చివరిది. ఆ తర్వాత ఈ ధనుర్బాణాలతో పనిలేదు అనుకున్నాడు.

ఆ తోలు సంచి నిమురుతూ 'ఇవి ఏమై పోతాయి?' అని ప్రశ్నించుకున్నాడు.

అతనికి వింత అనిపించింది. చిన్నప్పుడు తన చిన్న ఊరూ, ఆ చెట్లూ, పొదలూ, ఈ స్నేహితులూ తప్ప ఏమీ ఎరుగడు. తండ్రిదంతా వేరే ప్రపంచం... ఆ ప్రపంచంలో తనకు ప్రవేశం లేదు. తల్లి ఎలాగూ లేదు. దాశరథి ఇల్లే తన ఇల్లుగా వుండేది.

ఆనాడు కంటికి తగిలిన దెబ్బ కంటినే పోగొట్టింది. అయినా ఆ పిన్నవయసులో కూడా తాను ఎవరినీ ఏమీ అనలేదు. ఆ బాధా యాతనా ఏదో తానే అనుభవించాడు.

తన తండ్రి కూడా పెద్దగా చలించలేదు. ప్రశాంతంగా 'ఏదో పొరపాటున జరిగిందంతే... అంతా విధి లిఖితం... అలా జరగాలని రాసి పెట్టి వుంది... విధిని ఎవరూ తప్పించలేరు. శివాజ్ఞ లేనిదే చీమ అయినా కుట్టదు కదా' ఇలా మాట్లాడాడు.

దాశరథి ఆ వయసులోనే తాను పెద్దపాపం చేశానని రోజుల తరబడి ఏడ్చాడు. తనకు జాలివేసింది కూడా. 'నువ్వేం కావాలని నా కన్ను పొడిచావా? పొరపాటున తగిలిందంతే' అనేవాడు.

కన్ను లొట్టపడిపోయిన తర్వాత ఒక కన్నువుంది అని సంతృప్తి చెందాడు. రెండు కళ్ళులేని పుట్టంధులు, దురదృష్టవంతులెందరు లేరు. వారికంటే నేను నయం కదా అనుకున్నాడు. డీలా పడిపోలేదు. నిరుత్సాహం అసలే లేదు. మానవుడికి అసాధ్యమైనదేదీ లేదు అని మనసును పాషాణంగా మలుచుకుని ఈ అపూర్వమైన విద్యను సాధన చేశాడు. రెండు కళ్ళు వున్నవాళ్ళు ఎవరూ సాధించలేని మహత్తరమైన విద్యను సాధించాడు.

తెల్లవారింది... బస్టాండులో మామూలు అలజడి మొదలయింది.

అర్జునుడు లేచి వెళ్లి టీ మాత్రం తాగాడు.

బస్సు వచ్చింది. తన విల్లు బాణాల సంచిని సీటు కిందికి తోసి కూర్చున్నాడు.

బస్సు కదిలింది.

కిటికి పక్కన కూర్చోవడంవల్ల హాయిగా వుంది. అయినా లోపలి నుంచి ఏదో పొంగు. ఒక్కసారి బయటికి ఉమ్మేశాడు. రుమాలుతో నోరు తుడుచుకున్నాడు. ఆ రుమాలును తెల్లగా వున్న వైపుకు మడిచి చొక్కా జేబులో పెట్టుకున్నాడు.

'ఇవాల్టి ప్రదర్శన బహుశా చివరిది' అనుకున్నాడు మళ్లీ.

ఎత్తయిన వేదిక మీద మంత్రిగారి మహోపన్యాసం సాగుతున్నది. వేదికమీద ఇంకా పెద్దలు, చాలామంది విద్యావేత్తలూ ఆసీనులై వున్నారు. హాలు బయట పోలీసు బందోబస్తు మస్తుగా వుంది. ఉపన్యాసాల జోరు, ఇంకా ఎంతసేపు సాగుతుందో తెలియదు.

ఆ తర్వాత ధనుర్విద్యా ప్రదర్శన.

మంత్రిగారు తన పాత్ర ముగించి వేదికదిగి వెళ్ళిపోవడానికి సిద్ధపడితే

ఆయనతోపాటు చాలామంది మందీమార్బలమూ కోలాహలం చేస్తూ వెళ్లిపోతారు. అందువల్ల నిర్వాహకులను ప్రాధేయపడితే వారు మంత్రిగారికి సభా ప్రారంభానికి ముందే మనవిచేశారు. తర్వాత జరగబోయే ధనుర్విద్యా ప్రదర్శన కాస్సేపు తిలకించి వెళ్లవలసిందిగా అర్జునుడి తరపున అర్థించారు. ఆయన కూడా ఒంటి కంటి వ్యక్తి ధనుర్విద్య అనగానే విస్మయంతో అలాగే వుంటానని తల ఊపాడు.

ఏడుగంటల ప్రాంతంలో సభా కార్యక్రమం, సన్మాన కార్యక్రమం ముగిశాయి.

రంగస్థలం అంతా వెలిగిపోతున్నది. హాలంతా క్రిక్కిరిసి వున్న ప్రేక్షకులు. నిశ్శబ్దంగా వుండవలసిందిగా మైకులో ప్రకటించారు.

అప్పుడు...

అర్జునుడు రంగ ప్రవేశం చేశాడు.

పాత పట్టుబట్ట గోచీ పోసి కట్టాడు. తల చుట్టూ ఒక సన్నని గుడ్డ చుట్టుకున్నాడు. పలుచని సన్నని పల్లెవాటు వేసుకున్నాడు. వెడల్పాటి బెల్టు నడుం చుట్టూ బిగించాడు. చేతిలో ధనుస్సు... వెనక బాణాలతో నిండిన పొది...

ఈ ఆకారంతో వేదిక మీదికి వచ్చి ముందు అందరికీ నమస్కరించాడు.

ఆ తరువాత మైకుకు దగ్గరగా వచ్చి విల్లు చేతబట్టి ఒక్కసారి ధనుష్టంకారం చేశాడు.

అసలే ధ్వని ఏర్పాట్లు అద్భుతంగా వున్న ఆ హాలులో వింటినారి శబ్దం అద్భుతంగా శ్రవణపేయంగా సమ్మోహనకరంగా అలలు అలలుగా ధ్వనించింది.

ప్రేక్షకులందరూ ఆ ధ్వనితో స్తబ్దులై కూర్చుండిపోయారు.

ఆ తర్వాత అర్జునుడు బాణం సంధించి ఎదురుగా ఎత్తుగా హాలుపై కప్పుకి గురిచూసి బాణం వదిలాడు. బాణం ఎక్కడికి వెళుతున్నదో అని అందరూ వింతగా చూశారు.

ఎక్కడో పైన మందమైన వెలుగులో వ్రేలాడుతున్న దారం తెగి ఒక పెద్ద పూల పొట్లం విచ్చుకున్నది. పైనుంచి పువ్వులు జలజలమని ముందు వరుసలో కూర్చున్న ముఖ్యులపైన కురిశాయి.

జనంలో నుంచి కరతాళధ్వనులు మారుమ్రోగాయి.

తరువాత అర్జునుడు విజృంభించాడు. దూర లక్ష్య భేదనం ప్రదర్శించాడు. శబ్దవేధి ప్రదర్శించాడు. వెనుకనుంచి బాణ ప్రయోగంచేసి లక్ష్యాన్ని దెబ్బ తీశాడు.

పడుకుని బాణంతో గురి తప్పకుండా కొట్టాడు. కాళ్ళతో ధనస్సు నుంచి బాణాలను ప్రయోగించాడు.

అన్నిటికీ మించి చివరలో ఒక మనిషి రెండు కళ్లమీదా రెండు రూపాయి బిళ్లలుంచి దూరం నుంచి రెండు బాణాలను ఒకేసారి ప్రయోగించి సుతిమెత్తగా, కళ్లకు ఒత్తిడి కూడా తగలకుండా ఆ నాణేలను ఎగురగొట్టాడు.

ఒకేసారి అయిదారు బాణాలు ప్రయోగించి వేరు వేరు లక్ష్యాలను పడగొట్టాడు. వెనుక పొదినుంచి కన్నుమూసి తెరిచేంతలో ఒక్కొక్కటి చొప్పున బాణాలు తీసి సంధించి అయిదు సెకండ్లలో ఎనిమిది బాణాలు ప్రయోగించాడు.

ప్రేక్షకులు వింతగా చూశారు.

అబ్బుర పాటుతో చూశారు.

ముగ్ధులై చూశారు.

ప్రదర్శన పూర్తికాగానే కరతాళ ధ్వనులు మొదలై కొన్ని నిముషాలపాటు ఆగకుండా మ్రోగాయి.

మంత్రిగారు మంత్రముగ్ధులైపోయారు. తనంతట తానే ఒక్క ఉదుటున వేదిక మీదికి వెళ్ళి వినయంతో నిలబడి వున్న అర్జునుణ్ణి కౌగిలించుకున్నారు. అత్యంత ఆదరంతో మైకు ముందుకు వచ్చి అర్జునుడి ప్రజ్ఞను ప్రస్తుతించారు.

అంగవైకల్యం వున్నప్పటికీ అనితర సాధ్యమైన విద్య సాధించిన ఈ వ్యక్తి మన రాష్ట్రానికే కాదు, దేశానికే గర్వకారణం అన్నారు. ఇలాటి ఒక అద్భుత వ్యక్తి ఇంతకాలమూ ఇలా అజ్ఞాతంగా వుండిపోవడం దేశ దురదృష్టం అన్నారు. ఇతడు అంతర్జాతీయ స్థాయిలో గుర్తింపు పొంది వుండవలసిందని అన్నారు. ఇలా పొగిడి పొగిడి చివరకు అర్జునుణ్ణి తన దగ్గరికి రమ్మన్నాడు. అతనికి బంగారు భవిష్యత్తు వాగ్దానం చేశాడు.

నిర్వాహకులలో ముఖ్యుడు అర్జునుడి దగ్గరికి వచ్చి అతన్ని మనసారా అభినందించాడు. ముందు చెప్పినదానికంటే ఎక్కువ డబ్బు కవరులో ఉంచి మంత్రిగారి చేతులమీదుగా ఇప్పించాడు.

పొగడ్తలు... శభాష్‌లతో వాతావరణం అంతా నిండిపోయింది.

చివరకు అంతా సద్దుమణిగింది.

ఎటువారటు వెళ్లిపోయారు.

అర్జునుడు దుస్తులు మార్చుకుని తన తోలు సంచి సర్దుకుని భుజం మీద ఉంచుకున్నాడు. నిర్వాహకుల దగ్గర సెలవు తీసుకుని హాలుదాటి రోడ్డు మీదికి వచ్చాడు.

చాలా పొద్దు పోయినట్టున్నది. రోడ్డు అంతా దాదాపు నిర్మానుష్యంగా వుంది. ఉండి ఉండి ఏదో ఒక వాహనం మాత్రం దూసుకుపోతున్నది... లైట్ల వెలుతురు రోడ్డు మీద చారలు చారలుగా మందమందంగా పరుచుకుని వుంది.

స్టేషనుకు చాలా దూరం నడవ వలసి వచ్చింది. స్టేషనులో మాత్రం కొంచెం మామూలు హడావిడి. అర్జునుడు టిక్కెట్టు తీసుకుని ప్లాట్‌ఫాం మీదికి వచ్చి ఒక బల్ల మీద తన తోలు సంచి ఉంచి పక్కనే కూర్చున్నాడు.

ఎదురుగా కొంతమేర తప్ప అంతా చిమ్మ చీకటి. అంతలో ఒక గూడ్సు బండికాబోలు అక్కడ ఆగకుండా అతి వేగంగా వెళ్లిపోయింది.

మళ్లీ క్షణాలలో అంతా నిశ్శబ్దం... ఎక్కడో వెనక చీకటిలో వుండి వుండి రాత్రివేళ విహరించే ఏదో పక్షి చేస్తున్న ధ్వని.

అర్జునుడు వెనక్కు వాలి కళ్ళు మూసుకుని నిద్రపోదామని ప్రయత్నం చేశాడు. కానీ అది ఫలించలేదు.

అతనికి అంతలో నవ్వు వచ్చింది. మంత్రిగారి మాటలు గుర్తు వచ్చాయి. రాజధాని నగరం వెళ్లి తనను కలుసుకుంటే ఆయనగారు తనకు అదేమిటీ, బంగారు భవిష్యత్తు కల్పిస్తాడట. అంతర్జాతీయ స్థాయికి తీసుకు వెడతాడట.

కానీ తనకింక భవిష్యత్తు ఏమిటి? తనకింక ఏం కావాలి?

ఇక ఏమి మిగిలివుంది?

ఇప్పటి వరకూ ఇన్ని ఏళ్లుగా కోట్లాది పర్యాయాలు క్రమం తప్పకుండా కొట్టుకుంటూ వున్న గుండె ఎప్పుడాగిపోతుందో తెలియదు. ఈ లోపల పెద్ద పెద్ద తాపత్రయాలు, పరుగులు ఎందుకు?

ఎవరీ ప్రపంచంలో తమ పాద ముద్రలు వదిలి వెళ్ళారు?

కొందరు మహామహులు తమ ముద్రలను వదిలి వెళ్ళినా అవి కలకాలం చెరగకుండా వుంటాయని నమ్మకమేముంది?

ఈ అనంత కాల ప్రవాహంలో ఎవరెవరు ఎందరెందరు ఎక్కడెక్కడికి కొట్టుకుపోయారు?

మహామహా మాంధాతలు మనువులే మిగలలేదు. మనం ఎత? మన గొప్పదనం ఎంత? ఏదో ఒక రంగంలో ఎంతో కొంత సాధించగానే మనం గొప్పవాళ్ల మనుకోవడం. ఆ తర్వాత స్థాయిలో అతి సహజంగా మనకంటె గొప్పవాళ్ళు ఈ పృథ్విలో లేరనుకోవడం... ఇలా అహంకారం మొదలవుతుంది. అహంకారం మనిషిని గుడ్డివాణ్ణిచేస్తుంది. అతడు కళ్లు మూసుకుపోయి తప్పులు చేస్తాడు. తప్పులు చేసి నశించిపోతాడు.

'కారే రాజులు రాజ్యముల్ గలుగవే, వారేరీ?' అన్న ప్రశ్న ఎంత అద్భుతమైనది!

ఈ విషయం తెలుసుకుంటే మనిషిలో వినయగుణం ప్రభవించి, మనిషి తనను తాను గుర్తించి, తన శక్తి తాను గ్రహించి, ఎక్కడ ఉండాలో అక్కడ ఉండి సంతోషంగా జీవించి సంతృప్తిగా మరణిస్తాడు.

ఎప్పటిదో తత్వం గుర్తుకు వచ్చింది. 'ఆత్మ వెళ్లిన దేహమగ్నిహోత్రుని పాలు, మీద గప్పిన బట్ట మేటి చాకలిపాలు, కఠిన శల్యములెల్ల గంగపాలు' కొడుకు వండినకూడు 'కాకిపాలు', ఇల్లు సొమ్ములెల్ల ఇతరుల పాలు 'భ్రష్టు పెళ్ళామున్న పరునిపాలు' ఏది తనవెంట రాదురా ఎరుగమూఢ!' ఇలా ఆలోచనలు సాగిపోతూ వుంటే అర్జునుడు తనలో తనే నవ్వుకున్నాడు. అంతలో అతనికి దగ్గు వచ్చింది. లేచి వెళ్లి ఒక పక్కగా ఉమ్మేయ బోయాడు. కానీ ఈసారి విషయం వేరు.

గొంతులో నుంచి మండుతున్నదేదో బయటపడిన అనుభూతి.

మరునిముషంలో మనిషీ డీలా పడిపోయాడు. విపరీతమైన నిస్సత్తువ ఆవహించింది. వచ్చి బల్లమీద కూర్చున్నాడు. తోలుసంచి మీద చేయి వుంచి అదొక తృప్తితో కళ్లు మూసుకున్నాడు.

ఆ సంచి పొడవుగా వుంటుంది. దానిలో అతని ధనుర్బాణాలుంటాయి. దాని జోలికెవరూ వెళ్లరు... దాన్ని ఎవరూ ఆశించరు. కానీ దానిలో లోపలి పొరలలో ఒక చిత్రమైన అర వుంది. అందులో వుంది అతని సమస్తమూ.

అంతలో అతని ఆలోచనలు మళ్లీ దాశరథి దంపతుల మీదికి మళ్లాయి.

వాళ్లు తనను గురించి ఏమనుకుంటున్నారో అనుకున్నాడు.

ఏమీ అనుకోరు. అమ్మాయిని ప్రేమగా చూస్తారు.. ఆమె కూడా వారితో వారి పిల్లల్లో ఒక దానిలా కలిసిపోయి వుంటుంది అనుకున్నాడు మళ్లీ. అంతలో ఆవులించి చిటికె వేసి చేతివ్రేళ్లు విరుచుకున్నాడు.

శంతన్ భోజనాల బల్లముందు కూర్చుని ఒకటే హడావిడి చేస్తున్నాడు 'ఆకలి... ఆకలి...' అంటూ.

పిల్లలలేమో ఉదయమే ఇంత తిని చదువులకు వెళ్లిపోతారు. దాశరథి కూడా భోజనం చేసి ఆఫీసుకు వెళ్లిపోతాడు.

శాంతమ్మ పూజా పునస్కారాలు పూర్తి చేసుకుని అప్పుడు ఇవతలికి వస్తోంది.

'ఈ మూగమొద్దు ఎక్కడుందో' అన్నాడు శంతన్ పెద్దగానే.

శాంతమ్మ అటే వస్తూ ఆ మాట విన్నది.

ఆమెకు ఇటీవల అతని వరస ఏమీ బాగాలేదు. ఇన్నేళ్లకు చుక్క తెగి పడ్డట్టు వచ్చాడు. ఏదో బీరకాయ పీచువంటి సంబంధం వుందే అనుకుందాం. అయినా ఇలా తిష్టవెయ్యడం ఏమిటి? ఉన్నవాడు బుద్ధిగా వుండక ఈ అల్లరి ఏమిటీ? అనుకుంటున్నదామె.

రోజూ పగలంతా ఇంటిపట్టునే వుంటాడు. తిని పడుకుంటాడు. రేడియో లేక టేపు రికార్డరు నిరంతరం మోగుతూ వుండవలసిందే కర్ణకఠోరంగా. సాయంత్రం బయటికిపోయి ఎక్కడెక్కడ తిరుగుతాడో తెలియదు. బాగా పొద్దుపోయాకగానీ ఊడిపడడు. అతడు వెంట తెచ్చిన పెద్ద బలమైన సూట్‌కేసును ఇంతవరకు తాళం తీసిన జాడలేదు. పొద్దుపోయాక ఇంటికి వచ్చినప్పుడు అతనికి వడ్డించేందుకు సిద్ధమైన భానుతో అవాచ్యమైన ప్రసంగం మొదలుపెడతాడు. అందువల్ల ఈ మధ్య శాంతమ్మ ఆ పిల్లను వారించి తానే లేచి అతని సంగతి చూస్తున్నది.

'ఆకలి... ఆకలి...' అని అరుస్తున్నాడతడు. శాంతమ్మ వెళ్లగానే 'ఈ పప్పుసుద్ద ఎక్కడుంది' అని అడిగాడు.

'అలా మాట్లాడకు' అన్నది శాంతమ్మ మందలిస్తూ. 'ఇంకెలా మాట్లాడాలి? ఎవరో దిక్కులేని వాడి కూతుర్ని ఇంట్లో పెట్టుకున్నారు. ఇది పనిమనిషికంటే ఎక్కువేమిటి? పనిమనిషిగానే చూడాలి. ఊరికే మెక్కడానికా ఇక్కడుంది? పోనీ మరోటి చెప్పు. దీన్ని నాలాటివాడు చేసుకునేందుకు సిద్ధపడితే ఎలా వుంటుంది?'

'ఊరుకో. మాట్లాడకు. ఆ పిల్ల వింటుంది' అన్నది శాంతమ్మ అప్పటికీ సహనం చూపిస్తూ.

'ఏమీ వినదు. అసలు వినబడదు కూడా. మూగవాళ్ళకు చెవుడు కూడా వుంటుందిలే.'

అప్పటికీ భాను వంటగదిలో నుంచి ఇవతలికి రాలేదు. లోపల స్టోరు నుంచి తెచ్చిన పొట్లాలు విప్పి సర్దుతున్నది. అకస్మాత్తుగా ఒక దినపత్రిక తాలూకు కాగితంమీద ఆమె దృష్టిపడింది. దాన్ని తీసుకుని సాపుచేసి కాస్సేపు చూసి ఆ తర్వాత మడిచి జాకెట్టులో దాచుకుంది. అప్పుడు ఇవతలికి వచ్చింది.

శంతన్ 'అమ్మయ్య! ఊడిపడిందిరా బాబూ' అన్నాడు.

ఆ తర్వాత శాంతమ్మ కింద కూర్చునీ శంతన్ బల్లముందు కూర్చునీ భోజనం చేశారు. అంతసేపూ శంతన్ మాట్లాడుతూనే వున్నాడు.

'అక్కా! నువ్వేన్నన్నా చెప్పు... ఈ పిల్ల విషయంలో నా అనుమానాలు నాకున్నాయి. వాడెవడో దీన్ని లేవదీసుకొచ్చాడని నా అనుమానం. పరిస్థితులు అనుకూలించలేదో, లేకపోతే వాళ్లవాళ్లు పట్టుకుని కాళ్ళూ చేతులూ విరగ్గొట్టి చావగొడతారనే భయంతోనో ఇక్కడికి తెచ్చి మీ నెత్తిన పడేశాడు... తన దోవన తాను పోయాడు...

శాంతమ్మ చివాలున తల ఎత్తి చూసి 'నీకింకా ఎన్నాళ్లు సెలవు వుంది?' అని అడిగింది. 'దాన్దేముంది? నాకు కావలసినన్నాళ్లు సెలవు వుంటుంది. నాది ఇష్టారాజ్యం.'

శాంతమ్మ మరి మాట్లాడలేదు. అతని వాలకం ఆమెకు అమిత చికాకు కలిగించింది. భాను ముఖం వంక చూస్తే అసలా అమ్మాయి ఈ మాటలు వినిపించుకున్న జాడ అయినా లేదు.

* * *

అసలే పల్లెటూరి రోడ్డు...

అందునా కిందటి దినం కురిసిన వర్షానికి కాబోలు అంతా బురద బురదగా తయారై కసకసలాడుతున్నది. ఇక్కడి నుంచి కనీసం మైలుదూరం కచ్చారోడ్డు మీద నడిస్తేగానీ తాను ఊరికి చేరుకోలేడు. అప్పటికే అంతవరకు మలినమణివలె మందంగా వెలిగిన సూర్యుడు అస్తమించాడు. చీకట్లు నెమ్మది నెమ్మదిగా అలుముకుంటున్నాయి. బాటకి అటూ ఇటూ అన్నీ తుమ్మలు... ఆ వెనకనుంచి కీచురాళ్ల చప్పుడు... అతడు భుజం మీద బరువుతో అలాగే నడుస్తున్నాడు. అడుగు ముందుకు పడటం కష్టంగా వుంది.

అతనికి ఆయాసంగా వుంది. పైగా దాహంగానూ వుంది. శరీరంలో వున్న రక్తం ఈ మధ్య చాలాసార్లు బయటికి వెళ్లిపోయింది. ఇక ఎన్నిరోజులు? మొన్న పట్నంలో డాక్టరు, పరిచితుడే, పరీక్షించి ఏమీ మాట్లాడలేదు.

'చెప్పండి... డాక్టరుగారూ! మీరేమీ దాచనక్కరలేదు. నా పని అయిపోతున్నదని నాకు తెలుసు. కానీ ఎంత కాలమని? ఎన్ని నెలలని? అది చెప్పండి చాలు" అన్నాడు అర్జునుడు.

డాక్టరు మాట్లాడలేదు.

'సరే! మీరేమీ చెప్పకపోయినా ఫరవాలేదు. నాకు అర్థమవుతూనే వుంది. ఏవో సూచనలు కనిపిస్తూనే వున్నాయి. వెళ్ళొస్తాను. బహుశా మళ్లీ రాలేనేమో! మీరు నన్నభిమానించారు. ఆదరించారు. ఎందరినో పరిచయం చేసి ప్రోగ్రాములిప్పించారు. మీ ఋణం తీరేది కాదు. బహుశా మరుజన్మంటూ వుంటే త్వరలోనే మీ సేవకుణ్ణయి పుట్టి ఋణం తీర్చుకుంటాను.'

డాక్టరు మరో వైపు తిరిగి కళ్లు తుడుచుకున్న వైనం అర్జునుడు కనిపెట్టలేదు.

ఇప్పుడీ బాట ఎంతకీ తరగటం లేదు.

చీకట్లు ముదిరాయి. చీకటి ఘనీభవించి చేత్తో తాకితే తగిలేట్టున్నది.

కాలిమీద పాకుతూ ఏదో జరజర వెళ్లిపోయినట్టనిపించింది. బహుశా పాము కాబోలు! కాబోలు ఏమిటి? పామే అయి వుంటుంది.

చాలాసేపు నడఁగా నడవగా దూరంగా మందమైన వెలుతురు. గ్రామం దగ్గరయినట్టే... ఊరికి ఒకవైపువున్న ఈ పెద్ద కుంకుడు చెట్టు తనకు బాగా పరిచయం.

భయంకరమైన పెద్ద రాక్షసి ఏదో జుట్టు విరబోసుకుని కదలకుండా నిలబడ్డట్టు... ఆ కొమ్మలలో ఎన్ని పక్షులో... ఆ చెట్టుమీద దయ్యాలున్నాయనీ, పిశాచాలు కూడా వున్నాయనీ ఒకప్పుడు అనుకునే వారు తాము... ఇంతకాలంలోనూ ఎన్నడూ పొద్దుగూకిన తర్వాత తామెవ్వరూ ఆ చెట్టు దరిదాపులకే రాలేదు.

ఇప్పుడు దాని పక్క నుంచి నడుస్తున్నాడు. ఏవో పక్షులు రొద చేస్తున్నాయి. చెట్టు దాటాక వెదురు పొదలు... దట్టంగా... వాటిలో విసురుగాలి చొరబడి వింత ధ్వని వెలువడుతున్నది.

అది దాదాపు పాడుబడిన ఇంటివలె ఉంది. బయటి ప్రహరీ గుమ్మం గోడ రాళ్ల మధ్య మట్టి రాలి బలహీన పడి చేయి వేస్తే ఒరిగిపోతున్నది.

అర్జునుడు అతి జాగ్రత్తగా ఆ చీకటిలో తడుముకుంటూ తాళం తీశాడు. తుప్పు పట్టిందో ఏమో ఆ తాళం చాలా బాధ పెట్టికానీ లొంగలేదు. తలుపుతీసి లోపల అడుగు పెట్టాడు. ఆ చిన్న ఆవరణ అంతా ఆకులలములూ, చెత్తా చెదారంతో నిండి వుంది.

అతడు అగ్గిపుల్ల గీచి ఆరిపోకుండా చేతుల మధ్య కాపాడుకుంటూ అడుగులు వేశాడు. చిన్న వసారా అంతా ఉప్పురిసిపోయి దుమ్ము ధూళితో నిండి వుంది. మరో తాళం చెవితో మళ్లీ కష్టపడి ఇంటి తలుపు తీశాడు. లోపల అంతా చీకటి. అడుగు ఎటు వేయాలో తెలియని స్థితిలో అతడలా కొన్ని నిముషాలు నిలుచుండిపోయాడు.

అంతలో అలికిడి విని కాబోలు పక్క ఇంటి యజమాని, అరవై ఏళ్లవాడు, చేతిలో లాంతరు పుచ్చుకుని 'ఎవరది? అర్జునుడేనా?' అంటూ వచ్చాడు.

అర్జునుడు నవ్వుతూ – 'నేనే బాబాయ్! బాగున్నారా?' అన్నాడు.

'నువ్వేనా? నువ్వే అనుకున్నాంలే. ఇంకెవరొస్తారు? మీ పిన్ని అలికిడి విని నువ్వే వచ్చి వుంటావు. చూసి రమ్మంటే వచ్చాను. ఎన్నాళ్ళాయెరా నిన్ను చూసి. రా. రా. మా ఇంటికి పోదాం రా.'

అర్జునుడు తన బరువును ముందు గదిలో దించుకుని ఆయన వెంట వెళ్ళాడు.

ఆ ఇల్లాలు అతన్ని చూసి సంబరంగా నవ్వుతూ – 'ఇప్పటికి... ఇన్నాళ్లకు... ఇల్లు గుర్తొచ్చిందిరా?' అని పలకరించింది.

'నీ తిరుగుడు ఎప్పుడు పూర్తవుతుందిరా?' అని కూడా అడిగింది.

అర్జునుడు అదొక రకంగా నవ్వుతూ – 'పూర్తయిందిలే. ఇక తిరగను. ఇల్లూ, ఊరూ కదిలి వెళ్ళను. వెళితే ఏకంగా...' అంటూ చేతులు పైకి చూపించాడు.

'అవాచ్యాలు పలక్కు' అన్నదామె మందలిస్తూ. 'పెరట్లో నీళ్లున్నాయి. స్నానం చేసిరా. ఎప్పుడు తిన్నావో ఏమో! మీ బాబాయితోపాటు ఎంగిలి పడుదువుగాని' అన్నది.

ఆయన లాంతరు అందుకున్నాడు. పెరటిలోకి నడుస్తూ – 'ఒక్కడివే వచ్చావు. అమ్మాయి...?' అన్నాడు.

అర్జునుడు 'దాని విషయమై ఇంక నాకు నిశ్చింత బాబాయ్! మంచి పుణ్యస్థలం లాటి చోట నేనంటే ప్రాణం ఇచ్చే చోట... విడిచాను' అన్నాడు.

* * *

భాను ఒంటరిగా పక్క గదిలో చాపమీద కూర్చుని వుంది.

శాంతమ్మ లోపల వంటగదిలో తన పనిమీద తానున్నది.

అన్నా చెల్లెళ్లింకా రాలేదు. ఇంటి యజమాని సరేసరి. ఆరు గంటలకు గానీ రాడు.

శంతన్ అప్పటివరకు పవళింపు సేవచేసి అప్పుడే తయారై ఎటో వెళ్లాడు.

భాను ఆ దినపత్రిక ముక్క తీసింది. ముడతలు విప్పింది. లోపల ఒక వార్త. మధ్యలో ఒక ఫోటో.. ముగ్గురు వ్యక్తులు.

భాను మళ్లీ ఆ కాగితాన్ని మడిచి తన సంచిలోనే లోపలగా ఉంచింది. ఏదో ఆలోచనలో పడినదానిలా కూర్చుండిపోయింది.

ఆనాడు శంతన్ అందరి భోజనాలూ అయ్యాక దిగబడ్డాడు. మస్తుగా మందుసేవించి వచ్చాడేమో హుషారుగా ఉన్నాడు.

అన్నాచెల్లెళ్లు భోజనాలు ముగించి సోపాలో కూర్చుని వున్నారు. దాశరథి పేపరు చూస్తూ పడక కుర్చీలో కూర్చుని వున్నాడు.

శంతన్ గలగల మాట్లాడుతూనే బట్టలు మార్చుకుని వచ్చి భోజనాల బల్లముందు కూర్చున్నాడు.

శాంతమ్మ అతన్ని చూసి 'వడ్డించనా?' అని అడిగింది.

అతడు స్వరంలో అనవసరమైన తీవ్రత ప్రదర్శిస్తూ – 'నువ్వెందుకు? నువ్వెందుకు వడ్డించాలి? దాన్ని ఇటు పిలు. ముప్పొద్దులా ఎద్దులా తింటున్నది కదా? పిలిచి వడ్డించమను' అన్నాడు.

శాంతమ్మ తీవ్ర స్వరంతో 'అసహ్యంగా మాట్లాడకు' అన్నది.

దాశరథి కూడా విపరీతమైన చిరాకుతో తల ఎత్తి చూశాడు. కానీ ఈ విషయంలో తాను కలుగజేసుకోకూడదు. ఆ బాధ్యత అక్కగారిది అనుకున్నాడు.

అన్నాచెల్లెళ్లిద్దరూ కూడా తీక్ష్ణ దృక్కులతో చూస్తున్నారు.

శంతన్ బల్లమీద పిడికిలితో ఒక్క గుద్దుగుద్ది 'ఏం? నేనేం తప్పు మాట్లాడాను?' అని అరిచాడు.

ఆ తర్వాత లేచి తూలుతూ సిగరెట్టు ముట్టించుకుని గొంతు మార్చి 'పోనీ, ఒక పనిచెయ్. దాన్ని నాతో పంపించు. నేనే తీసుకుపోతాను. నాకూ పని మనిషి కావాలి. వంట మనిషి కావాలి. అన్నీ సమకూరినట్టవుతుంది' అన్నాడు.

శాంతమ్మ అప్పుడు రెచ్చిపోయింది. తోకతొక్కిన తాచులా లేచింది.

'దుర్మార్గుడా! ఏదో ఒక రకంగా తమ్ముడివని ఇన్నాళ్ళూ సహించాను. ఇప్పుడిక నీ నీచపు మాటలు సహించే ఓపిక నాలో లేదు. తెల్లవారి నీ మొహం నాకు చూపించకు. నీ దోవన నువ్వు వెళ్లిపో. ఇదుగో, ఇదే చెబుతున్నాను. తెల్లవారాక నువ్వు ఇక్కడే ఉన్నావంటే నీ సంచి, సూట్‌కేసు వీధిలో పారేయిస్తాను. మొహాన ఇన్ని పేడనీళ్లు కొట్టి మెడపట్టి వీధిలోకి తోయించేస్తాను జాగ్రత్త.'

శంతన్ ఆమె విజృంభణతో నిరుత్తరుడైన వాడిలాగ కూర్చుండిపోయాడు.

తర్వాత వక్రంగా నవ్వుతూ – 'అంత పని నువ్వు చెయ్యలేవులే చూస్తూ చూస్తూ తమ్ముణ్ణి' అంటున్నాడు.

వీధిలో ఏదో వాహనం ఆగిన సవ్వడి.

సరిగ్గా అదే సమయంలో పక్క గది గుమ్మంలోనుంచి ఉచ్చస్వరంతో మాటలు వినబడ్డాయి.

భాను గుమ్మంలో నిలబడి వుంది.

ఆడపులిలా నిలబడి ఉంది. భయంకరమైన తాచుపాములె నిలబడి వుంది.

ఆమె...

ఆమె మాట్లాడుతున్నది.

ఇన్నాళ్లకు నోరు విప్పి బుసలు కొడుతూ మాట్లాడుతున్నది.

దాశరథి, శాంతమ్మ, పిల్లలు అప్రతిభులై అటు చూశారు.

భాను చెయ్యి చాపి శంతన్ వైపుచూపిస్తూ – 'దిస్ మాన్ ఈజ్ ఎ బీస్ట్ – ఎ చీట్... ఎన్ ఏనిమీ ఆఫ్ దీ పీపుల్' అంటున్నది.

కంఠస్వరం కంచుమోగినట్టు మోగుతున్నది.

కళ్లు ఎర్రగా రక్త తామరలవలె వున్నాయి. అంగార కణాలు కురుస్తున్నాయి.

'ఈ మనిషి దొంగ... పాపాత్ముడు... సంఘద్రోహి... ఇతని పాపం పండింది' అన్నది మళ్ళీ భయంకరంగా.

ఆ వెంటనే చివాలున వెనుదిరిగి లోపలికి వెళ్లిపోయింది.

పంచలో బూట్ల సవ్వడి వినిపించింది. తర్వాత తలుపు మీద ధ్వని.

దాశరథి ఆందోళనపడుతూ వెళ్ళి తలుపు తీశాడు. పోలీసులు సుడిగాలిలా లోపలికి దూసుకువచ్చారు.

ఈ లోపుగానే శంతన్ వెనుక గదుల్లోకి, తర్వాత పెరటి గుమ్మం వైపుకు, ఆ తర్వాత వెనుక వీధిలోకి పారిపోయే ప్రయత్నం చేశాడు. కానీ పోలీసులు వెంబడించి వెళ్లి అతని ప్రయత్నం ఫలించకుండానే పట్టుకుని ముందు గదిలోకి తీసుకు వచ్చారు. చేతులకు బేడీలు తగిలించారు. పక్క గదిలోని సూట్ కేసును కూడా తెచ్చారు. దాన్ని బలవంతంగా తెరిచారు. దాన్నిండా కట్టలు కట్టలుగా పెద్దనోట్లు పేర్చి ఉన్నాయి.

అంతా దిగ్భ్రమ చెంది చూస్తూ ఉండగా పోలీసు అధికారి దాశరథితో – 'మీరొకసారి రేపు పోలీసు స్టేషనుకు రావలసి వుంటుంది'. అన్నాడు.

దాశరథి ఆందోళనతో ఏదో అడగబోతూ ఉండగా 'మీరేమీ భయపడనక్కరలేదు. కంగారు పడనక్కరలేదుకూడా. ఊరికే స్టేట్‌మెంట్ ఇస్తే చాలు' అన్నాడు.

'అసలు సంగతి ఏమిటి?' అని అడిగాడు దాశరథి.

'అదంతా పెద్ద కథ. రేపు మీకే తెలుస్తుంది లెండి'.

మరునిముషంలో అతన్ని జీపులో ఎక్కించుకుని వెళ్ళిపోయారు.

అంతా నిశ్శబ్దం. ఎవ్వరూ కొద్ది క్షణాలు మాట్లాడలేదు. దిగ్భ్రాంతి నుంచి తేరుకోలేదు.

అప్పుడు భాను మాట్లాడటం ప్రారంభించింది.

'ఈ మనిషి... పచ్చి మోసగాడు. మామూలు మోసంకాదు. భయంకరమైన మోసం. వీడికిద్దరు ఫ్రెండ్సున్నారు. ముగ్గురూ కలిసి ఒక కొత్త ఊళ్లో దిగి ఒక బోర్డు పెడతారు. ఒక ఆఫీసు తెరుస్తారు. కరపత్రాలు పంచుతారు. ఇవ్వాళ కొంత డబ్బు చెల్లిస్తే నెల రోజులలో రెండురెట్లు ఇస్తామంటారు. లేకపోతే ఆ సొమ్ముకు సమానమైన వస్తువు లిస్తామంటారు. ప్రచారం చేస్తారు. ఒకరిద్దరు నిరుద్యోగులను గుమాస్తాలుగా పెట్టు కుంటారు. ఇదీ పద్ధతి. ముందు కొందరికి అలాగే ఇచ్చి నమ్మిస్తారు. ఇలా కొన్నాళ్లు గడిపి బాగా లక్షల్లో డబ్బు పోగయ్యేసరికి ఉన్నట్టుండి ఏదో ఒక అర్ధరాత్రి వేళ బిచాణా ఎత్తివేస్తారు. ఎటెటో పోతారు.'

'ఇదంతా నీకెలా తెలుసు?' అని అడిగాడు దాశరథి ఆశ్చర్యంతో.

'ఇదుగో' అంటూ ఆ దినపత్రిక ముక్క తీసి ఇచ్చింది భాను.

'ఇందులో కథ అంతా వివరంగా ఫోటోతో సహా ఉంది.'

దాశరథి దాన్ని అందుకుని చదువుతూ కూర్చుండి పోయాడు.

శాంతమ్మ, పిల్లలు భాను చుట్టూ చేరారు.

'అది సరే, నువ్విన్నాళ్ళూ మూగదానిలా నోరెత్తకుండా...'

భాను కన్నీళ్లతో శాంతమ్మకు నమస్కరించింది. 'నన్ను మన్నించండమ్మా! మా నాన్న మీ దగ్గర నన్ను విడిచి వెడుతూ నన్ను అన్నీ భరించమన్నాడు. సహించమన్నాడు. నోరెత్తకుండా ఉండమన్నాడు. అంతే. నేనునోరెత్త దలుచుకోలేదు. నన్ను క్షమించండి. మీరే నాకు తల్లీ తండ్రీ అని చెప్పాడు కూడా.'

'నీకు చదువు రాదుగా? ఈ పేపరెలా చదువుతావు?' వసంత ప్రశ్న.

'నేను వట్టి భానును కాదు వసంతమ్మా! భాను బి.ఎ. ఇంగ్లీషు లిటరేచర్. యూనివర్శిటీ గోల్డు మెడలిస్టును తెలుసుకో...'

ప్రభాకరం, వసంత ఆశ్చర్యంతో చూశారు.

దాశరథి విచిత్రంగా చూశాడు.

భాను అంతలో కంట తడి పెట్టింది.

'ఎందుకమ్మా? ఏమయింది?' అన్నది శాంతమ్మ.

'మానాన్న... ఎక్కడున్నాడో? ఎలా ఉన్నాడో? ఎప్పుడొస్తాడో' అన్నది లోగొంతుకతో భాను.

'వస్తాడొస్తాడు దిగులు పడకు' అన్నాడు దాశరథి.

దాశరథి ఆ మాట అని భానును సముదాయించడానికి ప్రయత్నించాడేకానీ అతనికీ లోలోపల ఆందోళనగా ఉంది.

* * *

ఈ అర్జునుడు ఎక్కడికి వెళ్ళినట్టు? ఏం చేస్తున్నట్టు?

అతడు ఆఫీసులో కుదురుగా కూర్చోలేక పోయాడు. పనిమీదికి బుద్ధిపోవడంలేదు. ఇవ్వేళ ప్రత్యేకించి ఏదో తెలియని ఆందోళన. మనసంతా ఒక విధమైన గ్లాని ఆవరించినట్టున్నది.

కాస్సేపు ఫైళ్లు కట్టి పెట్టి పడక కుర్చీలో కూర్చుని కళ్లు మూసుకుని వుండిపోయాడు.

ఎంతసేపయిందో తెలియదు. ఫ్యూను వచ్చి 'అయ్యగారూ' అని పిలుస్తుండగా ఈ లోకంలోకి వచ్చాడు.

'అయ్యగారూ! టెలిగ్రాం...'

ఆందోళన పడుతూ అందుకుని చూశాడు.

'అర్జునుడు ఈజ్ సీరియస్... వాంట్స్ టు సీయూ...స్టార్ట్ ఇమ్మిడియేట్‌లీ'

తమ ఊరికి దూరంగా ఉన్న చిన్న పట్నంలోని టెలిగ్రాఫ్ ఆఫీసునుంచి.

ఎప్పటి టెలిగ్రాం అది? ఇది మూడో రోజు. దాశరథి హడావిడిగా లేచాడు.

ఫ్యూన్‌ను పిలిచి 'శంకరయ్యా! నేను అర్జంటుగా ఊరికి వెళ్తున్నాను. ఇంటికివెళ్ళి అయ్యగారు టూర్‌కు వెళ్లారు, రేపు ఎల్లుండిలో వస్తారని చెప్పు. ఆఫీసు పనిమీద అర్జంటుగా వెళ్లవలసి వచ్చిందని చెప్పు. టెలిగ్రాం సంగతి అస్సలు ఎత్తకు. నేను చెప్పినదానికి మించి ఏమీ వాగక. అర్థమైందా?' అన్నాడు. ఆఫీసులో డబ్బు అడిగి తెప్పించుకుని ఉన్నవాడున్నట్టు ప్రయాణమైనాడు.

రైల్లో ఒకటే ధ్యాస. ఈ అర్జునుడు పల్లెకెప్పుడు చేరుకున్నాడు? ఇన్నాళ్ళూ ఏమి చేశాడు? ఎక్కడెక్కడ తిరిగాడు? అనారోగ్యం ఏమిటి? అర్జునుణ్ణి గురించి శంకలూ ప్రశ్నలూ తప్ప సమాధానాలు ఉండవు.

దాశరథి కిటికీ పక్కగా కూర్చుని కళ్లు మూసుకున్నాడు.

బయటనుంచి చల్లని గాలి విసురుగా వీస్తున్నది. సూర్యుడు అస్తమించ బోతున్నాడు. ఇక రాత్రి అంతా ప్రయాణం. ఆ తర్వాత ఆ చిన్న స్టేషనులో రైలు దిగి మైలు దూరం దాదాపు నడవాలి.

రైల్లో గిజాటుగా వుంది. కేవలం కూర్చోడానికి మాత్రమే చోటు దొరికింది.

కంపార్ట్‌మెంట్ ముఖద్వారాల దగ్గర ప్రయాణీకులు కిక్కిరిసి ఉన్నారు. బయటి నుంచి వస్తున్న గాలివల్ల కూడా ఏమీ సుఖం కనడటంలేదు. లోపల ఫ్యాన్లు తిరుగుతున్నాయే గాని వాటివల్లనూ ఏమీ లాభం లేకుండా ఉంది.

దాశరథి కళ్ళు మూసుకున్నాడు.

ఈ అర్జునుడు విచిత్రమైన ప్రాణి. తాము కలిసి గడిపిన బాల్యం తప్ప తరువాత అతని సమాచారం చాలా కొద్దిగా మాత్రమే తనకు తెలుసు. అప్పుడప్పుడు తమ పొలం పనిమీద వచ్చినా తనను గురించి ఏమీ చెప్పేవాడు కాదు.

జీవితం ఎలా గడుస్తున్నదీ, తాను ఏం చేస్తున్నదీ ఏమీ తెలిపేవాడు కాదు. ఏమీ తెలియడం కూడా ఇష్టంలేనివాడిలా తన విషయాల ప్రసక్తి వచ్చినప్పుడు మూగగా వుండి విషయాంతరానికి వెళ్లేవాడు.

దానికి తోడు దాశరథి సంగతి కూడా అంతే అయింది. ఈ జీవితమనే సుడి గుండంలో పడి, ఉద్యోగమూ బదిలీలూ ప్రమోషన్లూ వీటితోనే, ఆ ధ్యాసతోనే గడిచింది.

ఎక్కడో మునిగి ఎక్కడో తేలినట్టు ఉండేది. ఆ ఊరితో ఉన్న ఇల్లు పొలం వంటి బంధం కూడా తెగిపోయాక మరీ అన్యాయమై పోయింది.

రాకపోకల హడావిడి తగ్గింది. అప్పుడప్పుడు ఉత్తరాలు మాత్రం నడిచాయి. అదీ కొద్ది సార్లే. ఇటీవల అదీలేదు.

ఇప్పుడు...

ఇలా మెరుపువలె వచ్చి తన మీద ఒక బాధ్యత ఉంచి వెళ్ళిపోయాడు. వెళ్ళేటప్పుడు చెప్పి కూడా వెళ్లలేదు. తానూ తన భార్యా కూడా ఆ బాధ్యతను ఆనందంగానే ఆమోదించారు. అది వేరే సంగతి.

ఇంతలో హఠాత్తుగా ఈ వర్తమానం...

దాశరథి మనసంతా అలజడి...

అర్జునుడికేమయింది?

ఏమి కాబోతున్నది?

ఈ రైలు ఇంత నెమ్మదిగా నడుస్తున్నదేమి? ప్యాసింజరు రైలు ఎక్కడం బుద్ధి తక్కువ. అయినా చేసేది లేదు. ఆ చిన్న స్టేషనులో ఫాస్టు రైళ్లు ఆగవు కదా! అనుకున్నాడు. కిటికీలో నుంచి అంధకారంలోకి చూస్తూ వుండిపోయాడు.

మామూలు కంటికీ, మామూలు మనసుకూ అయితే అది అందమైన ఉదయవేళ...

కానీ ఆ చిన్న స్టేషనులో రైలు దిగిన దాశరథికి అంత హాయి అనిపించలేదు. రైలు ఒక్క నిముషం కూడా ఆగకుండా కదిలి వెళ్ళిపోయింది.

దాశరథి చేతి వేళ్లు విరుచుకుంటూ కొన్ని క్షణాలు నిలబడ్డాడు. ఎదురుగా ఉదయిస్తున్న సూర్యబింబం. ఆ మొదటి కిరణాలు పృథ్విని సోకి చెట్లు చేమలను కొండలు గుట్టలను సుతిమెత్తగా స్పృశిస్తున్నాయి. ఆ వైపున కొండ... ఎర్రని మట్టికొండ.

అతడు స్టేషనులో నుంచి బయటికి వచ్చి అటూ ఇటూ చూశాడు.

ఎదురుగా తానెరుగని కొత్త ఆకర్షణ... పూరిపాకలో చిన్నటీ దుకాణం.

ముందు రెండు మూడు పలుచని బల్లలు.

దాశరథి అక్కడికి వెళ్లి 'టీ ఇవ్వు' అంటూ బల్లమీద కూర్చున్నాడు.

రుమాలు తీసి ముఖం తుడుచుకున్నాడు.

టీ తాగి డబ్బులిచ్చి తనకు తెలిసిన మట్టిబాట పట్టి నడవడం ప్రారంభించాడు.

అటూ ఇటూ తుమ్మలు పెరిగి వున్నాయి. అక్కడొకటి అక్కడొకటి గంగరావి చెట్లు ఉన్నాయి. బాట అంతా రాత్రి కురిసిన పలుచని మంచువల్ల కొద్దిగా తడిగా వుంది. బాటకవతల అటూ ఇటూ కనుచూపు మేర అంతటా పొలాలు. ఇప్పుడక్కడ ఏ పంటాలేదు. ఉండి ఉండీ అప్పుడొక పక్షి, అప్పుడొక కాకి ఎగురుతూ పోతున్నాయి.

ఊరు మొదట్లోకి రాగానే అకారణంగా దాశరథి గుండెలు జలదరించాయి. తానేమి చూడబోతున్నాడు అనిపించింది. అంతలోనే మనసు కుదుటపరచుకుని ముందుకు నడిచాడు.

ఈ వరస ఇల్లు దాటాలి. ఈ సందు తిరగాలి. ఊరేమీ పెద్దగా మారలేదు. ఈ ఊళ్ళు ఇంతలో మారవు కూడా. కొన్ని పూరిళ్లు పెంకుటిళ్లయినాయి.

ఈ చెట్టు ఇప్పటికీ ఇంకా అలాగే వృద్ధమౌనిలాగా నిలబడి ఉంది. దాని జోలికెవరూ పోలేదేమో! ఇది ఒకప్పటికి తమ ఇల్లు. ఇప్పుడెవరుంటున్నారో! కొంచెం ముందుకు నడిచి సందు తిరిగితే అర్జునుడి ఇల్లు.

అదుగో బయట ఏమీ హడావిడీలేదు. ఎవరూ కనుపించనూ లేదు. కాబట్టి ఏమీ జరగలేదు. అర్జునుడికి అనారోగ్యం చేసి నెమ్మదించి ఉంటుంది. ఆ గుమ్మం ముందు ఆగి దాశరథి 'అర్జునా! అర్జునా!' అని పిలిచాడు. అతని గొంతు అతనికే విచిత్రంగా వినిపించింది. పక్క గుమ్మంలో నుంచి ఒక ముదుసలి, అరవై ఏళ్లవాడు, ఇవతలికి వచ్చాడు. 'ఎవరూ?' అంటూ రెండడుగులు వేసి – 'దాశరథి గారేనా?' అన్నాడు. మళ్ళీ అంతలోనే 'రండి రండి' అన్నాడు.

'ఇటు రండి. రాత్రి అంతా ప్రయాణం కదా! బాగా అలసిపోయి వుంటారు. ఇటు రండి. కూర్చోండి.'

తమ వరండాలోకి దాశరథిని పిలిచి ఒక కుర్చీ ముందుకు జరిపాడు.

దాశరథి వింతగా చూస్తూ నడిచివెళ్లి కూర్చుని ఒణికే చేతివేళ్లను విరుచుకుంటూ ఆవులించి అన్నాడు.

'అవును, రాత్రి అంతా ప్రయాణమే. రైల్లో రద్దీ. కూర్చునేందుకు మాత్రం వీలుదొరికింది. ఇప్పుడే వస్తున్నాను.'

'మొహం కడుక్కుందురుగాని' అంటూ ఆయన లోపలికి వెళ్లాడు.

లోపల ఆయన భార్య కాబోలు వివరం కనుక్కుంటున్నది. ఆయన ఒక్క నిముషంలో బొక్కెనతో నీళ్లు, చెంబు తెచ్చి ఒక వేపపుల్ల కూడా అందించాడు.

తర్వాత మళ్లీ లోపలికి వెళ్లాడు. దాశరథి ఎత్తయిన ఆ పంచలో చివరగా కూర్చుని ముఖ ప్రక్షాళనం పూర్తి చేసి రుమాలుతో ముఖం తుడుచుకుని కూర్చున్నాడు.

లోలోపల ఏదో తెలియని వేదన... ఏమీ తోచని వాడిలా అటూ ఇటూ చూస్తూ కూర్చుండిపోయాడు. ఆవరణలో గోడ పక్క ఒకే ఒక మందార చెట్టు... అరచేతి వెడల్పున పూచిన కొన్ని వెడల్పాటి పువ్వులు. ఎదరుగా మట్టి గోడమీద కూర్చుని సవ్వడి చేస్తున్న గోరువంక.

ఆయన అంతలో కాఫీ గ్లాసుతో వచ్చాడు. దాశరథి దాన్ని అందుకుంటూ ఏదో అడగబోయి మళ్ళీ ఆగిపోయాడు ఇష్టంలేని వాడిలాగు.

ఆయన గుమ్మంలో కూర్చుని 'నేనే ఇప్పించాను టెలిగ్రాం మీకు. దానికీ, మీకు తెలుసుగా, చాలా దూరం వెళ్ళాలి. నాలుగు మైళ్లు. మీ కెప్పుడు అందింది?' అన్నాడు.

'నిన్న మధ్యాహ్నం... మూడు గంటలవేళ.

'అబ్బో చాలా లేటయిందన్నమాట'

దాశరథి కాఫీ తాగడం ముగించి చిత్రంగా – 'వీడు... అర్జునుడు... ఎక్కడికి వెళ్లాడు? ఇన్నాళ్ళూ ఎక్కడున్నాడట? ఏమిటి జబ్బు అసలు' అని అడిగాడు. అతని గొంతు చిత్రంగా మారింది. ఆయన అదొక రకంగా నవ్వి – 'అసలు టెలిగ్రాం ఇవ్వవద్దన్నాడు. మొదట అడ్రసు ఇవ్వనని మొండికేశాడు. నేను బలవంతం మీద ఒప్పించాను. ఇప్పుడో కాస్సేపో అనిపించినప్పుడే మీకు టెలిగ్రాం ఇప్పించాను. నేను పంపించిన మనిషి సైకిలు మీద నాలుగు మైళ్లు వెళ్లి టెలిగ్రాం ఇచ్చి వచ్చే సరికే దాదాపు అంతా అయిపోయింది. నలుగురూ చేరారు. అలా దాటి పోయాడు' అన్నాడు.

దాశరథి గుండె గొంతుకలో కొట్లాడినట్టయింది. ఆవేదనతో తల్లడిల్లిపోయాడు.

'పోయాడా?' అని మాత్రం నెమ్మదిగా అన్నాడు. అంతలో అతని కళ్లు చెమర్చాయి. గుండెలు బరువెక్కినట్టనిపించింది.

ఇలాంటిదేదో ఖచ్చితంగా వినవలసి వస్తుందని తెలిసినా 'అబ్బే! అదేమీకాదు. అంతా సజావుగానే వుంటుందని' తనను తాను మభ్యపెట్టుకుంటూ సమాధాన పరుచుకుంటూ వచ్చాడింతసేపూ.

ఇప్పుడిక మనిషి క్రుంగిపోయాడు.

ఆయన మళ్లీ నెమ్మదిగా 'చాలాకాలంనుంచీ వుంది జబ్బు. అప్పుడప్పుడు నాతో వెళ్లబోసుకుంటూ వుండేవాడు. నోటివెంట రక్తం పడటం కొన్ని నెలల క్రిందటే మొదలయింది. ఒక డాక్టరున్నాడనీ, ఆయనకు తానంటే అభిమానమనీ, వైద్యం చేయించు కుంటున్నాననీ, అనేవాడు. ఎప్పుడొచ్చినా ఒక రోజు - ఉంటే గొప్ప... ఒకటే ఊళ్లు తిరగడం... ఆరోగ్యం సంగతి అసలు పట్టించుకునేవాడు కాదు. ఏం చేస్తాం? అంతా అయిపోయింది' అంటున్నాడు.

దాశరథి కదలకుండా కూర్చుని వింటున్నాడు.

'ఊళ్లో అందరికి అతనంటే ఇష్టం. గౌరవం. మొన్న ఊరంతా కదిలివచ్చింది. అతని కోరిక ప్రకారం అతని పొలంలోనే... అంతా కానిచ్చేశాం. ఇంతా చేసి తనకంటూ ఏమీ లేకుండా చేసుకుని పోయాడు'.

'మరి... ఆ అమ్మాయి సంగతేమిటి? తన కూతురని చెప్పాడు... అసలు...'

ఆయన మళ్లీ అదొక రకంగా నవ్వాడు.

'మీకంతా చెబుతాను. ప్రశాంతంగా ఉండండి. అతనెప్పుడూ మిమ్మల్ని గురించే చెబుతూ ఉండేవాడు. ఇటీవల మరీ ఎక్కువగా... అదే... అమ్మాయిని మీ దగ్గర దింపి వచ్చాక మరీ ఎక్కువగా చెప్పేవాడు. తానెన్నాళ్లో బతకననీ ఈ ప్రపంచంలో తనకున్నది మీరేననీ, తాను నమ్మేది కూడా మిమ్మల్ని మాత్రమే అనీ చెప్పేవాడు. తన బరువు బాధ్యతలు మీమీద ఉంచి నిశ్చింతంగా ఉన్నాననీ అనేవాడు...'

'నే నడిగేది అదే... ఆ అమ్మాయి సంగతి.'

'అదే చెప్పబోతున్నాను. అతను పెళ్లే చేసుకోలేదు. కొందరు 'బుద్ధిమంతుడు పిల్లనిస్తే సుఖపడుతుంద'ని తమ పిల్లలనివ్వ జూపినా కాదన్నాడు. ఇది మొదట్లో... తర్వాత ఈ పసిపిల్ల అతని మెడకు చుట్టుకుంది!'

దాశరథి ఉత్కంఠతో వింటున్నాడు.

'ఈ పిల్ల అనాథ... తండ్రి యుద్ధంలో పోయాడు. ఈ ఊరివాడే. ఎక్కడో పంజాబులో పోయాడు. అప్పటికి అతని భార్య నిండుచూలాలు. ఆ వార్త వచ్చినప్పుడు ఆమె ముసలి తల్లిమాత్రం ఉంది. ఒక రోజల్లా అర్జునుడూ మేమూ ఆ విషయం ఆమెకు తెలియ నివ్వలేదు. కాని ముసిల్ది దుఃఖం పట్టలేక కక్కేసింది. ఆ తర్వాత గంటకో అరగంటకో పసికందు భూమ్మీద పడింది. అంతే... తన పని అయిపోయినట్టు ఆ పసికందుకు జన్మనిచ్చి ఆ ఇల్లాలు తల వాల్చేసింది. అతను అర్జునుడికి ప్రాణ

స్నేహితుడు. అర్జునుడు ఆ పసికందును నెత్తుటి గుడ్డును అప్పుడెత్తుకున్నాడు. ఆ ఎత్తుకోడం మళ్లీ కిందికి దింపలేదు. ఒంటరి వాడైనా, ఆడతోడు లేనివాడైనా ఆ పిల్లను అమిత గారాబంగా, అపురూపంగా పెంచాడు. ఆ పిల్ల తోడిదే లోకంగా బతికాడు. రాబడి అంతంత మాత్రమే అయినా ఆ పిల్లకు కాస్త వయసు రాగానే పట్నంలో స్కూల్లో చేర్చి హాస్టళ్లలో వుంచి చదివించాడు. స్కూలు చదువుకాగానే కాలేజీలోనూ చేర్పించాడు. ఏవో స్కాలర్‌షిప్పులు వంటివి వచ్చాయి. ఇక తాను విలువిద్యా ప్రదర్శనలు... ఆ అమ్మాయికోసం పది రూపాయలైనా వంద రూపాయలైనా ఎంతైనా కాదనేవాడు కాదు. అప్పుడప్పుడు నాతో దాని కోసమే బతుకుతున్నాను బాబాయ్ అనేవాడు'. గొంతు పూడుకుపోయినట్టు కాగా ఆయన కాస్సేపు ఆగాడు.

తర్వాత మళ్ళీ గొంతు సవరించుకుని – 'అంతలో మాయదారి రోగం వచ్చిపడింది. ఇక అప్పుడు మీ దగ్గరికి వచ్చాడు. నాతో ఒకనాడు మా దాశరథిదే బాధ్యత. పిల్లదాని చదువు ఒక దశకు తెచ్చాను. నాకేమయినా ఇక ఫరవాలేదు అన్నాడు. ఇటీవల పక్షం రోజులనాడు వచ్చాడు. రాత్రివేళ... ఇక మళ్లీ ఎక్కడికీ వెళ్ళలేదు. రాత్రిళ్లు, ఆ మాటకొస్తే, పగటి పూటకూడా ఎంతగానో దగ్గి బాధపడేవాడు. ఇక నాలుగయిదు రోజుల క్రితం బొత్తిగా లాభంలేని పరిస్థితి వచ్చింది. ఇక్కడి డాక్టరొకాయన చూసి పెదవివిరిచి పోయాడు. ఇక మనం మాత్రం ఏం చేయగలం? అప్పుడప్పుడు కాస్త కనిపెట్టుకుని నేను పక్కనే కూర్చునేవాణ్ణి. వొచ్చే తెలివీ... పోయే తెలివీ. మాట ఎప్పుడో పడి పోయింది. అంతా అయిపోయిందనుకున్నప్పుడు చుట్టుపక్కలవారు కూడా చేరారు. తెల్లవారు జామున ఎప్పుడో చిలకెగిరిపోయింది'

దాశరథి తట్టుకోలేకపోయాడు. ఉన్నట్టుండి లేచాడు.

ఆయన కూడా లేచి 'మీరు డీలాపడిపోతే ఎలా? అసలు పని అంతా ఇప్పుడే ఉంది. మీతోనే వుంది. నా బాధ్యత కూడా నెరవేర్చుకోనివ్వండి' అన్నాడు.

'రండి నాతో' అంటూ పై పంచె కప్పుకుని దారితీశాడు.

దాశరథి ఒణుకుతున్న కాళ్లతో ఆయన వెంట నడిచాడు.

అర్జునుడి ఇల్లు...

ఆయన తాళం తీశాడు.

లోపల గదిలో అంధకారం.ఒకచోట కిటికీ పక్కగా అర్జునుడి తోలుసంచి.

ఆయన 'ఇదుగో... మీ కోసమే ఇది' అంటూ దాన్ని పట్టుకొచ్చాడు.

'ఇందులో అతని సరంజామా అంతా వుంది. ఈ విల్లూ బాణాలు మీకక్కరలేదు' అంటూ అన్నింటినీ ఇవతలికీ తీశాడు.

లోపల చిత్రమైన, రహస్యమైన ఒక అర వుంది. ఆయన అందులోనుంచి పెద్దపెద్ద నోట్లకట్టలు ఇవతలికి తీశాడు.

'ఇవి మాత్రం మీకోసం. మీకు అందజేయమని నాకు పురమాయించి పోయాడు.'

దాశరథి కళ్లవెంట నీరు ఉబికి వచ్చింది.

ఆయన సానుభూతితో 'మీ బాధ నేను అర్థం చేసుకోగలనులెండి. నా అరవై ఏళ్ల జీవితంలో ఎంతో చూశాను. అనుభవించాను. మీరు మనసును కుదుట పరచుకోవాలి. అతను జీవిత సర్వస్వం అనుకుని పెంచిన పిల్లకోసం ఈ కష్టార్జితం. అమ్మాయిని మీ చేతుల్లో భద్రంగా ఉంచాడు. ఇదికూడా మీకే అప్పజెప్పమన్నాడు' అన్నాడు.

దాశరథి వాటిని అందుకుని అచేతనుడై కన్నీరు కారుస్తూ నిలబడి పోయాడు.

'ఇక మిమ్మల్ని మీరు సంబాళించుకోవాలి. బాధ సరే ఎలాగూ తప్పదు. కానీ మీరు ఎలాటివారో అర్జునుడు నాకు చెప్పాడు. మనసు రాయి చేసుకుని ముందడుగు వెయ్యాలి మీరు. అతని కోరిక అది'.

ఇద్దరూ ఇవతలికి వచ్చారు.

ఆయన వాకిలి తాళం వేసి 'అ అధ్యాయం పూర్తి అయింది కదా? రండి. కాస్త ఏమన్నా తిందురుగాని. ముందు స్నానం చెయ్యండి. భోజనం చేసి కాస్సేపు విశ్రాంతి తీసుకోండి. రెండు గంటల వేళ బయలుదేరి వెళితే రైలు అందుకుంటారు. నేనుకూడా మీతో స్టేషను దాకా వస్తాను. వీలయితే ఏదన్నా బండి ఒకటిచూస్తాను' అన్నాడు.

దాశరథి స్నానం చేశాడు. భోజనం చేశాడు.

ఆయన అంతసేపూ ఏదో మాట్లాడుతూనే వున్నాడు. దాశరథి ఎక్కువ మాట్లాడలేదు. ఆ తర్వాత కాస్సేపు పడుకుందామనిపించి వరండాలో బల్లమీద నడుం వాల్చాడు. కళ్లు మూసుకున్నాడు. అంతలో గాఢంగా నిద్రపట్టింది.

స్టేషనులో...

బల్లమీద కూర్చున్నారిద్దరూ.

ఆ వ్యక్తి తన సొంత విషయాలేవో చెబుతున్నాడు.

చుట్టూ ఏమీ అలికిడి లేదు. అంతా ప్రశాంతంగా వుంది.

దాశరథి మనసు క్రమంగా తేలికపడుతున్నది.

పోర్టరు గంట మోగించాడు.

ఇద్దరూ లేచారు.

ఆయన తటపటాయిస్తూనే 'నేనిక వుంటాను' అన్నాడు.

అప్పుడు దాశరథి ఏదో స్ఫురించిన వాడిలా ఉన్నట్టుండి 'అన్నట్టు అసలు విషయం అడగడం మరిచే పోయాను. ఆ పిల్ల ఎవరు? అంటే ఎవరి తాలూకు? అది చెప్పనే లేదు మీరు...' అన్నాడు.

రైలు దూరంగా కూత పెడుతున్నది. ఆయన నవ్వి చేతి వేళ్లు విరుచుకుని 'అది తెలుసుకోక తప్పదా?' అన్నాడు.

దాశరథి మౌనం వహించాడు.

ఆయన 'పోన్లెండి... చెబుతాను' అన్నాడు.

రైలు కనుచూపుమేరలోకి వచ్చింది. 'ఆ పసికందు తండ్రి కరీముల్లా. మీ చిన్నప్పటి స్నేహితుడే. పేదవాడైనా మంచివాడు. సైన్యంలో చేరాడు భుక్తికోసం. పక్క ఊరి పిల్లను, వాళ్లూ ముస్లిములే. కోరి చేరుకున్నాడు. ఆ అమ్మాయి మెహర్, మెహరున్నీస్సా. అందాలరాశి... ఆ విధంగా వారి కథ ముగిసింది. ఆపిల్ల పేరు బానో... సయిరాబానో... ఇప్పటి మీ భానుమతి...'

రైలు వచ్చేసింది.

ఈ మాటలు చెప్పి ఆయన విసవిస నడిచి వెళ్లిపోయాడు.

రైలు రణగోణ ధ్వని చేస్తూ వచ్చి ఆగింది.

దాశరథి ఒక్క క్షణం ప్రతిమలా నిలబడి ఆ తర్వాత కదిలి రైలెక్కాడు.

ఇంటి గుమ్మంలోనే ఎదురైంది శాంతమ్మ.

'వచ్చారా? ఏమిటంత అర్జంటు టూరు ప్రోగ్రాము?' అన్నది.

దాశరథి 'ఏమీలేదు... మామూలే' అంటూ లోపలికి వెళ్లాడు.

ఆదివారం కావడం వల్ల ముందు గదిలోనే ఉన్నారు ముగ్గురూ.

దాశరథి వారి ముందుకు వెళ్లి నిలబడ్డాడు. కొన్ని క్షణాలు కదలకుండా. భాను అప్పుడు వసంతకు ఏదో పాఠం వివరిస్తున్నది.

దాశరథిని చూడగానే ఆమె లేచి నిలబడింది.

దాశరథి 'కూర్చో... కూర్చో' అన్నాడు.

తర్వాత బట్టలైనా మార్చుకోకుండా తాను అక్కడే కూర్చున్నాడు. భాను వంకనే చూస్తూకూర్చున్నాడు.

* * *

ఆనాడు రాత్రి...

పదిగంటలు దాటింది.

భార్యాభర్తలిద్దరూ పక్కగదిలో కూర్చుని చాలా సేపటి నుంచి మాట్లాడు కుంటున్నారు. పిల్లలు చదువు ముగించి పజిల్స్ సాల్వ్ చెయ్యడంలో తలమునకలుగా ఉన్నారు.

శాంతమ్మ నెమ్మదిగా లేచింది.

'అంతేనంటారా?' అన్నది.

'అంతే... భానును పిలుచుకురా... చెప్పాలి... చెప్పి తీరాలి.'

శాంతమ్మ నెమ్మదిగా కదిలి వెళ్ళింది.

దాశరథి చేతివేళ్లు విరుచుకున్నాడు.

తనకు రైలు స్టేషనులో... రైలెక్కే ముందుమాత్రమే తెలిసిన విషయం భార్యకు చెప్పలేదు. ఎప్పటికీ చెప్పడుకూడా. అర్జునుడి విషయం మాత్రం వివరంగా చెప్పాడు. ఆమె అంతా విని దిగులుపడింది. మరునిముషంలో శాంతమ్మ భానును వెంట బెట్టుకుని వచ్చింది.

'కూర్చో అమ్మా' అన్నాడు దాశరథి.

భాను చిత్రంగా చూసింది. కూర్చున్నది దాశరథి వాలకం చూడగానే తెలివిగల పిల్ల కాబట్టి ఏదో అనుమానం వంటిదే కలిగింది.

దాశరథి గొంతు సర్దుకుని – 'చూడు తల్లీ! నువ్విక్కడే వుండి పోవాలి. ఇక ఇదే నీ ఇల్లు. ఇంకా చదువుకుంటానన్నా ఇంకేమి చేస్తానన్నా నేను కాదనను. నీ ఇష్టమే మా ఇష్టం' అన్నాడు.

భాను తలెత్తి కళ్లు పెద్దవి చేసుకుని వింతగా చూసింది. ఏదో వినరాని విషయం వినబోతున్నానని అర్థమయింది ఆమెకు.

దాశరథి గద్గద స్వరంతో – 'మా అర్జునుడిక రాడు... లేడు...' అన్నాడు.

భాను అదిరిపడింది.

'ఎప్పుడు?' అని అడిగింది కంపిస్తున్న స్వరంతో.

'అయిపోయిది. దుర్మార్గుడు. ముందుగా తెలియనివ్వనైనాలేదు' అతని గొంతు బొంగురుపోయింది.

భాను కళ్లలో నీళ్లు ఉబికి వచ్చాయి. కాస్సేపు చేతుల్లో ముఖం దాచుకుని నిశ్శబ్దంగా రోదించింది. శాంతమ్మ ఆ పిల్ల భుజం మీద చెయ్యి వేసి అనునయించింది.

కాసేపటికి ఆమె తేరుకున్నది. కళ్లుఎరుపెక్కాయి. తర్వాత నెమ్మదిగా లేచి ఇవతలి గదిలోకి వచ్చింది.

మరునాడు ఉదయం...

దాశరథి హాలులో కూర్చుని ఉన్నాడు.

అన్నాచెల్లెళ్ళిద్దరి మధ్యా కూర్చుని ఉంది భాను. దినపత్రిక కోసం పోట్లాడుకుంటున్న అన్నాచెల్లెళ్లకు చెరొక కాగితమూ పంచి ఇచ్చి తానొకటి తీసుకుని చదువుతున్నది.

శాంతమ్మ కాఫీ తెచ్చింది.

అందుకుంటూ దాశరథి కళ్లతోనే నవ్వి అటు చూడమని సైగ చేశాడు. ఆమె అటు చూసింది. ఎదురుగా సోఫాలో ముగ్గురు.

అందాల రంగుల ఫోటోలోలాగా... ముచ్చటగా దంపతులిద్దరి మనసులలోనూ ఒకే భావం మెదిలింది.

ఇన్నాళ్ళూ మనకిద్దరు... ఇప్పుడు ముగ్గురు...